श्री एम

निरंतर सफर

हिमालयवासी गुरूच्या योगी शिष्याचे आत्मकथन – पुढील भाग

सकाळ प्रकाशन

सकाळ प्रकाशन

Nirantar Safar
(The Journey Continues: A sequel to Apprenticed to a Himalayan Master)

निरंतर सफर

अनुवाद	:	मनोज अंबिके
प्रथम प्रकाशन	:	मॅजेन्टा प्रेस अ‍ॅन्ड पब्लिकेशन प्रा. लि., जानेवारी २०१७
पाचवी आवृत्ती	:	मार्च २०२३
प्रकाशक	:	सकाळ मीडिया प्रा. लि. ५९५, बुधवार पेठ, पुणे ४११ ००२
मांडणी	:	संदीप घावरे
मुद्रणस्थळ	:	विकास प्रिंटिंग ऑण्ड कॅरिअर्स प्रा. लि. प्लॉट नं. ३२, एमआयडीसी, सातपूर, नाशिक
ISBN	:	978-93-95139-80-9
संपर्क	:	०२०-२४४० ५६७८ / ८८८८८ ४९०५० sakalprakashan@esakal.com

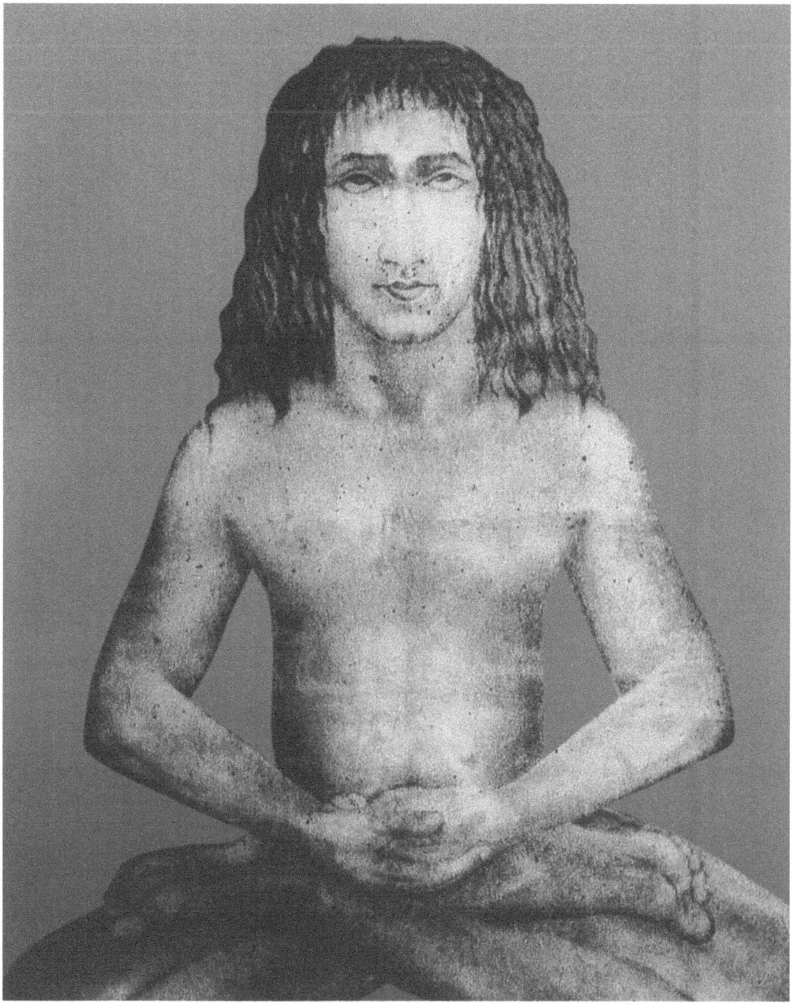

माझे परमगुरू श्री गुरू बाबाजी

माझे गुरू श्री महेश्वरनाथ बाबाजी

श्री सदाशिव ब्रह्मेंद्र

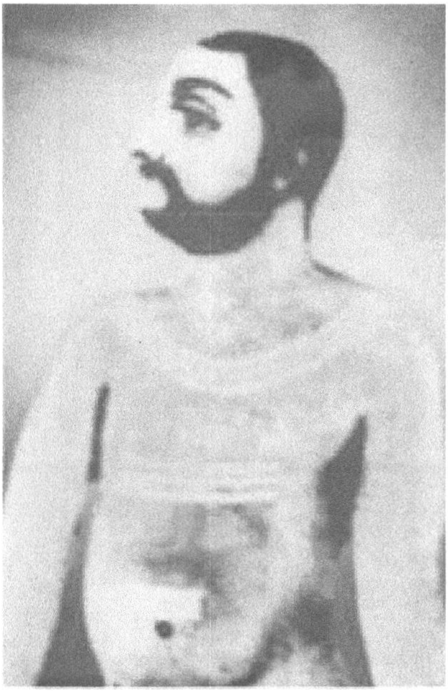

श्री रामकृष्ण परमहंस

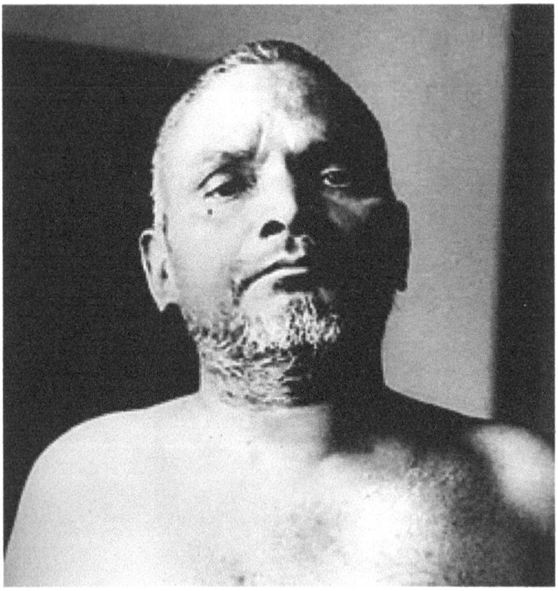

स्वामी नित्यानंद

स्वामी सत्चिदानंद

श्रेयनिर्देश

मी माझ्या पुढील मित्रांना मनापासून धन्यवाद देतो. त्यांच्या मदतीशिवाय हे पुस्तक शक्य झाले नसते.

मी जे अस्पष्ट लिहायचो त्याला परिश्रमपूर्वक व अत्यंत काळजीने नेहमीच अर्थ प्राप्त करून देणारे आणि त्याचे रूपांतर वाचता येण्याजोग्या हस्तलिखितात करणारे कायझर कराचीवाला.

निःस्वार्थपणे आणि कार्यक्षमतेने प्रकाशन व व्यावसायिक बाबींचा ताबा घेणारे बालाजी व श्रीधर.

कार्यालयीन कामकाज सांभाळणारे विजय भास्कर.

यांना आणि माझे सर्व प्रिय मित्र, ज्यांना माझी अगोदरची रहस्ये आणि आश्चर्ये जाणून घ्यायची उत्कट इच्छा होती, ज्यामुळे निरंतर सफर लिहिण्यास मी प्रवृत्त झालो...

या सर्वांना धन्यवाद.

– **श्री एम**

अनुवादकाचे मनोगत

जेव्हा या पुस्तकाचा अनुवाद सुरू केला, त्या वेळी मी तीन वेळा थांबलो. याचं कारण म्हणजे, काही वेळेस काही गोष्टी हृदयाला पटत होत्या तर बुद्धीची मतं वेगळी होती; तर काही गोष्टी बुद्धीला पटत होत्या मात्र हृदयाची मतं वेगळी होती. पण जेव्हा या पुस्तकातील श्री एम सरांच्या गुरूबरोबरच्या उपनिषदांवरील संभाषणाचा अनुवाद करायला सुरुवात केली, तेव्हा मात्र हृदय आणि बुद्धी या दोघांचे एकमत झाले.

काही गोष्टी या बुद्धीला समजण्याच्या पलीकडे असतात. त्या बुद्धीने नाही तर हृदयाने समजून घ्यायच्या असतात हा विचार बुद्धीला पटू लागला. वाचकांनादेखील मी हेच आवाहन करीन की, हे पुस्तक फक्त बुद्धीनेच नाही तर हृदयापासून वाचा.

समजायला तसं सोपं परंतु अनुवाद करायला अत्यंत अवघड असं हे पुस्तक आदरणीय श्री एम सरांच्या आशीर्वादाने मला करायला मिळालं, त्याबद्दल त्यांना हृदयापासून प्रणाम. पुस्तक अनुवाद करताना अनेक वेळेस माझी पत्नी सौ. विद्या हिच्याबरोबर याविषयी चर्चा झाल्याने पुस्तक अनुवाद करणे सहज झाले.

तसेच सौ. स्मिता व श्री. डॉ. चंद्रकांत पांडव यांनी प्रथम वाचन करून काही बदल सुचवले त्याबद्दल त्यांचेही धन्यवाद. श्री. बालाजी कश्यप यांनाही धन्यवाद.

– मनोज अंबिके

अनुक्रमणिका

श्री एम यांचा परिचय

श्री एम यांचा जन्म १९४९मध्ये केरळमध्ये त्रिवेंद्रम येथे झाला. वयाच्या नवव्या वर्षी त्यांच्या घराच्या मागच्या अंगणात एक विस्मयकारी घटना त्यांच्याबाबतीत घडली. फणसाच्या झाडाखाली त्यांना एका जटाधारी योग्याचे दर्शन झाले. त्या योग्याने त्यांना आशीर्वाद दिला आणि सांगितले की, 'योग्य वेळ येताच आपल्यात काय नाते आहे हे तुला समजेल' आणि ते निघून गेले.

या घटनेनंतर दख्खनी मुस्लीम पालकांच्या पोटी जन्मलेल्या या लहान मुलाचे मन वेदान्ताकडे आणि महान भारतीय परंपरा असलेल्या योगविद्येकडे वळले आणि त्यावर त्यांचे खोल मनन व्हायला लागले. जणू काही सर्व आधीच ठरले होते. ज्ञात आणि अज्ञात असलेल्या संत आणि योग्यांना भेटण्यासाठी श्री एम यांनी वयाच्या एकोणिसाव्या वर्षी घर सोडले आणि ते हिमालयाकडे निघून गेले. तिथे बद्रीनाथच्या पलीकडील व्यास गुहेमध्ये नाथ संप्रदायाशी संबंधित असलेले महान योगी श्री महेश्वरनाथ बाबाजी यांच्याशी त्यांची भेट झाली.

या महान गुरूचं शिष्यत्व मिळाल्यानंतर त्यांच्या मनाचं विद्वत्तापूर्ण आणि खोल असं रूपांतरण झालं. अनवाणी चालणाऱ्या या योग्याबरोबर प्रवास करताना त्यांना आश्चर्यकारक अनुभव आले. लहानपणापासून त्यांना आलेले जवळपास सर्व अविश्वसनीय अनुभव, श्री एम यांच्या आत्मचरित्रात, *हिमालयवासी गुरूच्या योगी शिष्याचे आत्मकथन* या पुस्तकात आहेतच.

त्यानंतर त्यांच्या गुरूच्या सूचनेनुसार ते आपल्या मूळ गावात परतले आणि अनेक वर्षे त्यांनी तिथे गुप्तपणे वास्तव्य केले. मध्यंतरीच्या काळात त्यांचे लग्न झाले, त्यांना दोन मुले झाली, जी आता मोठी आहेत आणि त्यांचीही लग्नं झालेली आहेत.

श्री एम हे कोणतीही वैशिष्ट्यपूर्ण वस्त्रं घालत नाहीत किंवा त्यांची खास अशी केशभूषाही नाही. अनेकदा ते जीन पॅन्ट आणि टीशर्ट अशा वेशात आढळतात किंवा धोतर आणि पांढरा कुर्ताही घालतात. ते मदनपल्ली येथे राहतात. ते जगभर प्रवास करतात. त्यामध्ये ते शिबिरे घेतात, व्याख्याने देतात. मुख्यत्वे करून योगविद्या, उपनिषदे, सूफी शिकवण, थोडक्यात, अनेक धर्मांच्या मूळ परंपरेचा गाभा ते सांगतात. त्यात ज्यू, ख्रिश्चन, बौद्ध अशा अनेक धर्मांविषयी ते बोलतात.

ते स्वतःला योग साधक म्हणवतात.

श्री एम हे सत्संग फाउंडेशनचे प्रमुख आहेत. या फाउंडेशनद्वारे मदनपल्ली येथे सत्संग विद्यालय चालवले जाते, जिथे वंचितांना मोफत शिक्षण दिले जाते. तसेच इथे आयआयसी-आयसीएससी बोर्डिंग स्कूलही आहेत, ज्याला 'पीपल ग्रुव्ह स्कूल' म्हटले जाते, जे मदनपल्लीपासून २० किलोमीटर अशा एकाकी ग्रामीण भागात आहे आणि शिवाय तिथे एक स्वास्थ्य केंद्रही आहे, जिथे गरिबांसाठी मोफत वैद्यकीय सुविधा दिली जाते.

सत्संग फाउंडेशनने नुकतेच 'मैत्री' कार्यक्रमाअंतर्गत मोठ्या प्रमाणात पुनर्वनीकरण सुरू केले आहे. त्याचबरोबर बंगलोरच्या बाह्य भागातील गरजू लोकांसाठी अत्याधुनिक इस्पितळ निर्मितीची प्रक्रिया सुरू केली आहे.

जानेवारी २०२०मध्ये श्री एम यांना आध्यात्मिक क्षेत्रातील त्यांच्या उल्लेखनीय योगदानासाठी भारतातील सर्वोच्च पुरस्कारांपैकी एक अशा 'पद्मभूषण' पुरस्काराने सन्मानित करण्यात आले.

– संपादक

अजून एका प्रवासाची सुरुवात

मी माझ्या आत्मचरित्राची म्हणजे 'हिमालयवासी गुरूंच्या योगी शिष्याचे आत्मकथन' याची सुरुवात 'यात्रेचा शुभारंभ' याने केली होती तर शेवटच्या प्रकरणाला प्रवास सुरूच म्हणजेच 'निरंतर सफर' असं शीर्षक दिलं होतं.

याचा अर्थ, आत्मचरित्र संपलं म्हणजे प्रवास संपला असा होत नाही. आता आपण नवीन दृश्यांची यात्रा एकत्रितपणे सुरू करू या. ही एक विलक्षण आणि अनेक घटनांवर विश्वास न बसणारी अद्भुत अशी यात्रा आहे.

तुम्ही कदाचित, या कल्पित गोष्टी आहेत किंवा माझ्या सुपीक डोक्यातून आलेला कल्पनाविलास आहे म्हणून किंवा धडधडीत खोटं आहे असं समजून ते नाकाराल; आणि कदाचित असा निष्कर्ष काढाल की, मी वेडा झालोय. ते काहीही असो, तुम्हाला जर ही यात्रा चित्तवेधक आणि मनाची कवाडं उघडणारी वाटली, त्यातून तुम्हाला एक नवीन दृष्टिकोन मिळाला किंवा 'काही गोष्टी तार्किक मेंदूच्या विचारापलीकडील आहेत, ज्याचा विस्तार चेतनेद्वारे होऊ शकतो,' एवढा विचारसुद्धा आला, तरी माझा हेतू साध्य झाला असं मला वाटेल.

मित्रांनो, हे ध्यानात घ्या, सत्य हे कधी कधी कल्पनेपेक्षा चमत्कारिक असतं, आणि काही योगी तर आपला विश्वास असणाऱ्या या भौतिक जगाला भ्रम असं संबोधतात, जो मनाने निर्माण केलेला आहे.

या पुस्तकातील प्रकरणांमध्ये कुठेही काटेकोर अनुक्रम नाही. त्यामुळे प्रत्येक प्रकरण हे 'संपूर्ण' आहे आणि स्वतंत्रपणे वाचलं जाऊ शकतं. तर प्रिय वाचकांनो, *संगच्छाध्वम्* – पुन्हा एकदा एकत्र प्रवास करू या.

– श्री एम

१.
बाबाजी आणि एक असामान्य फोटोसेशन

माझे गुरू महेश्वरनाथ बाबाजी हे काही सामान्य नव्हते. सामान्य माणसाच्या आकलनाबाहेरील अनेक शक्ती त्यांच्याकडे होत्या. साधारणपणे वीसेक वर्षांचा असताना जवळजवळ एक वर्ष मी त्यांच्याबरोबर हिमालयात फिरत होतो. त्या काळात मला अनेक गोष्टी जाणवल्या. जितकं मी त्यांना जवळून पाहत गेलो, तितका, त्यांच्यातील विद्वत्ता आणि त्यांच्या मानवी स्वरूपातील अतिमानवी गूढ क्षमता पाहून अचंबित होत गेलो. मी जेव्हा जेव्हा त्यांना त्याबद्दल विचारलं तेव्हा तेव्हा ते म्हणाले, "यात चमत्कार काहीच नाही. बरेच असे निसर्गाचे नियम आहेत जे बहुतांश मानवजातीला अपरिचित आहेत. पण जेव्हा या निसर्ग नियमांचे ज्ञान असणारा ते नियम वापरून काही करतो, तेव्हा ते माहिती नसणाऱ्यांना, आपण चमत्कार पाहत आहोत असं वाटतं."

आता मी त्या संदर्भात असलेला एक प्रसंग आणि त्यानंतर झालेला अर्थपूर्ण असा संवाद तुमच्यासमोर मांडतो.

मी बाबाजींबरोबर जवळपास एक वर्षापेक्षा जास्त काळ राहत होतो. आम्ही हृषीकेशमध्ये, गंगेच्या पलीकडच्या तीरावरील एकाकी, निर्जन गुहेत राहत होतो. तुम्ही सध्याचा रामझुला पार करून गंगा नदी ओलांडून गेलात, तर डावीकडे जाणारा रस्ता लक्ष्मणझुल्याकडे जातो, आणि उजवीकडच्या रस्त्याने तुम्ही बाजारातून गेलात तर गंगाभवन आणि परमार्थ निकेतन

ओलांडल्यावर डावीकडे सलग वृक्षाच्छादित प्रदेश आहे. डावीकडे जंगलात शिरल्यावर तुम्ही मौनीबाबांच्या गुहेकडे जाता, जे नीळकंठाच्या पलीकडे आहे, पुढे जाऊन गंगानदीच्या तीरावर दोन गुहा आहेत.

मी त्या काळाविषयी बोलतोय, जेव्हा आश्रम अतिशय छोटेछोटे असायचे; आणि बाजारात हल्लीसारखा गोंगाट आणि अस्वच्छता नसायची. तेव्हा काही मोजकीच दुकानं होती. हे चित्र तेव्हा बदललं जेव्हा महर्षी महेश योगींनी बिटल्सचं आगमन झाल्यानंतर ध्यानाकरता वातानुकूलित गुहा बांधल्या आणि त्यानंतर हृषीकेशचं रूपांतर पर्यटकांच्या शनिवार-रविवारच्या सहलीच्या जागेमध्ये झालं, ज्यामुळे या देवभूमीत प्लॅस्टिक आणि दिखाऊ चंगळवाद पसरला. परंतु त्याआधी ही जागा साधूंसाठी ध्यानधारणेसाठी उपलब्ध होती. कारण अगदी यात्रेच्या काळातदेखील जेव्हा अनेक लोक बद्रीकेदार, गंगोत्री आणि यमुना तीराला भेट द्यायला यायचे, तेव्हादेखील इथे एकांत असायचा.

मी उल्लेख केलेल्या या गुहा महान नदीच्या तीरापासून दूर एका कोपऱ्यात दडलेल्या आहेत. गांभीर्याने साधना करणाऱ्या साधकांसाठी त्या आदर्श आहेत. आजही तिथे गेलात तर तुम्ही त्या पाहू शकाल. अलीकडे माझ्या शेवटच्या भेटीत मी पाहिलं की, ती गुहा पांढऱ्या रंगाने रंगवली होती आणि तिला हिरव्या रंगाचा लोखंडी दरवाजा बसवला होता. हे सर्व एका अपंग माजी सैनिकाने केलं होतं आणि तो तिथे राहत होता. त्याने मला सांगितलं की, तो जीवनाला कंटाळून तिथे आला होता.

बाबाजी आणि मी, त्या गुहेत बऱ्याचदा राहत असू. आमच्यासाठी बोट घेऊन सायंकाळी नदी ओलांडणं, डिव्हाईन लाईफ सोसायटीच्या स्वामी शिवानंदांच्या कुटीजवळील शांत घाटावर बसणं हे नित्याचं झालं होतं. दिवे लागेपर्यंत आणि पवित्र नदीची आरती सुरू होईपर्यंत, तिथे बसून आम्ही अनेक विषयांवर बोलायचो.

बाबाजींना त्यांचे फोटो काढलेले अजिबात आवडत नसे. मी स्वतः एक चित्रकार आहे हे माहीत असूनही त्यांनी मला त्यांचे पेन्सिलने चित्र रेखाटण्यास किंवा तैलचित्र काढण्यास मनाई केली होती. जरी मनाई असली तरी मी बंडखोरी केली. त्यांना नको असतानाही काहीही करून त्यांचा फोटो मिळवायचा असं मी ठरवलं. मला अजूनही पूर्णपणे हे उमगलेलं नाही की, त्यांना एखादी गोष्ट घडायला नको असेल तर ती घडायचीच नाही, जरी त्यासाठी मी कितीही प्रयत्न केले तरी. मग ते प्रयत्न मी अज्ञानातून केलेले असोत किंवा जाणूनबुजून केलेले असोत.

एक दिवस संध्याकाळी मी गुपचूप एका फोटोग्राफरची व्यवस्था केली. बाबाजी आणि मी ज्या घाटावर ध्यानामध्ये किंवा संवादामध्ये मग्न असायचो, तिथे त्याला यायला सांगितलं. मी प्रशांत रावत नामक डेहराडूनच्या एका तरुण गढवाली फोटोग्राफरबरोबर मैत्री केली होती. आमचं ठरलं की, त्याने संध्याकाळी पाच वाजता एका ठरावीक दिवशी शिवानंद घाटावर

यायचं. आणि जणू काही तो अनोळखी पर्यटक आहे असं भासवत सहजच बाबाजींचा फोटो काढायचा आणि तिथून पटकन निघून जायचं. त्याने सांगितलं की, तो डेहराडूनला चालला आहे. पण उलटा प्रवास करून तो ठरलेल्या दिवशी हृषीकेशला येईल आणि ठरलेलं काम करेल. माझ्याइतकाच तोही बाबाजींचा फोटो काढायला उत्सुक होता आणि त्याने ते आव्हान म्हणून स्वीकारलं.

ठरलेल्या दिवशी फक्त बाबाजींनी जाणं रद्द करू नये, याची मला भीती वाटत होती. पण त्यांनी तसं केलं नाही. ते म्हणाले, "मधू चल, नदी ओलांडून दुसऱ्या बाजूला जाऊ या आणि तुझ्या आवडत्या शिवानंद घाटाच्या पायरीवर बसू या." मग आम्ही नदीकडे तोंड करून बसलो आणि बाबाजी जुन्या हृषीकेशच्या आठवणींना उजाळा देऊ लागले, जेव्हा स्वर्ग आश्रम वगळता तिथे कुठलेही मोठे आश्रम नव्हते.

ते म्हणाले, "त्या वेळी स्वामी शिवानंदांनी डिव्हाईन लाईफ सोसायटीची स्थापना केलेली नव्हती. ते स्वर्ग आश्रमाच्याच एका कुटीमध्ये राहत होते. लोक त्यांना 'डॉक्टर स्वामी' म्हणायचे, कारण ते आजारी साधूंवर उपचार करत असत."

मी त्यांना लक्ष्मणझुला आणि पुरानी झाडी याबद्दल काही प्रश्न विचारले आणि त्यांनी त्या प्रश्नांची उत्तरं दिली. मग आमची चर्चा साधनेसंदर्भातील वैयक्तिक बाबींकडे वळाली. पण फोटोग्राफर रावतचं येण्याचं काहीच चिन्ह दिसेना, त्यामुळे मी अस्वस्थ आणि चिंतीत होत चाललो होतो. एक तास होऊन गेला तरी रावतचा काहीच पत्ता नव्हता. शेवटी बाबाजींनी माझ्या डोळ्यांत बघितलं आणि सत्य परिस्थितीची जाणीव करून दिली. "मधू, अस्वस्थ आणि विचलित होण्यात काहीच अर्थ नाही. कारण तुझा तो फोटोग्राफर येणार नाहीये."

मी स्तब्ध झालो. "बाबाजी, मी..., बाबाजी, मला माफ करा. मी परत अशी चूक कधीही करणार नाही. माझ्या मनात काय चाललंय हे तुम्हाला मी विचार करायच्या अगोदरच कळतं. मला माफ करा. मी... मी..." असं म्हणत मला रडू कोसळलं.

"ठीक आहे, ठीक आहे," माझ्या पाठीवर हाताने थोपटत बाबाजी म्हणाले. "स्वतःला आवर. तू काही फार मोठा अपराध केलेला नाहीस. पण यातून एक चांगला धडा शिकला आहेस."

"चल, जास्त अंधार होण्याआधी आपण परत जाऊ."

त्यानंतर आम्ही गुहेच्या बाहेर गंगेकडे तोंड करून बसलो होतो. आकाशात सूर्याने गुलाबी रंग भरले होते. "आता मला सांग..." बाबाजी म्हणाले की, "माझ्या सहमतीशिवाय तुझा फोटोग्राफर माझा फोटो काढू शकला असता? अजिबात नाही. आणि का काढू शकला नसता ते मी तुला सांगतो. आता माझ्याकडे बघ."

वाहत्या पाण्याकडे टक लावलेली माझी नजर मी त्यांच्या दिशेने वळवली.

'ओ!' जे मला दिसलं, ते पाहून मी आश्चर्याने ओरडलोच. कारण त्यांच्या शरीराऐवजी मला अर्धपारदर्शक राखाडी अशी आकृती दिसली.

सावलीसदृश आकृतीतून बाबाजींचा आवाज येत होता. "तुम्ही एखादी वस्तू कशी बघता? प्रकाशकिरणं जेव्हा वस्तूवर पडतात तेव्हा ती किरणं परावर्तित होऊन तुमच्या डोळ्यांच्या बाहुलीवर पडतात आणि प्रतिमा तयार होते. हेच कॅमेऱ्याच्या बाबतीतही घडतं. प्रकाशकिरणं परावर्तित होऊन कॅमेऱ्याच्या लेन्सवर पडतात आणि ती प्रतिमा फिल्मवर उमटते."

"पण, जर या किरणांना परावर्तित न होऊ देता आपल्या शरीरामध्ये सामावून कसं घ्यायचं, हे जर तुम्हाला माहीत असेल तर? उच्चतम स्वत्वाशी एकरूप झालेलं शक्तिशाली मन, आपल्या चैतन्याचा गाभा या किरणांना नियंत्रित करू शकतो, स्वतःमध्ये त्यांना सामावून घेऊन परावर्तित होण्यापासून रोखू शकतो. त्या वेळेस तुम्हाला माहीत असलेलं नेहमीचं शरीर न दिसता फक्त राखाडी रंगाची पारदर्शक आकृती दिसते. अंधुक प्रकाशात तर ती आकृतीदेखील दिसत नाही."

"आत्ता अगदी मी तेच करतोय. प्रकाशकिरणांना परावर्तित होऊ देत नाहीये. मी तसं ठरवलं असतं तर कॅमेरा मला चित्रबद्ध करूच शकला नसता."

"बाबाजी मला कळलं. आता कृपा करून मला आवडणाऱ्या स्वरूपात परत प्रकट व्हा." मी म्हणालो.

आणि क्षणातच ते आपल्या नेहमीच्या स्वरूपात प्रकट झाले.

"म्हणजे," मी त्यांना विचारलं, "योगी याच पद्धतीने नाहीसे होतात का?"

"बहुतेकदा." बाबाजी उत्तरले. "पण यासाठी अजून एक पद्धत आहे. जिथे आपण आपल्या शरीरातील कणांचं तात्पुरतं विघटन करतो, पण हे फक्त उच्चतम योगीच करू शकतात."

"बाबाजी, कृपा करून मला हे समजावून सांगा."

"प्राथमिक कण, जे सजीव आणि निर्जीव वस्तू बनवतात, त्याला 'क्वॉर्क्स' म्हटलं जातं. क्वान्टम भौतिकशास्त्राने न्यूटॉनियम भौतिकशास्त्राची संपूर्ण शाश्वतीच मोडीत काढली, जे आता अनिश्चिततेच्या गूढ रहस्याचा सामना करतंय. प्रायमरी पदार्थ ज्यांचं पुढे जाऊन वस्तूमध्ये रूपांतर होतं. आता तुम्ही त्याला निश्चितपणे वस्तूही म्हणू शकत नाही किंवा स्पंदनही म्हणू शकत नाही."

"विचित्र आहे. पण निरीक्षणांती लक्षात आलं की, परमाणूंची प्रवृत्ती ही स्पंदनांमध्ये रूपांतरित होण्याची असते, तर स्पंदनांची परमाणूंमध्ये. त्यांचं ज्या वेळेला निरीक्षण केलं गेलं तेव्हा लक्षात आलं, परमाणूंसारखे कार्य करणारे कण अचानकपणे स्पंदनांसारखे कार्य करायला लागले. काही भौतिक शास्त्रज्ञांनी तर त्याच्या पुढचा सिद्धान्त मांडला की, त्यांची वर्तणूक ही निरीक्षण कोण करतं यावरदेखील अवलंबून असते."

"खरं तर चैतन्य हाच सर्व अस्तित्वांचा मूलभूत गाभा आहे, असं महान ऋषी मानतात आणि चैतन्याच्याच खोल पातळीवर, त्याच्याच इच्छेनुसार परमाणूंचं स्पंदनांमध्ये आणि स्पंदनांचं परमाणूमध्ये रूपांतर घडवलं जातं. संपूर्ण स्थिर चित्त ज्याला वज्रयान बौद्ध, मनाची शून्यावस्था

म्हणतात, ते चैतन्याच्या गाभ्याबरोबर एकरूप झालेले असते. जे योगी त्या स्थिर चित्त अवस्थेमध्ये स्थापित झालेले असतात, ते आपल्या शरीरातील परमाणूंचं रूपांतर स्पंदनांमध्ये करू शकतात, जे डोळ्यांसारख्या ज्ञानेंद्रियांसाठी अदृश्य असतात. अशा अवस्थेत योगी एका ठिकाणाहून दुसऱ्या ठिकाणी जाऊ शकतात आणि परत स्वतःला दृश्य स्वरूपात प्रकट करू शकतात."

"हे सोपं नाहीये. फक्त बाबाजींसारखे महान लोकच विघटनाची आणि पुनर्निर्मितीची कृती करू शकतात. सोप्या शब्दात सांगायचं झालं तर, शरीराचं एक असामान्य फोटोसेशन प्राथमिक परमाणूंच्या स्वरूपात विलिनीकरण करणं आणि इच्छेनुसार त्यांचं शरीराच्या मूळ रूपात प्रकटीकरण करणं. अर्थात स्टेजवर जादूगार जो दृष्टिभ्रम तयार करतात त्याचा याच्याशी काहीही संबंध नाही."

"बाबाजी, मी असं करायला शिकू शकतो का?"

बाबाजी हसले. "माझ्या बाळा, त्यासाठी तुला बरीच मार्गक्रमणा करावी लागेल. तुझी 'क्रिया' कर आणि सत्य जाणून घेतल्याशिवाय चैन पडणार नाही, अशी सत्याची आस जोपर्यंत तुला लागत नाही तोपर्यंत ध्यान कर."

अजूनही आम्ही त्या महान नदीकडे तोंड करून बसलो होतो आणि आमच्या आजूबाजूला अंधार पसरेपर्यंत आम्ही ध्यानाच्या खोल अवस्थेत बुडून गेलो; पण आम्ही स्वयंप्रकाशित आनंददायी अशा आंतरिक प्रकाशात तल्लीन झालो होतो.

दोन दिवसांनंतर, मी माझ्या फोटोग्राफर मित्राला लक्ष्मणझुल्यावर शोधून काढलं. त्या दिवशी काय झालं होतं, हे मला त्याच्याकडून जाणून घ्यायचं होतं.

"मला वाटतं, तुझ्या गुरूंनी मला तिथे येण्यापासून रोखलं," रावत म्हणाला. "मी योग्य वेळेत डेहराडूनला बसमध्ये बसलो आणि त्या बसने अर्धा प्रवासही केला. पण त्यानंतर त्या बसचं पुढचं चाक पंक्चर झालं. मला पुढच्या बसची वाट बघावी लागली. अर्ध्या तासानंतर मला दुसरी बस मिळाली. पण त्यातूनदेखील कर्कश्श आवाज यायला लागला. ड्रायव्हर आम्हाला म्हणाला की, आपल्याला थांबायलाच पाहिजे कारण क्लच, गिअर किंवा त्यासंबंधित कशात तरी बिघाड झालेला आहे.

"खरं तर मला उशीर झाला होता तरीही मी एका टॅक्सी ड्रायव्हरला गाठलं, जो हृषीकेशकडेच निघाला होता. त्याने मला त्याच्याबरोबर घेतलं. पण तू विश्वास ठेवशील का, त्या टॅक्सीचंही मागचं चाक पंक्चर झालं. तोपर्यंत चांगलाच अंधार पडला होता. मग मी माघार घ्यायचं ठरवलं आणि डेहराडूनला परतलो. मी दुसऱ्या दिवशी परत आलो तेव्हा मात्र सगळं सुरळीत झालं; पण अजून एकदा संधी घ्यायला माझी काहीच हरकत नाही."

त्यावर मी त्याला म्हणालो, "विसरून जा. त्याचा काहीच उपयोग होणार नाही."

बाबाजींचा फोटो काढायचा विचार मी त्या दिवशी सोडून दिला. तरीही 'एक ना एक दिवस बाबाजींचं चित्र रेखाटेन' असं मी स्वतःला सांगत असे. पण एक दिवस सकाळी बाबाजींनी, 'माझं चित्र रेखाटायचं नाही किंवा तैलचित्रही काढायचं नाही' हे सांगितलं. त्यामुळे तोही विषय तिथेच खुंटला. त्यांच्या महासमाधीच्या अनेक वर्षांनंतर त्यांचं त्यांच्याशी बऱ्यापैकी साम्य असणारं चित्र काढण्याचा मी प्रयत्न केला.

ती अजून एक वेगळीच कहाणी आहे. त्या वेळेस काय घडलं, हे मी तुम्हाला सांगतो.

बाबाजी गेल्यानंतर बऱ्याच वर्षांनी, जेव्हा मी मदनपल्ली येथे स्थायिक झालो होतो आणि अर्धगृहस्थाश्रमाचं जीवन जगत होतो – म्हणजे माझी बायको आणि मुलं ऋषी व्हॅलीमध्ये शाळेत राहत होती, जिथे माझी पत्नी शिक्षिका होती – तेव्हा एका सकाळी अचानक, मी पुन्हा एकदा बाबाजींचं चित्र रेखाटण्याचा प्रयत्न करायला हवा, असा विचार माझ्या मनात आला.

मी स्वतःला असं समजवण्याचा प्रयत्न केला की, त्यांचं चित्र न काढण्याबाबतचा त्यांचा आग्रह हा अनेक वर्षांपूर्वीचा होता आणि आता तो कालबाह्य झाला आहे. आणि कुठल्याही परिस्थितीत ते घडू नये अशी जर त्यांची इच्छा असेल तर ते तसंही घडणारच नाही. पण प्रयत्न करून पाहण्यात तर काहीच नुकसान नाही. येशूचं एक वाक्य बाबाजी आवडीनं सांगायचे की, 'नियम हे माणसांसाठी असतात. माणसं नियमांसाठी नसतात.' ज्या माझ्या मित्रांबरोबर बाबाजींविषयी मी भरभरून बोलायचो, त्या माझ्या मित्रांना बाबाजींचे स्वरूप दाखवायची माझी उत्कट इच्छा कदाचित बाबाजींनाही आवडेल.

म्हणून त्या एका उन्हाळ्यातल्या सकाळी मी ड्रॉईंग बोर्डवर एक कागद लावला. मोजकेच एक-दोन ब्रश हातात घेतले. काळ्या शाईने आणि कमीत कमी स्ट्रोकच्या माझ्या शैलीतून बाबाजींचं खरंच एक चांगलं चित्र काढलं. तोपर्यंत दुपारचे बारा वाजले होते. ते चित्र लवकर वाळावं या उद्देशाने मी ते माझ्या उघड्या व्हरांड्यातील भिंतीकडे टेकवून ठेवलं, आणि थोडंसं पटकन जेवून घेण्याकरता आतमध्ये गेलो. मी माझ्या चित्राबद्दल बऱ्यापैकी समाधानी आणि आनंदी होतो.

जेवणानंतर वरच्या मजल्यावरील माझ्या बेडरूममध्ये लहानशी वामकुक्षी घेण्याकरता गेलो. मी खात्रीने तुम्हाला सांगतो की, मी जेव्हा झोपायला गेलो होतो तेव्हा आभाळ निळं आणि निरभ्र होतं. आकाशात एकही ढग नव्हता. मी जेमतेम अर्धा तास झोपलो असेन; त्यानंतर प्रचंड मेघगर्जनेने मला जाग आली. मला वाटलं, मी स्वप्न बघतोय. कारण मे महिन्यात मदनपल्लीमध्ये कधीच पाऊस पडत नाही, पण त्या वेळेस जोरात पाऊस पडत होता.

त्यानंतर व्हरांड्यात ठेवलेलं चित्र मला आठवलं. घाईघाईने मी जिना उतरून धावत पळतच बाहेर गेलो आणि अत्यंत दुःखी झालो. पावसाने ते चित्र अक्षरशः धुऊन टाकलं होतं. फक्त त्यावर काही रेषा शिल्लक होत्या आणि कागद संपूर्ण भिजून गेला होता. मी काहीही करू शकलो नाही. चित्र पूर्णपणे नाहीसं झालं होतं. फक्त दहाच मिनिटांत पाऊस पूर्णपणे

थांबला आणि ढग गायब झाले. आकाश पूर्वीसारखंच निळंभोर झालं. त्या क्षणी मला जाणवलं, त्यांचा चित्र काढण्याबाबत किंवा रेखाटण्याबाबत असलेला प्रखर विरोध हा अजूनही अस्तित्वात आहे आणि परत असा प्रयत्न करणं मूर्खपणाचं ठरेल. त्यानंतर बरीच वर्षं माझं आत्मचरित्र लिहीपर्यंत ते तसंच राहिलं.

या पुस्तकात तुम्हाला जे बाबाजींचं चित्र दिसतंय आणि जे माझ्या आत्मकथनातही आहे, ते कसं अस्तित्वात आलं ते आपण पाहू या.

बाबाजींनी समाधी घेण्याच्या काही दिवस आधी, माझे आत्मचरित्र लिहिण्याची मला आज्ञा केली होती, आणि ते आत्मचरित्र योग्य वेळेत पूर्णही झालं. त्यानंतर मात्र मी विचारात पडलो की, बाबाजींचं चित्र या पुस्तकात नसेल तर तो वाचकांवर अन्याय ठरेल. पुढे जाण्यासाठी एखादा संकेत, एखादं स्वप्न, दृष्टांत किंवा तत्सम काही तरी मिळण्याची मी वाट बघत होतो; पण तसं काहीच झालं नाही. त्यानंतर माझ्या आतला बंडखोर जागा झाला आणि मी अजून एक प्रयत्न करायचं ठरवलं.

एक दिवस सकाळी मी माझ्या अभ्यासिकेमध्ये बसलो आणि बाबाजींचं पेन्सिलनं रेखाचित्र तयार केलं. खरं तर ते ठीकठाक झालं होतं. पण माझं समाधान झालं नाही. दुसऱ्या दिवशी मला सत्संग फाउंडेशन संचलित पीपल ग्रोव्ह स्कूल या बोर्डिंग स्कूलमध्ये जायचं होतं. हे चित्र मी तिथले कलाशिक्षक श्री. शरत यांना दिलं आणि त्यांना त्यावर काम करायला सांगितलं. त्यांनी ते त्यांच्या लॅपटॉपमध्ये कॉपी करून घेतलं आणि त्यात फेरबदल, दुरुस्त्या झाल्यानंतर एक अंतिम चित्र तयार झालं, जे मला समाधान देऊन गेलं.

त्याची प्रिंटआउट काढली आणि ती मी फाईलमध्ये ठेवून काळजीपूर्वक आणली. ती प्रिंटआउट माझ्यासाठी अत्यंत पवित्र होती. ते चित्र अदृश्य तर झालं नाही ना, याची खात्री करून घेण्यासाठी मी रोज ते बघायचो. ते छापायला गेल्यानंतरही मला धाकधूकच होती. जेव्हा ते आत्मचरित्राच्या पहिल्या आवृत्तीत छापून आलं, तेव्हाच मी सुटकेचा निःश्वास टाकला. बाबाजींमध्ये असलेल्या असीम ममत्वामुळेच त्यांनी मला ते प्रकाशित करण्याची परवानगी दिली होती. कदाचित वाचकांवरील त्यांच्या प्रेमामुळेच ते शक्य झालं असेल.

पुस्तक आल्यानंतर दुसऱ्या दिवशी बाबाजी माझ्या स्वप्नात आले, जे खूप दिवसांनी घडलं होतं. ते हसले आणि म्हणाले, "मधू, तू करून दाखवलंस." आणि ते ढगात अंतर्धान पावले.

■■■

२.

गणेशपुरीचे नित्यानंद आणि जोरदार थप्पड

काही वर्षांपूर्वी मुंबईजवळ गणेशपुरी येथे एक व्यक्ती राहत असे. त्यांचे नाव नित्यानंद. त्यांचे वागणे नेहमीच विक्षिप्त आणि तऱ्हेवाईक असूनदेखील त्यांचे हजारो भक्त त्यांना महान संत मानत असत.

तुम्हाला माझ्या आत्मचरित्रात त्यांचा फोटो आढळेल, पण तुम्ही जर ते वाचलं असेल तर तुम्हाला आश्चर्य वाटेल की, मी माझ्या आत्मचरित्रात त्यांच्याविषयी काहीच का लिहिलं नाही. आता मी तुम्हाला सांगतो की, त्यांच्याबद्दल कुठलंही प्रकरण मी माझ्या आत्मचरित्रात का समाविष्ट केलं नाही. तसेच बारा वर्षांचा असताना त्यांच्याबरोबर झालेल्या माझ्या चमत्कारिक भेटीबद्दलही सांगतो. ज्या क्षणी त्यांची माझ्यावर नजर पडली, त्या क्षणी त्यांनी माझ्या उजव्या गालावर जोरात थप्पड मारली आणि या घटनेचं किती महत्त्व होतं हे समजायला मला आठ वर्षं लागली.

प्रथम मला हे सांगू द्या की, माझ्या आत्मचरित्रात त्यांचं चित्र छापूनदेखील त्यांच्याविषयी मी काहीच का लिहिलं नाही.

नित्यानंदांबरोबरची माझी भेट, कालक्रमानुसार माझ्या जीवनाच्या सुरुवातीच्या काळातील प्रकरणांमध्येच समाविष्ट व्हायला हवी होती. कितीही जोर लावून प्रयत्न केले तरीसुद्धा प्रत्येक वेळेला मी लिहायला बसल्यावर त्यांच्याविषयी माझ्या डोक्यात काहीच येत नव्हतं. त्यांची आकृती समोर येणं आणि जाणं हे सोडलं तर बाकी त्यांच्याविषयीच्या स्मृती जणू काही माझ्या मेंदूतून पुसल्या गेल्या होत्या.

त्यांच्याविषयी लिहिण्याचा मी प्रयत्न नंतर करावा असा संदेश घेऊन मी बाकी प्रकरणं लिहिली. लिखाण पूर्ण झाल्यानंतर मी पुन्हा प्रयत्न केला; पण काहीच हाती लागलं नाही. एक दिवस ध्यान करताना माझ्यासमोर असा विचार आला की, कदाचित त्या वेळेला नित्यानंदांना मी त्यांच्याविषयी काही लिहू नये असं वाटत असावं. मग माझं लिखाण मी संपादकांकडे पाठवून दिलं आणि त्यांचा फोटो आधीच पाठवून दिलाय हेही विसरून गेलो.

याविषयी संपादकांकडूनही काही विचारलं गेलं नाही आणि शेवटी पुस्तक बाहेर आलं. एका वर्षानंतर राजीव गांधी नॅशनल पार्कला जोडून असलेल्या जंगलातील माझ्या 'हिल व्ह्यू' बंगल्याच्या वऱ्हांड्यात एकांतात बसलेलो असताना मी समोरील निळ्या निलगिरी पर्वतरांगांकडे एकटक पाहत होतो. त्या वेळी अचानक संपूर्ण गोष्ट माझ्या मनात चमकली, जी अजूनही माझ्या लक्षात आहे.

ती गोष्ट अशी.

माझ्या आईकडील कुटुंबात विलक्षण असे अनेक जण होते. पण माझ्या वडिलांकडच्या बाजूला मात्र अशी एकच व्यक्ती होती. खरं तर ती चमत्कारिक आणि बाकी सगळ्यांपेक्षा फारच वेगळी होती. त्यांचे नाव अब्दुल अजिज. ते इस्लामची तत्त्वे पाळणारे कट्टर सनातनी नव्हते. ते तिथल्या स्थानिक शाळेत मुख्याध्यापक होते. सर्व नातेवाईक त्यांना अजीभाई म्हणत, तर त्यांचे विद्यार्थी त्यांना अजिमियाँ सर म्हणत असत. ते माझ्या वडिलांचे आत्तेभाऊ; पण माझ्या वडिलांपेक्षा वयाने खूपच मोठे होते.

ते पक्के ब्रह्मचारी होते, जे मुळातच इस्लामच्या दृष्टीने अमान्य आहे. त्यात अजून वाईट म्हणजे ते कधीही मशिदीत गेले नाहीत. ते कधीही नमाज पढत नसत. ते हिंदू धर्माचे पवित्र ग्रंथ वाचायचे, योगाभ्यास करायचे. ज्युडो आणि ज्यू-जित्सू अशा स्वसंरक्षणाच्या कलांमध्ये ते पारंगत होते; ही कला त्यांनी मदुराई येथील त्या काळातील प्रतिष्ठित अशा अमेरिकन कॉलेज मध्ये विद्यार्थी असताना शिकून घेतली होती. त्यांच्याकडूनच पहिल्यांदा मी कुंडलिनी हा शब्द ऐकला.

मला अजूनही ते आठवतात. उंचेपुरे आणि धष्टपुष्ट शरीरयष्टी, बारीक कापलेले सोनेरी केस, कापलेल्या पांढऱ्या मिशा, ज्यामुळे त्यांचा कडक चेहरा जास्तच करारी वाटायचा. अर्ध्या बाह्यांचा खाकी शर्ट आणि घोट्यापर्यंतची पांढरी लुंगी म्हणजेच मुंडू अशी त्यांची वेशभूषा. या वेशात ते एखाद्या अनेक युद्धं लढून आपल्या गावी परतलेल्या निवृत्त सैनिकासारखे किंवा पोलिसासारखे दिसायचे. तसेही ते लढायला मागेपुढे पाहायचे नाहीत. ते पटकन चिडायचे. कोणी थोडं डिवचलं तरी ते भांडायला लागायचे. आपल्या छत्रीचा वापर एका दारुड्याविरुद्ध शस्त्रासारखा करतानादेखील मी त्यांना पाहिलं आहे.

साधारणपणे चाळीस मैल दूर असलेल्या पुनालुर शहरातून ते दोन महिन्यांतून एकदा आम्हाला भेटायला यायचे आणि आमच्याबरोबर राहायचे. अनेक कारणांसाठी मी त्यांच्या येण्याची वाट बघायचो. त्यांनी मला ज्यू-जित्सू आणि ज्युडो शिकवलं. मी जेव्हा योगासनं आणि कलिरीपयट्टूचा सराव करायचो, तेव्हा ते पाहायला त्यांना आवडायचं. शेरलॉक होम्सच्या साहसी कथा ते वाचून दाखवायचे आणि गुन्ह्यांच्या तपासाच्या कलेविषयी चर्चाही करायचे. ते मला योगींच्या भारावून टाकणाऱ्या कथा सांगायचे. त्यांपैकी एकाने मानवी त्वचेविषयी हस्तलिखित लिहिले होते, ज्यात कायाकल्पाचे शास्त्र शिकवले होते. तसेच मानवाला अतिसामर्थ्यशाली मानव बनवू शकणाऱ्या कुंडलिनीच्या रहस्यमय शक्तीबद्दल आणि इतर तत्सम गूढ विषयांबाबत लिहिले होते.

माझे वडील त्यापैकी बऱ्याच गोष्टींना रंजक कथा म्हणून उडवून लावायचे; पण ते त्यांना तसं थेट सांगायचं धाडस करत नसत. त्याचं एक कारण म्हणजे, ते त्यांच्यापेक्षा वयाने खूपच मोठे, जवळपास वडिलांच्या वयाचे होते; आणि दुसरं कारण, ज्या शाळेत वडील शिकले त्या शाळेचे ते मुख्याध्यापकही होते.

एकदा सकाळी सकाळी दमदमीत नाष्टा करून ते आरामखुर्चीत चिरूट ओढत बसले होते. आजीभाईंनी मला खुणेने जवळ बोलवलं. त्यांच्या गोष्टी ऐकण्याच्या उत्सुकतेपोटी चिरुटाचा उग्र दर्प येत असूनही मी त्यांच्याकडे गेलो आणि समोर जाऊन बसलो.

"एक साहस करायला तू तयार आहेस का?" ते कुजबुजले. "आणि जर तू तयार असशील तर मी तुला स्वामी नित्यानंदांकडे घेऊन जाऊ शकेन. ते एक अलौकिक शक्ती असलेले अद्‌भुत योगी आहेत. पण हे पूर्णपणे गुप्त राहायला पाहिजे. फक्त तुझ्यात आणि माझ्यातच."

"हो." मी भारावून म्हणालो. "पण कसं?"

"मी तुझ्या वडिलांना सांगेन की, मी तुला ज्युडो आणि गणित शिकवण्याकरता माझ्या मुल्लुविलाई या मित्राकडे घेऊन जातोय. तो मित्र एडमॉनमध्ये पुनालुरजवळ असलेल्या रबर इस्टेटमध्ये असतो. मला वाटतं, ते नाही म्हणणार नाहीत. पण तुला काय वाटतं, तू आईशिवाय काही दिवस राहू शकशील का?"

"हो." मी म्हणालो.

अशा रीतीने कट रचला गेला. त्या वेळेस मोबाईल नसल्यामुळे आणि लॅन्डलाईन्स नीट चालत नसल्याने आमचं गुपित, गुपितच राहिलं.

फार पाल्हाळ न लावता एवढं सांगतो की, आम्ही चार दिवसांचा प्रवास केला. ट्रेनने आधी चेन्नईला गेलो. तिथून मुंबईला गेलो आणि शेवटी बसने मुंबईतून गणेशपुरीला गेलो. आम्ही अंदाजे सकाळी अकरा वाजता गणेशपुरीत पोहचलो आणि सरळ नित्यानंदांच्या निवासस्थानी गेलो, ज्याला 'कैलास' या नावाने ओळखलं जायचं. तोपर्यंत मी खूप थकलो होतो. कारण नीट झोप झालेली नव्हती. भूकही लागली होती. थोडंसं डोकंही दुखत होतं, आणि घरच्यांचीही खूप

आठवण येत होती. कारण घरच्यांशिवाय पहिल्यांदाच एवढा मोठा प्रवास मी केला होता. तिथे आम्हाला रांगेत थांबायला सांगितलं. जवळपास पन्नास जण त्या संताचं दर्शन घेण्याकरता तिथे उभी होती. जवळजवळ अर्ध्या तासाने गेट उघडलं आणि आम्हाला आत नेण्यात आलं.

एका आरामखुर्चीत ती भयावह आकृती बसली होती. ते अतिशय धिप्पाड होते आणि त्यांची काळी त्वचा चमकत होती आणि डोकं पूर्ण तुळतुळीत केलं होतं. त्यांचे पोट खूप सुटलेले होते, आणि चेहरा मात्र छोटासा होता. त्यांनी फक्त एक छोटीशी पांढरी लुंगी घातली होती आणि पायात काहीच नव्हतं. त्यांच्या धिप्पाड शरीरयष्टीबरोबर वेडसर दिसण्यालाही मी घाबरलो.

विचित्र हातवारे करत ते स्वतःशीच असंबद्ध भाषेत काही तरी पुटपुटत होते आणि काहीही कारण नसताना मध्येच खदाखदा हसत होते. त्यांच्या समोरील भक्तांची रांग पुढे पुढे सरकत होती. त्यांच्या समोर आल्यानंतर त्यांचे भक्त त्यांचा आशीर्वाद घेण्यासाठी साष्टांग नमस्कार घालत होते आणि मग पुढे जात होते. काहींच्या डोक्यावर त्यांनी हात ठेवला तर काहींना खुणेनेच पुढे जायला सांगितलं तर एकाच्या अंगावर जोरात ओरडले. क्षणभर असं वाटलं की, ते आता त्याच्यावर हल्लाच करतील; पण तो क्षण निघून गेला आणि रांग पुढे सरकली.

आमची वेळ आली तोपर्यंत मी भीतीने थरथरत होतो. माझ्या काकाने माझा हात धरून ठेवला होता. नित्यानंदांच्या समोर आल्यावर मला ते एखाद्या पर्वतासारखे भासत होते. मी बाकी अनुयायांचंच अनुकरण केलं आणि साष्टांग नमस्कार घातला. मी उठून उभा राहिलो, डोकं उचललं आणि त्यांच्या चेहऱ्याकडे पाहिलं तेव्हा माझी भीती कुठल्याकुठे पळून गेली होती. ते गोड हसले. ते हास्य ममतापूर्ण होतं, स्नेहपूर्ण होतं. माझ्या डोक्यावर थोपटत ते मल्याळममध्ये काही तरी पुटपुटले.

"*मला केरानम,* (तुला डोंगर चढायचेत)" एवढेच शब्द माझ्यापर्यंत पोहोचले. "*थोरकम्, थोरकम्, थोरकम् पिनाई.*" असं काही तरी ते बोलले. (उघडणं आवश्यक आहे, उघडणं आवश्यक आहे. काही काळानंतर उघडणं आवश्यक आहे.)

माझ्या काकांनी त्यांना मल्याळममध्ये सांगितलं की, 'ते काय म्हणताहेत हे समजलं नाही.' त्यावर ते रागावले आणि "निघून जा, चालता हो," असं जोरात ओरडले. तशाच रागावलेल्या स्थितीत त्यांनी माझ्याकडे रोखून पाहिलं आणि अचानक माझ्या उजव्या गालावर त्यांनी जोरात थोबाडीत मारली. ती थप्पड एवढी शक्तिशाली होती की, मी एका बाजूला होलपाटलो. माझ्या गालाची आगआग होत होती.

जसा मी उठून उभा राहिलो, माझ्या डोळ्यांतून पाणी यायला लागलं आणि मी जोरात रडायला लागलो. मी मोठ्याने ओरडायला लागलो. माझे काका शांतपणे मला बाहेर घेऊन गेले. ते मला समजावत होते, "हे तुझं भाग्यच आहे. तुला त्यांचे आशीर्वाद मिळालेत. असे आशीर्वाद फक्त काहीच जणांना मिळतात. काळजी करू नकोस."

रुमालाने मी डोळे पुसले. काकांचं म्हणणं मला पटत नव्हतं. नऊ वर्षांच्या निरागस मुलाला मारणं हे असले कसले आशीर्वाद आहेत! माझी खात्री पटली होती की, हा संत पूर्ण वेडा आहे.

हा संपूर्ण प्रवास दुर्दैवी होता. आम्ही हॉटेलमध्ये कसेबसे जेवलो आणि माघारी फिरलो. परतीच्या प्रवासात मी अजीभाईंशी क्वचितच बोललो असेन. चार दिवसांचा परतीचा प्रवास थकवणारा होता.

आम्ही त्रिवेंद्रमला परतलो आणि कुणीही मला कुठलेही त्रासदायक प्रश्न विचारले नाहीत. मी माझ्या पालकांशी खोटं बोललो की, "मी ज्युडो जास्त शिकलो आणि गणित मात्र थोडंच शिकलो." माझे काका पुनालुरला परतले. निघताना त्यांचे शब्द होते, "त्या थपडीचा नक्की अर्थ काय ते मला माहीत नाही, पण मला वाटतं, तुझ्या भावी आयुष्यात कधी ना कधी तुला त्याचं कारण उमजेल."

वयाच्या सोळाव्या वर्षांपर्यंत एकसारखा त्या घटनेचा विचार करून मी याच वेड्या निष्कर्षापर्यंत पोहोचलो होतो की, तो माणूस म्हणजे मानसिकदृष्ट्या एक विक्षिप्त व्यक्ती आहे. त्यानंतर मला हे समजलं की, काही उच्चतम विकसित ऋषी ज्यांना 'अवधूत' म्हटलं जातं, ते कधीकधी अशा विचित्र पद्धतीने वागतात, जे आपल्यासारख्या सामान्य माणसांना कळत नाही. कदाचित त्या थप्पड मारण्यामागे काही कारण असेल. पण नक्की काय, याचा शोध मला काही वर्षांनी लागला. जेव्हा मी घरातून पळून गेलो आणि बाबाजींनी शिष्य म्हणून मला स्वीकारलं.

बद्रीनाथ येथील चरणपादुका या गुहेत राहत असताना बाबाजींनी मला काही श्वासाची तंत्रं शिकवली, ज्यांचं ध्येय इडा नाडीचा मार्ग मोकळा करणं हे होतं, ज्यायोगे जीवनशक्ती किंवा प्राण शरीराच्या डाव्या बाजूला मार्गक्रमण करतो. मी त्यात पारंगत होईपर्यंत त्याचा सराव केला आणि इडा नाडीचा मार्ग पूर्णपणे मोकळा झाला आहे याची बाबाजींना खात्री झाली. मी जेव्हा त्यांना विचारलं, "हेच जर मला उजव्या बाजूसाठी, ज्याला पिंगला नाडी म्हटलं जातं त्यासाठी करायचं असेल तर?" त्यावर ते जोरात हसले आणि म्हणाले, "ते फार पूर्वीच झालं आहे. नित्यानंदांनी मारलेल्या उजव्या गालावरच्या थपडेमुळे तो मार्ग कधीच स्वच्छ आणि मोकळा झाला आहे. तुला त्याविषयी काळजी करायचं काहीच कारण नाही. मला माहीत आहे, तुला वाटलं होतं की, ते वेडे आहेत."

साधू आणि संतांचे मार्ग चमत्कारिक असतात आणि अनेकदा आपल्या अल्पबुद्धीच्या आकलनापलीकडे असतात.

३.

ते जंगली हत्तींवरही प्रेम करायचे

ओरेगॉन राज्यातल्या पोर्टलॅन्ड येथील जेरी जोन्स या माझ्या मित्राच्या लिव्हिंग रूममधून बर्फाच्छादित पर्वतांची शिखरे दिसतात. मला डोंगर नेहमी आवडतात. मग ते छोटे असोत किंवा मोठे. महान हिमालय पर्वत रांगा, काराकोरम, कैलास पर्वत; ज्याला तिबेटी *कँग रिनपोच्छे* म्हणजेच मौल्यवान रत्नं म्हणतात, तर चिलीमधील अँडीज, दक्षिण भारतातील उत्तरीय घाट, अगदी काळ्या ग्रॅनाईटच्या टेकड्या; ज्या आंध्रप्रदेशातील माझ्या घरापासून म्हणजेच मदनपल्लीपासून फार लांब नाहीत; ज्या फारशा प्रचलित नसलेल्या अशा महान तिरुमलाई पर्वताच्या भाऊबंदच आहेत. भूगर्भशास्त्रज्ञांच्या मते तो हिमालयाच्या आधीपासून आहे. त्यावर भगवान व्यंकटेश्वराचं प्रसिद्ध असं मंदिर आहे.

अतिप्राचीन काळापासून हे पर्वत मानवाला मोहिनी घालत आलेले आहेत. असे अनेक गिर्यारोहक आहेत, ज्यांनी माउंट एव्हरेस्ट आणि त्यासारखी उंच शिखरं सर करण्याचा प्रयत्न केला. त्यात काहींनी आपला जीव गमावला तर काहींनी अजिंक्य अशी शिखरं जिंकण्याचा गौरव प्राप्त केला. कोणती गोष्ट आहे, जी आपल्याला आकर्षित करते? पर्वत, घनदाट जंगलं, वाहणाऱ्या नद्या, खळखळणारे झरे, उमललेली फुलं आणि रंगीबेरंगी फुलपाखरं, अगदी दात नसलेली पण डोळे मोठे करून निरागसपणे आपल्याकडे बघून हसणारी तान्ही मुलं या सर्वांकडे जेव्हा आपण बघतो, तेव्हा असं काय असतं की, जे आपल्याला मोहित करतं? समुद्रकिनाऱ्यावर हळूहळू होणारा सूर्यास्त पाहून आपण स्तब्ध का होतो? जागं करणारा पक्ष्यांचा चिवचिवाट किंवा खिडकीसमोरून पटकन गेलेला निळा किंगफिशर पक्षी आपल्याला मोहरून का टाकतो? तुम्ही कधी हत्तीला जंगलात जवळून पाहिलं आहे का? किंवा पंजे

चाटणारा वाघ बघितला आहे का? मी पाहिलाय. अशा वेळी थरार आणि आश्चर्याची भावना तुमच्या मनाची अशी काही पकड घेते की, भीती कुठल्या कुठे पळून जाते.

अनेक वर्षांपूर्वी हिमालयात भटकंती करताना मी याविषयी महेश्वरनाथ बाबाजींबरोबर चर्चादेखील केली. मला या विषयावरील माझे विचार तुम्हाला सांगायला आवडतील आणि शेवटी बाबाजी व जंगली हत्तीची गोष्टदेखील तुम्हाला सांगतो.

माणसाच्या मनामध्ये निर्माण झालेली कुठलीही गोष्ट ही विचारांच्या मर्यादेमुळे दूषित होऊन चौकटीत अडकलेली असते. शुद्ध निसर्ग हा कधीही मानवनिर्मित नसतो. जेवढे तुम्ही त्याच्या जवळ जाल, तेवढं तुमचं मन शांत होत जाईल. खरं तर निसर्गाची जवळीक ही शेवटी तुमच्या मनाला बंधनमुक्त करून त्या अनंत स्रोताच्या, शुद्ध असण्याच्या, मर्यादित संकल्पना आणि विचारांच्या संकुचित प्रतिक्रियांच्या पलीकडे असणाऱ्या सत्याच्या संपर्कात आणते.

मानवी आत्म्याची बंधनमुक्त होऊन शुद्ध अनंताकडे, मूळ स्रोताकडे परतण्याची उत्कट इच्छा असते. पर्वत, नद्या, वाळवंटं, जंगलं या मानवनिर्मित नसलेल्या गोष्टी, आतील त्या उत्कट इच्छेला जागृत करतात आणि त्या मूळ शुद्ध असण्याच्या जवळ घेऊन जातात. एकदा मी दूरवर असणाऱ्या दौलतगिरी पर्वतरांगांच्या हिमशिखरांकडे पाहत होतो आणि अचानक हृदयात काही तरी चमकून गेलं आणि माझ्यातला 'मी' नाहीसा झाला. तिथे फक्त पर्वतच उरला. मी शुभ्र, शुद्ध असण्याच्या उच्चस्थानी पोहोचलो होतो. तिथून माझ्यासमोर खाली पसरलेल्या जगाकडे करुणामय होऊन बघत होतो.

उंच जाणं, विस्तारणं, जिंकणं या गोष्टी माणसाची पूर्णत्वाच्या अवस्थेकडे जाण्याची आंतरिक इच्छाच प्रदर्शित करतात, ज्या अवस्थेला पवित्र ग्रंथांमध्ये 'पूर्ण' असं म्हटलं गेलं आहे. पण दुर्दैवाने व्यक्ती पूर्णत्वास जात नाही आणि शेवटी तिचं दफन होतं किंवा राखेत रूपांतर होते. –*भस्मंतम् शरीरम्.* 'मातीतूनच जन्माला येतो आणि मातीतच विलीन होतो.' नैसर्गिक ध्यानामधील शांततेत असताना जेव्हा तुम्ही नदीला वाऱ्याबरोबर दरीमध्ये कोसळताना बघता किंवा काळ्या पर्वतशिखरांवर ढग उतरलेले पाहता किंवा रात्रीच्या आकाशात विजेचा भव्य असा चंदेरी लखलखाट पाहता, तेव्हा तुमच्यात ते पूर्णत्व नकळतपणे उतरतं. तुम्ही ते ओढूनताणून आणू शकत नाही. ते अनाहुतपणे येतं आणि जेव्हा ते येतं, तेव्हा त्याला तुम्ही थांबवू शकत नाही. ईशावास्य उपनिषदामध्ये सांगितलं आहे की, जे होतंय ते होऊ द्यात आणि त्याचा आनंद घ्या. तुमचं कुठलाही प्रयत्न न करणं, सहज असणं हीच त्याच्या येण्याची घोषणा असते; एखाद्या वाऱ्याच्या आल्हाददायक झुळकेसारखी. कुठलेच शब्द त्याचं वर्णन करू शकत नाहीत.

जेव्हा मानव निसर्गात हस्तक्षेप करतो, वाहत्या शक्तिशाली नद्यांवर सिमेंटची राक्षसी बांधकामं करतो, धरणं बांधून त्यांचा वाहता प्रवाह रोखतो, त्यांच्या नैसर्गिक स्वातंत्र्यावर गदा आणतो, तेव्हा तो विनाशालाच आमंत्रित करतो. निसर्गाचा प्रकोप होऊन विनाश ओढवतो;

पुन्हा नवीन नियम स्थापित करण्यासाठी, नदी स्वतःलाच बांध घालून घेते. निसर्गाला समजून घेणं म्हणजे त्यात हस्तक्षेप करणं असं नव्हे; तर आपला अतिहव्यास कमी करून निसर्गनियमानुसार चालणं.

इथे मी तुम्हाला एक सत्यकथा सांगतो, जी तुम्हाला दाखवून देते की, कशी जंगली जनावरंदेखील उच्चतम विकसित स्थितीत असलेल्या आणि निसर्गाशी एकरूपता साधलेल्यांना ओळखतात. त्या काळी महेश्वरनाथ बाबाजी आणि मी जंगलाच्या मध्यभागी असणाऱ्या हृषीकेश आणि नीळकंठ महादेव यांच्या मध्ये असलेल्या मौनीबाबांच्या गुहेत राहायचो. त्या वेळचं जंगल आजच्या तुलनेत खूपच घनदाट असायचं. रात्रीच्या समयी चित्ते आणि हत्ती तिथे मोकळेपणाने फिरायचे; आणि साधू आणि यात्रेकरू शक्यतो रात्रीचा प्रवास टाळायचे आणि जनावरांना घाबरवण्यासाठी आपल्याबरोबर ढोलताशे वागवायचे. मी गुहेच्या तोंडाशी बसलेलो असताना हत्तींना जवळून जाताना पाहिलंय. पण ते कधीही जवळ आले नाहीत किंवा विध्वंसक वागले नाहीत.

एके दिवशी तीन बैरागी साधू बाबाजींना भेटायला आले. ते म्हणाले की, 'एक बदमाश हत्ती हिंसक आणि प्रचंड विध्वंसक झाला आहे. दोन वनरक्षकांसकट आत्तापर्यंत त्याने सहा जणांना ठार मारलं आहे. वनविभागाचंही त्याच्यापुढे काहीच चालत नाहीये. तेही त्याला पकडू शकत नाहीयेत. परवाच त्याने एका साधूच्या कुटीवर हल्ला चढवला आणि त्याला चिरडून ठार मारलं. लोक नीळकंठाकडे प्रवास करायला घाबरत आहेत, कारण तो हत्ती हृषीकेश आणि नीळकंठमधील जंगलात मध्येच कुठेतरी दबा धरून बसला आहे. ती जागा मौनीबाबांच्या गुहेपासून फार लांब नाही. तो दिवसाउजेडीदेखील हल्ला करू शकतो. त्याला आटोक्यात आणण्यासाठी बाबाजी काही मदत करू शकतील का?'

बाबाजी हसले आणि म्हणाले, "आज रागावलेल्या गजदेवतेचं मी काहीच करू शकणार नाही. उद्या पौर्णिमा असल्याने काही करता येतंय का ते मी बघतो. तोपर्यंत तुम्ही रात्रीचा मुक्काम इथेच करा. घाबरू नका. हरी ओम्." अशा प्रकारे ते संभाषण थांबलं. बाबाजी माझ्याकडे वळून मला म्हणाले, "उद्या रात्री माझ्याबरोबर चल. त्या गजनाथाला आपल्याला चांगला धडा शिकवायचा आहे; आणि त्याला शांत करायचं आहे."

मध्यरात्रीच्या सुमारास बाबाजींनी मला उठवलं. पौर्णिमेचा चंद्र उगवला होता आणि त्याचा प्रकाश सगळीकडे पसरला होता. आम्ही गुहेतून खाली उतरलो आणि जंगलात प्रवेश केला. आम्ही काही वेळ चाललो आणि सपाट अशा खडकावर बसलो. काही वेळातच आमच्या समोरच्या झुडपांतून एक भला मोठा चित्ता येताना मी पाहिला. त्याने आमच्या दिशेने बघितलं आणि तो थांबला.

बाबाजी म्हणाले, “तुझे हात जोडून वाकून त्या चित्त्याला नमस्कार कर आणि मनातल्या मनात म्हण की, तू एक दैवी निर्मिती आहेस. तू दुर्गेचा सोबती आहेस. आम्ही तुला काही इजा करणार नाही. मी तुला नमस्कार करतो.” मी सांगितल्याप्रमाणे केलं. तो चित्ता बराच वेळ आमच्याकडे रोखून बघत होता आणि नंतर निघून गेला.

आम्ही हत्तीची प्रतीक्षा करत होतो. अचानक आमच्या मागच्या बाजूने कुठूनतरी तो उगवला. तो चीत्कारला आणि आमच्यावर धावून आला. बाबाजी आणि मी मागे वळालो. मी भीतीने गोठून गेलो होतो. बाबाजींनी जसा त्यांचा उजवा हात वर उचलला, हत्ती जागच्या जागीच थांबला. तो शांत उभा राहिला आणि बाबाजींकडे लक्षपूर्वक पाहत होता. अजूनही त्याचा पुढचा उजवा पाय उचललेलाच होता आणि तीन पायांवर त्याचं शरीर पुढे-मागे झुलत होतं.

बाबाजी त्याच्याशी अत्यंत ठामपणे पण हळुवारपणे हिंदीत बोलले. मला माहिती आहे, हा कदाचित तुम्हाला वेडेपणा वाटेल; पण हे सर्व तुम्हाला सांगण्यापासून मी स्वतःला रोखू शकत नाही. बाबाजी म्हणाले, “मित्रा, ही काय वागायची पद्धत आहे? तुझा एकांत भंग करणाऱ्या, गोंगाट करणाऱ्या माणसांवर तू संतापलेला आहेस, हे मला माहिती आहे. मला आता दिसतंय की, तू आत्ता मदमस्त अवस्थेत आहेस. अतिरिक्त पुरुषी संप्रेरकामुळे सध्या तुझ्या क्रिया प्रभावित झाल्या आहेत. हे घे, मी त्याची तीव्रता कमी करतो, जेणेकरून तू सामान्य स्थितीत येशील.”

माझ्या विस्फारलेल्या डोळ्यांसमोरच बाबाजी पुढे गेले. त्यांनी त्यांचा उजवा हात हत्तीच्या कपाळावर ठेवला आणि डाव्या हाताने त्यांनी त्याची सोंड थोपटली. त्या हत्तीचं झुलणं थांबलं आणि तो गुडघ्यावर खाली बसला आणि त्याने आपल्या सोंडेने बाबाजींचे चरणस्पर्श केले. मग तो उभा राहिला व सोंड उंच करून आनंदाने चीत्कारला आणि निघून गेला. त्याने त्याचं विध्वंसक वागणं सोडून दिलं. त्यानंतर साधू आणि यात्रेकरू यांचं तिथलं फिरणं सुरक्षित झालं.

त्यानंतर अक्कलकोटच्या महाराजांची, स्वामी समर्थांची यासारखीच कथा मी ऐकली तेव्हा त्यावर विश्वास ठेवणं मला अवघड गेलं नाही. असं सांगितलं जातं की, त्या महान स्वामींनी मदमस्त झालेल्या आणि हाहाकार माजवलेल्या हत्तीच्या गालावर जोरात थप्पड मारत, ‘नीट वाग’, असं सुनावत हत्तीला माणसाळवलं होतं.

या प्रकरणाचा शेवट करायच्या अगोदर मी तुम्हाला गंभीर इशारा देतो, स्वतःला उच्चतम अवस्था प्राप्त झालेले योगी किंवा आध्यात्मिक व्यक्ती समजून जंगली जनावरांना शांत करण्याचा किंवा माणसाळवण्याचा प्रयत्न करू नका. एक तरुण संन्यासी कोल्लूर येथील

प्रसिद्ध अशा मूकांबिकादेवी मंदिराजवळ कोडाचद्री शिखरावर तपस्या करायला गेला होता. त्याला धोक्याचा इशारा दिला गेला होता की, या गुहेत एक चित्ता नेहमी येतो; पण त्याने त्याकडे दुर्लक्ष केलं. त्याने असं ऐकलं होतं की, विरूपाक्ष गुहेत महान संत श्री रमणमहर्षी ध्यान करायचे, तिथे एक वाघ नेहमी यायचा. रमणमहर्षी त्या वाघाला थोपटायचे. हे दृश्य एका वृद्ध स्त्रीने दुरून पाहिलंही होतं.

या तरुण साधूने चित्ता आल्यावर हाच पराक्रम करायचा प्रयत्न केला. पण चित्त्याने त्याच्या चिंधड्या केल्या. काही दिवसांनी छिन्नविच्छिन्न झालेलं त्याचं शरीर सापडलं. लक्षात ठेवा, प्रत्येक जण आध्यात्मिकदृष्ट्या उच्चतम अवस्थेला पोहोचलेला नसतो. जंगली जनावरांपासून सावध राहा. तुम्ही जर त्यांना त्रास दिला नाही तर ते तुमच्या मध्ये येत नाहीत. कुठल्याही परिस्थितीत जंगली हत्तीसमोर जाऊ नका आणि तुमचे प्रेमाचे विचार प्रक्षेपित करायचा प्रयत्न करू नका. कारण त्याचा काहीही उपयोग होत नाही.

■■■

४.

महान स्वप्न

मला फारशी स्वप्नं पडत नाहीत. अनेकांसारखी मला अनेक लहान-लहान स्वप्नं पडली, पण ती काही फारशी महत्त्वाची नव्हती. माझ्या आयुष्यात मला तीनदा अशी स्वप्नं पडली, जी माझ्याविषयी असलेली मोठी स्वप्नं होती. या स्वप्नांना मी महत्त्वपूर्ण नसलेली वा असंबद्ध म्हणू शकत नाही. त्या तीन स्वप्नांपैकी एक स्वप्न मी माझ्या आत्मचरित्रात लिहिलं आहे, ज्या स्वप्नात मी लोकांना शिकवण द्यायची सुरुवात करावी असा संकेत मिळाला होता. आता मी तुम्हाला जे स्वप्न सांगणार आहे, ते माझ्या पूर्वजन्माविषयी आहे आणि त्यात काय घडलं हे तुम्हाला उलगडून दाखवायला मला आवडेल.

या स्वप्नाची सुरुवात पाटलीपुत्रमध्ये होते, जे आता बिहारमधील पाटणा या नावाने ओळखले जाते. तत्कालीन पाटलीपुत्र सर्व प्रकारच्या लोकांची वस्ती असलेलं, भरभराटीला आलेलं आणि गजबजलेलं बंदर असलेलं शहर होतं. मी त्या वेळेस 'धना' नावाचा अत्यंत श्रीमंत असा व्यापारी होतो. जो अतिशय खर्चीक आणि सुखलोलुप असं जीवन जगत होता. किरकोळ मोलमजुरी करणारा सामान्य ते अनेक काफिले बाळगणाऱ्या व्यापाऱ्यापर्यंतचा माझा प्रवास होता. हे माझं नशीब मी अत्यंत कष्टाने घडवलं होतं.

(मला असं वाटतं, राजालाही हेवा वाटावा असा सोन्याने आणि मौल्यवान रत्नांनी भरलेला खजिना माझ्याकडे होता.) माझ्या जनानखान्यात अनेक सुंदर वारांगना होत्या, ज्या मला जगातलं सगळं सुख देत होत्या. दारूच्या नशेत आणि अत्यंत सुखलोलुप जीवन

जगताना मी जीवनाच्या लहान-लहान वास्तवापासून दूर गेलो होतो. मला फक्त माझी संपत्ती वाढवण्यातच रुची होती. कारण संपत्ती हीच यशाची किल्ली आहे, अशी माझी समजूत होती.

मी तसाच त्या मार्गावरून चालत होतो. पण एक दिवस नियतीने जबरदस्त झटका दिला आणि माझं ते आयुष्य भंग पावून त्याचे अनेक तुकडे तुकडे झाले. आधी माझी बायको माझ्या जवळच्या मित्राबरोबर – जो एक कारागीर होता – त्याच्याबरोबर पळून गेली. तिला असं वाटत होतं की, तिच्यापेक्षा माझं माझ्या संपत्तीवर आणि भौतिक सुखांवर जास्त प्रेम आहे. लवकरच माझा मुलगा आणि माझी मुलगी – जे मला अत्यंत प्रिय होते – त्यांनी माझा त्याग केला आणि तेही मला सोडून त्यांच्या आईकडे निघून गेले. काही काळासाठी मी वासनेचा अतिरेक करून त्या दुःखावर पांघरूण घालण्याचं आणि ते दुःख लपवण्याचं सोंग केलं. हे असंच चाललं होतं आणि एक दिवस 'संपत्ती हेच सुख आहे' या माझ्या तत्त्वज्ञानाला एक जोरदार धक्का बसला आणि त्याचे तुकडे तुकडे झाले.

एके संध्याकाळी कुठे जायचं हे कळत नसलेल्या विमनस्क अवस्थेत मी गंगाकिनारी बसलो होतो. मी आतून पूर्णपणे दुःखी आणि हादरलेलो होतो. अगदी आत्महत्येचे विचारही मनात चालले होते. त्या वेळेस मी ज्यांना दिगंबर असं म्हटलं जातं, अशा भ्रमंती करणाऱ्या विवस्त्र बैराग्यांना घाटावर बसून ध्यान करताना पाहिलं. त्यांच्या चेहऱ्यावर असलेला साधेपणा आणि शांतता मला आकर्षित करून गेली, ज्याने मला विचार करायला भाग पाडलं. कमरेच्या वस्त्रासहित सर्व संपत्तीचा त्याग केल्यावरसुद्धा आनंद प्राप्त होऊ शकतो? सर्वसंगपरित्याग आपल्याला शांती प्रदान करू शकतो?

मी त्यांच्याजवळ जाऊन बसलो. बराच वेळ ध्यान केल्यानंतर त्यांनी डोळे उघडले. अत्यंत सौम्य आणि हळुवार आवाजात ते बोलले. त्यांच्यापैकी एक, जो त्यांच्यातील मुख्य वाटत होता तो म्हणाला, "आता हे परिव्राजकांनो, आपल्याला राजगृहाजवळील स्थानाकडे प्रस्थान करायचे आहे. असं दिसतंय की, आध्यात्मिक पूर्णतेच्या उच्चतम अवस्थेत पोहोचलेल्या महान गुरूंनी तिथे काही दिवसांसाठी निवास केला आहे आणि ते उपदेशदेखील देताहेत. एक वयस्कर, ज्ञानी दिगंबर, ज्यांना मी अनेक वर्षांपासून ओळखतो त्यांनी मला या महान व्यक्तीविषयी सांगितलं. ती महान व्यक्ती सद्ययुगातील गुरू म्हणजेच तीर्थंकर आहेत, भ्रमण करणारे संन्यासी होण्याअगोदर ते एक राजपुत्र होते. त्यांचा उपदेश ऐकण्यासाठी हे ज्ञानी दिगंबर त्या दिशेने कधीच निघाले आहेत.

"चला, आपण राजगृहाकडे त्वरित निघू या. तीर्थंकरांचे ओझरते का होईना, पण दर्शन घेऊ या, त्यांचे विचार ऐकू या. कदाचित बऱ्याच काळापासून आपण जो संपूर्ण आणि अंतिम मुक्तीचा परमानंद शोधतोय तो आपल्याला मिळून जाईल."

माझ्या मनाच्या आत खोलवर काही तरी ढवळून निघालं. अजूनही माझ्याकडे बरीचशी संपत्ती होती. एका महान व्यक्तीला भेटायची एक संधी होती. मी त्या साधूंबरोबर वाटाघाटी

केल्या. 'अजून बरंच अंतर कापायचंय आणि जर तुम्ही मला तुमच्याबरोबर येऊ दिलंत तर तुमच्या सर्व गरजांची मी काळजी घेईन.' मी अशी गाडी त्यांच्या दिमतीला दिली, ज्यामध्ये अन्न, सोन्याची नाणी आणि बरोबर चार मदतनीस आणि रखवालदारही होते. मी त्या साधूंबरोबर प्रवास सुरू केला.

तो प्रवास माझ्यासाठी अत्यंत खडतर होता. त्या ओबडधोबड प्रदेशामधून श्रमण मात्र अनवाणी चालत होते. मी एक लुंगी व साधं वस्त्र परिधान करून त्यांच्याबरोबर चालत होतो. अनेक दिवसांचा तो प्रवास माझ्यासाठी अत्यंत यातनादायक होता. श्रमण मात्र अत्यंत स्थिरचित्त होते. त्यांच्या चेहऱ्यावर थकल्याचं कुठलंच चिन्ह नव्हतं. राजगृहापासून जवळ असलेल्या जागी आम्ही पोहोचलो. तिथे मी एक विस्मयकारक दृश्य बघितलं.

तिथे अत्यंत मोहक आणि देखणा, राजेशाही व्यक्तिमत्त्वाचा माणूस संपूर्ण विवस्त्रावस्थेत बसलेला मी बघितला. तो अशोकाच्या झाडाखाली मांडी घालून बसला होता. अरण्याने वेढलेली ती जागा सुंदर तर होतीच, पण त्याचबरोबर मध्यभागी बसलेली धैर्यशाली रूबाबदार व्यक्तीदेखील तितकीच सुंदर होती. श्रमणांनी वाकून नमस्कार केला आणि ते खाली बसले. अनेक संन्यासी आणि संसारी त्यांच्यासमोर अर्धवर्तुळ करून बसले होते. व्यापारी आणि साधू, राजे आणि राजपुत्र, पुरुष आणि स्त्रिया, तरुण आणि वयस्कर, श्वान आणि हरणं असे सगळेच त्यांच्यासमोर बसले होते. तिथे निश्चल शांतता होती.

त्या महापुरुषाचे डोळे अर्धोन्मिलित होते. हवेमध्येदेखील स्तब्धता होती. साधं पानही हलत नव्हतं. चैतन्याने भारलेलं मौन सगळीकडे पसरलं होतं आणि नंतर त्यांच्या त्या पवित्र अस्तित्वातून दैवी ध्वनी प्रकट झाला, ज्याची तुलना मी कशाशीही करू शकत नाही. त्यांचा धीरगंभीर आवाज स्थिरचित्त, शांत आणि तितकाच गोड होता. त्यातून कुठलेही शब्द निघाले नाहीत. पण तो मौनाचा ध्वनी जे काही सांगायचं ते सर्व काही सांगून गेला.

त्यातून मला एवढंच समजलं, "प्रत्येक जीवाला आपलं जीवन हे प्रिय असतं. प्रत्येक जीवाला आनंदाची ओढ असते. कुठल्याही प्राणिमात्राला इजा करू नका, कुठल्याही प्राणिमात्राची हत्या करू नका. अहिंसा हाच सर्वोच्च गुण आहे. संयमित जीवन जगा. साधेपणाने जीवन जगा. सत्याचा मार्ग सोडून असत्य गोष्टींमध्ये भटकू नका. सत्य हे बहुआयामी असल्याने प्रत्येकाच्या दृष्टिकोनाचा आदर करा. अहंकाराचा त्याग करा आणि मुक्त व्हा. तुमच्या आजूबाजूच्या जगाच्या आणि नश्वर शरीराच्या पलीकडे तुमचा अमर आत्मा आहे, जो दैवी अशा शुद्ध स्वरूपात आहे.

"हे सर्व तुम्ही तात्त्विकदृष्ट्या समजून घेतलंत. जोपर्यंत या वास्तवतेचा तुम्हाला अनुभव येत नाही तोपर्यंत या जीवनशैलीचा सराव करा. हा प्रवास खूप दूरचा आहे. यासाठी तुम्हाला अनेक जन्म घ्यावे लागतील. जोपर्यंत तुम्ही विजयी होत नाही, आणि तुम्ही मुक्त व परमानंदात स्थिरावलेला आत्मा होत नाही, तोपर्यंत या अनिश्चित आणि यातनामयी मार्गावरून चालत राहा."

उदात्त शांततेने माझ्या हृदयात प्रवेश केला आणि अत्यंत आदराने मी त्यांच्यासमोर नतमस्तक झालो.

पुढच्याच क्षणी मला जाग आली आणि ते स्वप्न संपायला नको होतं असं मला वाटलं. त्या दीर्घ स्वप्नाने विस्मृतीत गेलेल्या माझ्या पूर्वजन्माची एक बाजू माझ्यासमोर आणली. मी माझा चेहरा धुतला आणि चेन्नईमधील वसंत विहारातील कृष्णमूर्ती फाउंडेशनच्या मुख्यालयाच्या कार्यालयाकडे निघालो. मी तिथेच उतरलो होतो. जे. कृष्णमूर्तींचं तिथे वार्षिक वार्षिक प्रवचनांसाठी आगमन झालं होतं आणि तिथे बरीच कामं करायची होती.

अनेक वेळा जे. कृष्णमूर्तींबरोबर त्या स्वप्नांविषयी चर्चा करायचा विचार माझ्या मनात आला. पण मी तसं कधीच करू शकलो नाही. त्यांच्या प्रस्थानाच्या दिवशी सर्व काही व्यवस्थित आहे की नाही, हे बघण्यासाठी मी त्यांच्या खोलीत गेलो. त्या वेळेस त्यांनी मला आश्चर्याचा धक्काच दिला. माझा हात धरून ते म्हणाले, "या स्वप्नाविषयी कोणाशीही बोलू नकोस. सध्या तरी नाही. हे तुझ्यापुरतंच मर्यादित ठेव."

मला वाटतं की, ते रहस्यमयी स्वप्न उघड करायची हीच ती वेळ आहे.

५.

मला झालेले गुरुवायुरप्पन यांचे दर्शन

आता मी तुम्हाला माझ्या जीवनातील एका अशा अनुभवाबद्दल सांगतो, ज्याने माझा आत्मा ढवळून काढला आणि माझ्या मनाचा कायापालट केला. खोडकर, चित्तचोर अशा बाळकृष्णाची पूजा केली जाते त्या गुरुवायूर येथील मंदिरात हे घडलं. हा आनंददायी अनुभव आजपर्यंत मी माझ्या हृदयाच्या कप्प्यात जतन करून ठेवला आहे. कदाचित मोजक्याच अशा माझ्या काही चांगल्या मित्रांना त्याविषयी बोललो असेन. त्यांपैकी माझा अत्यंत जवळचा कम्युनिस्ट असा मित्र याला 'अत्यंत हृदयस्पर्शी भ्रम' असं संबोधतो; पण ते त्याचं मत आहे आणि तसं म्हणायचा त्याला अधिकार आहे.

कोणत्या गोष्टीवर विश्वास ठेवायचा आणि कोणत्या गोष्टीवर नाही, हे निवडण्याचं स्वातंत्र्य प्रत्येक व्यक्तीला आहे. तसं असावंही; पण मला वाटतं, तो असामान्य अनुभव तुम्हाला सांगायची ही योग्य वेळ आहे. सगळ्यात महत्त्वाचं म्हणजे, माझा जन्म हिंदू घरात झालेला नाही आणि गुरुवायूर हे अशा काही मंदिरांपैकी एक मंदिर आहे की, जिथे अजूनही हिंदू नसलेल्यांना प्रवेश दिला जात नाही. त्या काळी तसा नियम करण्यामागे निश्चितच काही कारणं असतील; पण इथे आपण त्यात शिरण्याची गरज नाही. मी इथे फक्त एक कृष्णप्रेमी म्हणून लिहितोय – त्याशिवाय दुसरं काही नाही.

बऱ्याचशा लोकांनी या गुरुवायूर मंदिराबद्दल ऐकलं नसेल. दक्षिण भारतात, विशेषतः केरळ आणि तामिळनाडूमध्ये हे कृष्णाचं मंदिर अतिशय प्रसिद्ध आहे. अगदी माझा जिथे जन्म झाला त्या त्रावणकोरच्या अनंत पद्मनाभस्वामी मंदिरापेक्षाही ते जास्त लोकप्रिय आहे.

मला वाटतं की, ज्यांना हे माहिती नाही त्यांच्यासाठी मी या गुरुवायूर मंदिराची थोडक्यात माहिती द्यायला हवी.

दंतकथा असं सांगतात की, ही देवता पाच हजार वर्षांपूर्वीची आहे, परंतु इतिहासात तशा कुठल्याही नोंदी नाहीत. कथा सांगते की, पवित्र अशा पथलांजन सिला या धातूपासून बनवलेली ही मूर्ती आहे. एकदा महान देव महाविष्णूंनी या मूर्तीची आराधना केली व त्यानंतर ती ब्रह्मदेवाकडे सुपूर्द केली. त्यानंतर अनेक वर्षांनी श्रीकृष्णाच्या आईवडिलांनी म्हणजेच वसुदेव-देवकी यांनी तिची आराधना केली. नंतर या मूर्तीची स्थापना द्वारकेत केली गेली, आणि साक्षात कृष्णाने तिची आराधना केली.

श्रीकृष्णाने आपलं शरीर त्यागण्यापूर्वी ती मूर्ती त्याचा जवळचा शिष्य उद्धव याच्याकडे सोपवली आणि त्याला ती देवांचे गुरू बृहस्पती यांच्याकडे सुपूर्द करण्याची सूचना दिली, जेणेकरून तिची योग्य जागी स्थापना व्हावी आणि कलियुगात तिची आराधना करता यावी. द्वारका महापुरात बुडाली पण बृहस्पती आणि त्यांचे मुख्य शिष्य वायुदेव यांनी ती मूर्ती परत मिळवली. या मूर्तीच्या स्थापनेसाठी योग्य ती जागा शोधत असताना त्यांची भेट अवतार असणाऱ्या परशुरामांशी झाली. परशुरामही त्या मूर्तीच्या शोधात द्वारकेला निघाले.

परशुराम गुरू आणि वायू यांना सुंदर अशा तलावाच्या मागे असणाऱ्या हिरव्यागार अशा समृद्ध ठिकाणी घेऊन गेले. योगी भगवंत शिव हे आपली पत्नी पार्वती हिच्याबरोबर तिथे ध्यान-चिंतन करत होते. त्यांनी गुरू आणि वायू यांना तिथे मूर्तीची स्थापना करून अभिषेक करण्याची संमती दिली. तेव्हापासून या स्थळाला गुरुवायूर असं नाव पडलं. असं म्हटलं जातं की, त्यानंतर शिव-पार्वती यांनी दुसऱ्या तीरावर माम्मीयूर येथे जाऊन स्थान ग्रहण केलं. जोपर्यंत माम्मीयूर येथे शिवमंदिरात जाऊन यात्रेकरू शिवदर्शन घेत नाहीत, तोपर्यंत गुरुवायूरची त्यांची यात्रा पूर्ण होत नाही.

तर असं, दंतकथा सांगते. ऐतिहासिकदृष्ट्या गुरुवायूर किंवा खरं तर कुरुवायूर – हा शब्द तामिळ लिखाणातून आलाय, ज्याला *कोकासंदेशम* असं म्हटलं जातं. – तमिळमध्ये कुरुवायूर म्हणजे समुद्र, म्हणून कुरुवायूर. जुन्या मंदिराचा संदर्भ हा सतराव्या शतकात लागतो. अलवारांच्या गाण्यामध्ये याचा उल्लेख केला आहे. सोळाव्या शतकाच्या शेवटी गुरुवायूर हे मध्य केरळातील प्रसिद्ध तीर्थक्षेत्र म्हणजेच यात्रेचं स्थान होतं.

१७६०मध्ये डच लोकांनी गुरुवायूर लुटलं. अगदी कळसावरचा सोन्याचा पत्रा आणि खजिनाही लुटला आणि मंदिराच्या काही भागाला आग लावून दिली. १७६६मध्ये हैदरअलीने कालिकत जिंकलं आणि त्यानंतर गुरुवायूर जिंकलं. श्रीनिवास राव या मलबारच्या गव्हर्नरच्या विनंतीवरून हैदरअलीने देवदया ही मोफत भेट मंजूर केली आणि जणू मेहेरबानी म्हणून हे मंदिर परत हिंदूंच्या ताब्यात दिलं. १७८८मध्ये टिपू सुलतान मलबारवर चालून आला. तोडफोडीच्या भीतीने पुजाऱ्याने मूर्ती लपवली. सुलतानाने ती लहानशी पवित्र जागा नष्ट केली

आणि मंदिराला आग लावून दिली. पण अचानक जोरदार वृष्टी झाली आणि त्यामुळे ते मंदिर वाचलं.

त्यानंतर चंपाकासरी नंबोदरी, देशवर्मा नंबोदरी आणि उल्हानाड पन्नीकर अशा लोकांनी त्या संपत्तीची योग्य ती निगा राखली. पुढे १९००मध्ये मंदिरात पूजा सुरू झाली. १९२८मध्ये कालिकतच्या झामोरी यांची गुरुवायूरच्या प्रशासकपदी नियुक्ती केली. १९७०मध्ये त्या मंदिराला प्रचंड मोठी आग लागली. ती आग विझविण्यासाठी सर्व प्रकारच्या जातिधर्माच्या लोकांनी पुढाकार घेतला. आगीत खूप मोठं नुकसान झालं पण त्यातून पवित्र जागा वाचली. नंतर मंदिराचं नूतनीकरण केलं गेलं आणि १४ एप्रिल १९७३ रोजी पूजेसाठी ते मंदिर पुन्हा एकदा सर्वांसाठी खुलं झालं.

इथं त्या दोन साधुसदृश लोकांची नावं सांगायलाच हवीत, ज्यांच्यामुळे मंदिराला प्रसिद्धी मिळाली. त्यांपैकी एक होते मेलापाथी नारायण भट्टाथेरी (इ.स.१५६९-१६३२) आणि दुसरे होते पुनथानम् (इ.स.१५४७-१६४०).

मेलापाथूर नारायण भट्टाथेरी हे एक पंडित आणि गणितज्ञ तर होतेच पण त्याचबरोबर ते *नारायणीयम्* या पुस्तकाचे लेखकही होते. *नारायणीयम्* ही कविता किंवा भजन स्वरूपातील भक्तिपर संस्कृत कलाकृती आहे, ज्यामध्ये १,३३६ अध्यायांचा समावेश आहे आणि हे महान भगवद्पुराणाचं सार आहे. गोष्ट असे सांगते की भट्टाथेरी यांचे गुरू अच्युत इशारुदी यांना अत्यंत वेदनादायक सांधेदुखी होती. भट्टाथेरींना त्यांच्या गुरूचे दुःख, पीडा पाहावली नाही आणि म्हणून त्यांनी स्वतःच्या यौगिक सामर्थ्याने तो आजार स्वतःकडे घेतला आणि गुरूंना त्या आजारातून मुक्त केलं. पण लवकरच त्यांना जाणवलं की ही वेदना दिवसागणिक अतितीव्र होते आहे. त्यातून मुक्त होण्यासाठी त्यांनी गुरुवायूरची तीर्थयात्रा करायचं ठरवलं. त्यांचा हा विश्वास होता की, गुरुवायुरप्पनच त्यांना या आजारातून बरे करू शकतील.

असं म्हटलं जातं की, मंदिरात प्रवेश करताना त्यांना थंजात एज्यूथॅचन हे *अध्यात्म रामायणा*चे लेखक भेटले. एज्यूथॅचन यांनी भट्टाथेरींना धक्का दिला. भट्टाथेरी हे कट्टर सनातनी ब्राह्मण असल्याने ते म्हणाले, "*मीन थोट्टू कोट्टूका*" म्हणजे माशापासून सुरुवात कर. या वक्तव्यावर सखोल मनन केल्यानंतर भट्टाथेरींना लक्षात आलं की, एज्यूथॅचन यांना मासे खा असं म्हणायचं नव्हतं तर, भागवत लिहायला सुरुवात कर, ज्याची सुरुवात महाविष्णूंच्या माशाच्या अवतारापासून होते, ज्याला मत्स्यावतार असं म्हटलं जातं, असं सांगायचं होतं.

त्यांनी मग श्री गुरुवायुरप्पन यांच्यासमोर बसून रोज एक 'दशका' म्हणजे दहा श्लोक रचायला सुरुवात केली आणि शंभर दिवसांतच *नारायणीयम्* पूर्ण केलं. असं म्हटलं जातं की शेवटच्या दिवशी त्यांना गुरुवायुरप्पन यांचं संपूर्ण दर्शन झालं, त्यांचा आशीर्वाद मिळाला आणि त्या वेदनादायी आजारातून ते पूर्ण बरे झाले. आजही नारायणीयम्, जे संस्कृतमध्ये

आहे, त्याला केरळमध्ये अत्यंत आदराचं स्थान आहे, अत्यंत भक्तिपूर्वक त्याचं वाचन केलं जातं.

पुन्नथानम मेलापाथूर हे जरी विद्वान पंडित नसले तरी श्री गुरुवायुरप्पन यांचे खरे भक्त होते. *ज्ञानपन्ना* म्हणजेच विद्वत्तेचं गाणं या त्यांच्या उत्कृष्ट कलाकृतीसाठी ते आजही विख्यात आहेत. ही कलाकृती मल्यालममध्ये आहे. पुन्नथानम यांचं विसाव्या वर्षी लग्न झालं, पण अनेक वर्षं त्यांना मूल नव्हतं. असं म्हटलं जातं, की मूल व्हावं म्हणून त्यांनी साश्रू नयनांनी गुरुवायुरप्पन यांची प्रार्थना केली आणि त्यानंतर त्यांना मुलगा झाला. पुन्नथानम यांनी मोठा समारंभ आयोजित केला आणि त्यासाठी सर्व परिचितांना आमंत्रित केलं. दुर्दैवानं समारंभाच्या अवघ्या एक तासभर आधी त्या मुलाचा मृत्यू झाला.

दुःखी, शोकमग्न असलेल्या पुन्नथानम यांनी सर्व भौतिक गोष्टींचा त्याग केला आणि गुरुवायुरप्पन यांना ते शरण गेले. त्यांच्या वृत्तीमध्ये प्रचंड मोठा बदल झाला आणि त्यांनी बाळकृष्ण गुरुवायुरप्पन हेच त्यांचं मूल आहे, असंच ते मानू लागले. त्यांनी लिहून ठेवलंय की, आपल्या हृदयात जणू कृष्णाचा वास आहे. आपल्या हृदयात कृष्णच खेळतोय. मग असं असताना खरंच आपल्याला स्वतःचं बाळ हवंय का?

*ज्ञानपन्ना*ची सुरुवात आणि शेवट यानेच होतो,

कृष्णा कृष्णा, मुकुंदा जनार्दना,
कृष्णा गोविंदा, नारायणा हरे,
अच्युतानंदा गोविंदा माधवा
सच्चितानंदा नारायणा हरे

याचा अर्थ कृष्ण गुरुवायुरप्पन हे मला वैकुंठाला घेऊन जायला आलेत. त्यांचे गुणगान गाऊ या, असं ते शेवटचा श्वास घेताना आकाशाकडे बोट करून म्हणाले आणि आपल्या आवडत्या कृष्णाकडे कायमचे निघून गेले.

आता मी तुम्हाला, प्रेमाने आणि ममतेने श्रीकृष्णाने माझ्यावर काय सुंदर लीला केली ते सांगतो. मी माझ्या आत्मचरित्रात माझे मित्र अनंतनारायण आणि त्यांचे वडील विश्वनाथ अय्यर जे एलआयसीमध्ये काम करतात, त्यांच्याविषयी उल्लेख केला होता. जेव्हा श्री. विश्वनाथन अय्यर यांची त्रिवेंद्रममधून त्रिचूर येथे बदली झाली, तेव्हा त्यांनी मला थ्रिशूर येथील महान वड्डकुन्नाथन शिवमंदिरातील वार्षिक उत्सव ज्याला 'त्रिचूरपुरम्' म्हणतात, तो पाहायला बोलावलं.

त्रिचूरपुरम हा उत्सव खूपच भव्य प्रमाणात साजरा केला जातो. जिथे मौल्यवान आभूषणांनी सुशोभित केलेले शेकडो हत्ती मंदिराच्या भोवती रांगेत उभे असतात. त्या देवतेची

मिरवणूक जोपर्यंत चालू आहे, तोपर्यंत चेंदई ढोलाचा नाद अखंड निनादत असतो. त्याचा शेवट हा फटाक्यांनी होतो. या फटाक्यांचा आवाज एवढा प्रचंड असतो की, पुरम मैदानाच्या आजूबाजूच्या इमारतींमधून त्याचा प्रचंड प्रतिध्वनी येतो, जणू काही हजारो तोफा एका वेळी धडधडत आहेत.

मी मोठ्या उत्सुकतेने ते आमंत्रण स्वीकारलं आणि त्या उत्सवाचा आनंद घेतला. अनंत त्या वेळेस पालघाटमध्ये इंजिनीअरिंगचा अभ्यास करत होता आणि सुट्टी न मिळाल्यामुळे तो येऊ शकला नाही. पुरमच्या दुसऱ्या दिवशीच मला विश्वनाथ अय्यर यांनी सकाळी लवकरच उठवलं आणि मला म्हणाले, "चल, आपण गुरुवायूर येथे जाऊ. पटकन आवर. आपल्याला मुंडू नेसायची आहे आणि बस पकडायची आहे." गुरुवायूर हे थ्रिशूरपासून फार लांब नाहीये. त्यामुळे तिथे पोहोचायला फारसा वेळ लागला नाही. आम्ही तिथे पोहोचलो तेव्हा अजूनही पहाटच होती.

आम्ही आमचे शर्ट काढले आणि आपल्या कमरेभोवती गुंडाळले, कारण कमरेच्या वर वस्त्रं परिधान करून आत जाता येत नाही. उघड्या अंगानेच तिथल्या मैदानात, तिथल्या अंगणात, पुरुषांना प्रवेश मिळतो. त्या अंगणाच्या प्रवेशद्वारावरच स्पष्ट सूचना होती. ती पाहून मी थबकलो. तिथे लिहिलं होतं, 'हिंदू नसलेल्यांना प्रवेश नाही'. मी म्हणालो, "अंकल, मी आत येऊ शकत नाही."

"वेडेपणा करू नकोस," ते म्हणाले. "कोणाला कळणार आहे? आणि काहीही झालं तरी मी तुला चांगला ओळखतो. तुझी कृष्णावर निष्ठा आहे आणि तू एखाद्या ब्राह्मण मुलासारखा दिसतोस. चल."

"नाही," मी म्हणालो, "मी लबाडी करणार नाही. तुम्ही जा आणि येताना मला प्रसाद घेऊन या."

माझं मन वळवण्याचा अयशस्वी प्रयत्न करून ते आत मंदिरात निघून गेले. मी ध्वजस्तंभाजवळ उभा होतो आणि शक्य तेवढा गाभाऱ्याकडे पाहण्याचा प्रयत्न करत होतो. प्रत्येकाच्या तोंडी *'नारायणा नारायणा गुरुवायुरप्पन नारायणा'* हा मंत्रोच्चार होता. तो ऐकून माझ्या अंगावर शहारे आले. अंकल विश्वनाथ अय्यर बाहेर आले, तेव्हा त्यांच्या कपाळावर चंदनाची उटी होती आणि मुखी *'नारायण नारायण'* असे नाम होते. त्यांनी आतील गाभाऱ्यातून आणलेली फुलं आणि चंदनाची उटी मला दिली आणि मला म्हणाले, "चल, परत जाऊ."

मी त्यांना म्हणालो की, "संध्याकाळपर्यंत मी इथेच थांबतो आणि मला आवडलेल्या या परिसरात फिरण्यात माझा वेळ घालवतो."

ते म्हणाले, "ठीक आहे पण काळजी घे. हे काही पैसे ठेव आणि तुला माहिती आहेच की थ्रिशूरला बसने कसं यायचं ते. रात्री अंधार पडायच्या आधी आपण भेटू."

मी थांबलो. काही वेळ बाहेरच्या भागात फिरल्यानंतर मी जवळच असलेल्या कॅफेमध्ये गेलो. तिथे इडली-सांबार खाल्लं. भूक शमली होती. मी मंदिराच्या बाजूला असलेल्या तलावाच्या बाजूने चालत गेलो आणि एका झाडाखाली सावलीत बसलो. अचानक दुर्दैवी परिस्थितीने माझ्यावर आघात केला. मी जोरात ओरडलो. माझं अंग थरथरायला लागलं.

गर्दी जमली. कोणीतरी विचारलं, 'भूक लागली आहे का? काय झालंय?

'गरीब बिचारा मुलगा!' एक वृद्ध बाई म्हणाली आणि माझ्या बाजूला बसून तिने माझ्या डोक्यावर थोपटलं. काही वेळातच मला बरं वाटलं. मी म्हणालो, मला आता बरं वाटतं आहे. कसंतरी गर्दीला समजावून सांगितलं, की आता मी ठीक आहे, तेव्हा ती गर्दी ओसरली. त्यानंतर मला इतकं दमल्यासारखं झालं होतं की, मी त्याच झाडाखाली लवंडलो आणि गाढ झोपी गेलो.

मला एक अद्‌भुत स्वप्न पडलं. तुम्ही त्याला स्वप्न म्हणू शकाल पण माझ्यासाठी ते त्यापेक्षा खूप काही जास्त होतं. त्या दिवशी माझ्या हृदयातून आनंदाचा महापूर वाहिला आणि जेव्हा जेव्हा मी *'नारायणा कृष्णा कृष्णा'* हा मंत्र म्हणतो किंवा ऐकतो, तेव्हा तेव्हा तो आनंद मला जाणवतो. त्या स्वप्नात मी गुरुवायूर मंदिराच्या ध्वजस्तंभाजवळ हाताची घडी घालून उभा होतो. आतील मूर्तीचं ओझरतं दर्शन होतंय का, ते पाहत होतो. डोळ्यांतून अश्रू वाहत असल्यामुळे मला त्या मूर्तीचं अंधुकसं दर्शन होत होतं.

अचानक मंदिराच्या आतून एखाद्या गर्जनेसारखा शंख फुंकल्याचा ध्वनी माझ्या कानावर आदळला. माझ्या शरीराचा थरकाप उडाला. मी स्वतःलाच म्हणालो की, हा कृष्णाचा महान शंख पांचजन्य असला पाहिजे, जो कुरुक्षेत्रातील भयंकर अशा महायुद्धात पहिल्यांदा वाजवला गेला होता, आणि ज्याच्या आवाजाने मोठमोठे योद्धेसुद्धा थरारले होते. मग मला दिसलं की, मंदिराच्या आतून काही तरी बाहेर येतंय. जे अत्यंत वेगाने बाहेर येत होतं. जसजसं ते जवळ आलं, तसतसं मला जाणवलं की मंदिराचा गाभाराच वेगाने पुढे येत होता.

गाभाऱ्याच्या आत सुंदर सावळा श्रीकृष्ण उभा होता. ज्याच्या चेहऱ्यावर दैवी हास्य होतं आणि तो मला पुढे येण्यासाठी खुणावत होता. मी पळतच दरवाजाकडे गेलो. तो गाभाऱ्यातून बाहेर आला आणि त्याने मला मायेने मिठीत घेतलं. मी परमानंदात न्हाऊन निघालो. तुळशी आणि चंदनाचा गोड सुगंध माझ्या आजूबाजूला दरवळत होता. आहा! काय त्याचं वर्णन करावं! मोठ्याने 'कृष्णा कृष्णा...' ओरडतच मी जागा झालो.

त्या परमानंदाची स्पंदनं अजूनही माझ्या शरीरात जाणवत होती. मी तलावावर जाऊन तोंड आणि हात-पाय धुतले आणि त्या तंद्रीतच मंदिराच्या आतील परिसरात गेलो. मी गाभाऱ्याजवळ जाऊन उभा राहिलो. आत पाहिलं तर पुजारी माझ्या आवडत्या कृष्णाची पूजा करत होते आणि तो कृष्ण माझ्या स्वप्नात जसा हसत होता, अगदी तसाच हसत होता. प्रसाद

म्हणून मला दिलेली चंदनाची उटी मी घेतली आणि लटपटणाऱ्या पावलांनी बाहेर पडलो. काही क्षणांतच मी माझ्या क्षुद्र इंद्रियांच्या जगात परत आलो. फक्त मंद असा चंदनाचा सुगंध दरवळत होता.

बाहेरील मार्गावरून मी मंदिराला प्रदक्षिणा घातली आणि बस स्टँडकडे गेलो. काही वेळात परत थ्रिशूरकडे परतलो. जेव्हा विश्वनाथ अय्यर संध्याकाळी कामावरून परतले, तेव्हा मी त्यांना सांगितलं की 'मी स्वतःला मंदिरात जाण्यापासून रोखू शकलो नाही, आणि मला खूपच सुंदर दर्शन झालं.' 'मी तर तुला सांगितलं होतं,' एवढंच ते म्हणाले. 'तू माझ्याबरोबरच यायला हवं होतंस. हरकत नाही, पण तू खूपच आनंदी दिसतोयस.'

'होय,' मी म्हणालो. 'खूप खूप आनंदी. अंकल धन्यवाद.' मला मिळालेला खास अनुभव मात्र मी माझ्याजवळच जपून ठेवला, अगदी त्यांनाही सांगितला नाही. माझ्या हृदयाच्या खोल कप्प्यात हा खजिना मी जपून ठेवला होता. फक्त काही मोजक्या लोकांनाच यातील काही गोष्टी सांगितल्या होत्या, परंतु संपूर्ण घटना आजपर्यंत गुपितच होती.

प्रिय मित्रांनो, मात्र आज मी माझ्या हृदयाचे बांध तुमच्यासाठी मोकळे केले. वाचताना तुम्हीही कृष्णाच्या प्रेमळ आशीर्वादाचा आनंद घ्याल. जसं श्रीमद्‌भागवतात म्हटलंय, *सत्यम् परम् धिमही* – मी सत्याचं ध्यान करतो. तेच सर्वशक्तिमान आहे.

■■■

६.

दूरवरच्या भूतकाळातील प्रवास

हे प्रकरण लिहिताना मला याची जाणीव आहे की, यावर कोणत्या प्रकारच्या प्रतिक्रिया येणार आहेत. माझं बोलणं तऱ्हेवाईक आणि विचित्र वाटत असलं तरीही माझ्यावर प्रेम करणारे माझे बरेच चांगले मित्र आहेत. ते याच निष्कर्षाप्रत येतील की, मी वेडा झालोय आणि 'मी एखाद्या चांगल्या मानसोपचार तज्ज्ञाकडून उपचार घ्यावेत,' असा काळजीपोटी सल्लाही देतील. काही जण वायफळ बडबड म्हणून सोडून देतील, तर काहींना हा माझा भ्रम वाटेल. पण मला माझं मन मोकळं करून माझ्या स्मृतींचं ओझं कमी करायचंय. तुम्हाला जर हे पूर्ण वाचावंसं वाटलं तर वाचताना हे लक्षात ठेवा की, मी जे सांगतो ते एक अद्‌भुत जग आहे. ते सामान्य विचारांच्या चौकटीपलीकडचं आहे. कारण सामान्य विचारांची चौकट केवळ पंचेंद्रियांवरच अवलंबून असते.

माझ्या पूर्वजन्मीच्या आठवणी अगदी स्पष्ट आहेत. त्या फार पूर्वीच्या काळातल्या आहेत, अगदी हजारो वर्षांपूर्वीच्या, श्रीकृष्णाच्या काळातल्या. श्रीकृष्ण म्हणजे यादवांचा नायक आणि ईश्वराचा अवतार. माझे वडील ऋषी विष्णुपद आणि मी त्यांची एकुलती एक मुलगी इंदुमती. आम्ही इंद्रप्रस्थ शहराच्या बाहेरील भागात राहत होतो. यमुनातीराच्या बाजूला असलेल्या जंगलात मातीच्या भिंती आणि गवताचे छप्पर असलेल्या कुटीमध्ये आम्ही राहत होतो. सुंदर वृक्ष-वेली, फुले यांच्यामध्ये आमची कुटी होती. तिथे हरणं, मोर मोकळेपणाने आजूबाजूला फिरायचे.

माझी आई रेणुका, तिचा मृत्यू बाळंतपणातच झाला. जंगलात राहणाऱ्या ऋषिपत्नींच्या मदतीने माझ्या वडिलांनी मला मोठं केलं. मी, माझ्या वडिलांची एकुलती एक मुलगी असल्यामुळे त्यांनी मला अत्यंत लाडात वाढवलं. माझ्या वडिलांचं माझ्यावर खूप प्रेम होतं. त्यांनी मला मुलासारखं वाढवलं आणि ज्याप्रमाणे मुलाला वेदांचा अभ्यास, गायत्री मंत्रोच्चार, योगाभ्यास या सर्वांचं याज्ञवल्क्य सूत्रानुसार शिक्षण दिलं जातं, तसंच शिक्षण मलाही दिलं. माझे वडील द्रोणाचार्यांच्याच कुळातले होते. जरी ते ब्राह्मण असले, तरी ऋषी होऊन वानप्रस्थाकडे येण्याच्या अगोदर ते धनुर्विद्या आणि घोडेस्वारी शिकले होते. त्यांनी मला धनुर्विद्या आणि घोडेस्वारी हे दोन्ही शिकवलं आणि मी जंगली घोड्यांवर घोडेस्वारी करायला शिकले.

शृंगवनात इतर ऋषी आणि त्यांच्या परिवारांबरोबर आम्ही अत्यंत शांत आणि आनंदी जीवन जगत होतो. ऋषिपुत्री असल्याने मी अतिशय पवित्र आणि शिस्तप्रिय जीवन जगले. सोळा वर्षांची होईपर्यंत मी खगोलशास्त्र आणि त्यासंबंधित विषयांबरोबरच वेद आणि वेदांगांमध्ये पारंगत झाले होते. माझ्या सोळाव्या वाढदिवसाच्या संध्याकाळी जवळच असलेल्या प्राचीन पिंपळाच्या वृक्षाखाली बसून माझ्या वडिलांनी मला असं काही सांगितलं, की त्यामुळे माझी जीवनशैलीच बदलली. त्यांचे शब्द होते, "बाळा, महान देव ज्यांना महाविष्णू म्हटलं जातं, त्यांनी यादव कुळाशी संबंधित असलेल्या सावळ्या मुलाच्या रूपात अवतार घेतला आहे. तो वृंदावनाच्या उपवनातील गोपाळांच्या लहानशा नगरात आहे. या क्षणी तो गोप-गोपिकांबरोबर खेळतोय-पळतोय, पण त्याच्या हातून महान कार्य घडणार आहे आणि या साऱ्याची योजना आधीच झालेली आहे. कुरुक्षेत्रात कौरव-पांडवांमध्ये महायुद्ध लढलं जाईल. त्या दरम्यान कृष्ण, पांडवांपैकी एकाचं – अर्जुनाच्या रथाचं सारथ्य करेल. ते करताना तो अर्जुनाला उपदेश करेल, जो जगासाठी साध्या-सोप्या भाषेतील उपनिषदांची शिकवण असेल."

कृष्णाचं या पृथ्वीतलावरचं भौतिक अस्तित्व संपल्यानंतर वाईट अशा कलियुगाची सुरुवात होईल. या कलियुगात मानवाचं आयुष्यमान कमी असेल आणि अपवाद वगळता तो निसर्गाच्या रहस्यांचं आकलन करण्याची आणि वेदांना समजण्याची क्षमता घालवून बसेल. मला जाणवतंय की, माझं आयुष्य संपत आलंय आणि त्याअगोदर, मला तुझ्याबरोबर वृंदावनात जाण्याची इच्छा आहे. मी तिथे कदाचित पोहोचू शकणार नाही, पण तू नक्की पोहोचशील. तू तिथे कृष्णाला भेट. त्यानंतर काय घडेल हे मला माहीत नाही. ते त्यालाच माहिती आहे. म्हणून तयार हो. आपल्याला दोन दिवसांतच येथून निघायचंय. हे कोणालाच कळता कामा नये. ही योजना गुप्त ठेव."

दोन दिवसांनी भल्या पहाटे आम्ही आमचा प्रवास सुरू केला. तिथे पोहोचायला खूप दिवस लागले. कधी आम्हाला धर्मशाळेत अन्न आणि निवारा मिळाला, तर कधी रस्त्यातील घरांमध्ये मिळाला, तर कधी मिळतील ती कंदमुळं आणि फळं खाऊन उघड्यावर झाडाखाली आश्रय घ्यावा लागला. दोनदा तर आम्ही प्रचंड पावसात आणि थंडी-वाऱ्यात अडकलो.

वृंदावनात पोहोचण्याच्या तीन दिवस आधी माझे वडील अतिशय आजारी पडले. ते मला म्हणाले, "इंदू, या जन्मी नारायणाच्या या अवताराचं दर्शन घेण्याचं भाग्य माझ्या नशिबी आहे असं मला वाटत नाही. तुला नक्की त्यांचं दर्शन मिळेल. मी खूप क्षीण झालो आहे आणि या आजारातून बरा होईन असं काही मला वाटत नाही. मला यमुना नदीकडे घेऊन चल. मी माझं शरीर तिला अर्पण करतो. तिला ते जिकडे घेऊन जायचंय तिकडे घेऊन जाऊ दे. तू वृंदावनाकडे जा आणि गुणशील नावाच्या गोपाळाला भेट. तो माझा शिष्य आहे. तो आणि त्याची पत्नी चंद्रिका तुझी काळजी घेतील. माझी जाण्याची वेळ आली आहे. मला नदीकडे घेऊन चल."

अत्यंत जड अंतःकरणाने मी त्यांना नदीकडे घेऊन गेले. मोठ्या कष्टाने ते पाण्यात उतरले. खेचरी क्रियेने स्वतःचा श्वास थांबवला, ओमचा मनात उच्चार करत त्यांनी आपली दृष्टी भ्रूमध्यावर स्थिर केली आणि प्राण सोडला. यमुना नदी त्यांचं पार्थिव शरीर घेऊन गेली.

मी माझं सर्वस्व गमावलं होतं. माझे वडील जे माझं सर्वस्व होते, तेच आता राहिले नव्हते. पण ऋषिपुत्री असल्याने मी माझा शोक लगेच आवरला आणि वृंदावनकडे चालायला सुरुवात केली. तिकडे मी चौकशी करून गुणशील आणि चंद्रिका यांचं घर शोधून काढलं. माझ्या वडिलांच्या मृत्यूची बातमी ऐकून त्यांना दुःख झालं, आणि त्यांना मूल नसल्यामुळे मलाच त्यांची मुलगी मानलं.

काही दिवसांनी एका संध्याकाळी मी चंद्रिकेला सांगितलं की, "मला माझ्या वडिलांनी सांगितलंय, त्या दैवी आत्म्याने एका छोट्या आणि सुंदर सावळ्या रंगाच्या मुलाच्या रूपाने याच भागात अवतार घेतला आहे, ज्याला कृष्ण असं म्हटलं जातं. तू त्याला बघितलंय का? मला त्याच्याविषयी सांग. तुला वाटतं का की, मी त्याला भेटू शकेन?"

चंद्रिकेने स्वतःचं बोट तिच्या ओठावर ठेवलं, "शू... गुणाला माहीत नाही. पण मी त्याच्या प्रेमात पडले आहे." लाजेने आणि परम हर्षाने तिच्या चेहऱ्यावर लालिमा पसरला होता. "इथे सगळे जण त्याला ओळखतात. माझ्या नवऱ्याला वाटतं की, तो देव नारायणच आहे. पण आम्हा गोपिकांना ते काही माहीत नाही. आम्हाला एवढंच माहिती आहे की, तो खूप छान आहे. तो लोणी चोरतो आणि खोड्या तर अशा काढतो की, आम्ही अंघोळीला नदीत उतरल्यानंतर आमचे कपडे पळवतो आणि ते घ्यायला उघड्या अंगाने बाहेर या असं सांगतो. तो जर अवतारच असेल तर, मला वाटतं, तो कामदेवाचा अवतार आहे. ओह! माझ्या अंगावर तर नुसत्या आठवणीनेही रोमांच उभे राहिले."

मी तिचं म्हणणं फेटाळून लावलं. "तू जसं बोलतेयस, त्यावरून वाटतंय की, तू दुसऱ्या कोणाविषयी तरी बोलतेयस. जरी त्याचा सावळा रंग आणि त्याची चेहरेपट्टी जरी जुळत असली तरी माझे वडील ज्याच्याविषयी बोलले, तो हा असूच शकत नाही. मी त्याला बघेपर्यंत तू थांब, अर्थात मी त्याला बघू शकले तर. तो भोळ्या, विवाहित स्त्रियांना अशा पद्धतीने भूलवू शकत नाही. मी एक ऋषिपुत्री आहे आणि कुठलाही पुरुष माझ्यात अशी इच्छा जागृत करू शकत नाही. माझ्या इंद्रियांवर माझा पूर्ण ताबा आहे. मी जर त्याला कधी भेटले तर मी त्याला नैतिकतेचे काही धडे शिकवीन. मग तो कृष्ण असो अथवा कोणीही असो!

"तुम्ही गोपिका एवढं नटून-थटून आणि जाईच्या फुलांनी सजून-धजून जाता यात काहीच आश्चर्य नाही. त्याने तुमच्या मनाचा काळ्या जादूने – म्हणजेच कृष्णजालाने ताबा घेतलाय. मला वाटलं की, मी एका महान देवाला भेटायला चाललेय, पण मग माझे वडील तर चुकीचे असू शकत नाहीत."

चंद्रिका यावर जोरजोरात हसायला लागली. "माझ्या गोड बाळा," ती म्हणाली, "जोपर्यंत पौर्णिमेच्या रात्री तू त्याच्या बासरीची धून ऐकत नाहीस तोपर्यंत थांब."

"बघू या," मी म्हणाले, आणि मी माझ्या रोजच्या ध्यानासाठी निघून गेले.

या आमच्या बोलण्यानंतर बरेच दिवस मी जाणूनबुजून घरातच राहायला सुरुवात केली. घरातील कामांमध्ये चंद्रिकेला मदत करणं आणि येताना मी माझ्याबरोबर आणलेल्या प्राचीन पुस्तकांचा अभ्यास करणं यावरच मी लक्ष केंद्रित केलं होतं. त्या दरम्यान ताक घुसळून लोणी काढणं, गाईंच्या धारा काढणं आणि स्वयंपाक करणं अशा गोष्टी मी शिकले आणि त्यात तरबेज झाले.

एकदा रात्री उशिरा, मी छप्पर नसलेल्या अंगणाच्या आतील भागात बसले होते. या कृष्णाविषयी गोपींकडून ज्या गोष्टी मी दररोज ऐकत होते, त्याच गोष्टी डोक्यात घोळत होत्या. मी वर बघितलं तर पूर्ण चंद्र तेजाने चमकत होता. त्याचा काही भाग विरळ अशा चंदेरी पांढऱ्या ढगांनी आच्छादला गेला होता. तेवढ्यात मला काही तरी ऐकू आलं. तो आवाज खूप लांबून येत होता आणि हळूहळू माझ्या कानावर यायला लागला. कुणीतरी मंजूळ स्वरात बासरी वाजवत होतं. ते संगीत इतकं छान होतं की, मी उठून उभी राहिले आणि जसा एखादा साप गारुड्याच्या पुंगीकडे आकर्षित होऊन तिकडे जातो, तसं मी त्याच्याकडे आकर्षित झाले. मी आपोआप डोलायला लागले. त्या वाजवणाऱ्याला बघण्याच्या आणि त्याच्या समोर जाऊन उभं राहण्याच्या तीव्र इच्छेने माझ्या हृदयाचा ताबा घेतला होता. माझ्या अंगावर रोमांच उभे राहिले आणि मी त्या परमानंदात हरवून गेले.

गुणाच्या शयनकक्षाचं दार उघडलं आणि त्या दाराच्या आवाजाने माझी तंद्री भंग पावली. चंद्रिका सजून दारात उभी होती. तिच्या केसात जाईची फुलं माळलेली होती, तर डोळ्यात

काजळ घातलेलं होतं. जशी ती घरातून बाहेर पळत आली, तिच्या चांदीच्या पैजणांचा आवाज आला. झोपेत चालणाऱ्या माणसाच्या डोळ्यांत भाव असतात तसे भाव तिच्या डोळ्यांत होते. मी जवळ उभी आहे, याचं तिला भानही नव्हतं. 'कृष्णा' असं ती पुटपुटली आणि निघून गेली.

तिच्या मागे मागे जायचा मोह मी झटकून टाकला. शेवटी मी ऋषिपुत्री होते. स्वनियंत्रण हे माझ्या रक्तातच होतं. मी गुणाच्या शयनकक्षाकडे बघितलं. तो गाढ झोपी गेला होता, जणू काही तो नशेत होता. मी माझ्या खोलीकडे परतले आणि पद्मासनात बसले. मी माझ्या हृदयाच्या मध्यभागी ध्यान एकाग्र केलं आणि मोठं आश्चर्य म्हणजे, माझ्या हृदयातूनही तेच संगीत बाहेर पडायला लागलं. लहानशी निळसर-सावळी आकृती माझ्या चैतन्याच्या गाभ्यात नाच करत होती. खूप वेळ मी त्याचा आनंद घेत होते आणि मग मी गाढ झोपी गेले.

या घटनेनंतर बराच काळ निघून गेला तरी मी स्वतःला रोखून ठेवलं होतं. एक दिवस तिन्हीसांजेला मी नदीवर पाणी आणायला गेले होते. पाण्याची घागर भरताना कुणीतरी माझ्या मागे उभं आहे असं मला जाणवलं. मी मागे वळाले आणि त्याला बघितलं. अत्यंत देखणा, किशोरवयीन, सावळ्या रंगाचा मुलगा. त्याच्या चेहऱ्यावर अत्यंत सुंदर हास्य होतं. इतकं सुंदर हास्य मी याआधी कधीच पाहिलेलं नव्हतं. त्याने माझ्या उजव्या खांद्यावर थोपटलं आणि म्हणाला, "आज पौर्णिमेची रात्र आहे. ये," असं म्हणून तो निघून गेला.

मी घरी आले आणि चंद्रिकेला विश्वासात घेऊन जे काही घडलं ते सांगितलं. "ओह!" ती म्हणाली, "मला माहिती होतं की, हे असं घडणारच आहे. आता चल, तयार हो. चल."

चंद्रिकेने मला तयार केलं. माझ्या डोळ्यात काजळ घातलं. माझे ओठ रंगवले. दागिन्यांनी मला सजवलं. जाईची फुलं माझ्या डोक्यात माळली. माझ्या शरीरावर चंदन लावलं आणि चंद्र वर आल्यानंतर ती मला उपवनाकडे घेऊन गेली. बासरीच्या संगीताने सर्व वातावरण भरून गेलं होतं. जिथून आवाज येत होता त्या केंद्रस्थानी मी चालत गेले आणि उपवनाच्या मध्यभागी पोहोचले. चंद्रिका मागेच राहिली. मी एकटीच होते. फक्त पौर्णिमेचा चंद्र साक्षीदार होता.

अशोकाच्या झाडामागून तो अचानक प्रकटला. तो पिवळ्या रेशमी वस्त्रात अत्यंत तेजस्वी दिसत होता. त्याच्या केसात मोराचं पीस खोवलेलं होतं.

"इंदू," तो कुजबुजला. "माझ्या जवळ ये. मी तोच आहे जो तुझ्या हृदयात राहतो."

मी प्रतिष्ठित आहे, ऋषींची पवित्र कन्या आहे हे सर्व विचार नाहीसे झाले. दैवी सुगंध, हळुवारपणा, प्रेम, सुरक्षितता. ओह! त्या परमानंदाचं वर्णनच करता येत नाही. मी त्याच्यात हरवून गेले. "ऋषिपुत्री," त्याने मला चिडवलं. "तू आता गोपी आहेस. ये, बसू या आणि बोलू या. मला तुला काही तरी सांगणं आवश्यक आहे. तंद्रीतून जागी हो."

उंच झाडांनी आच्छादलेल्या खडकाकडे तो मला घेऊन गेला. "खाली बस," तो म्हणाला. "माझ्या बाजूला बस. तुझ्या अनेक जन्मांच्या तपस्येचं फळच तुला माझ्याकडे

घेऊन आलंय. तू माझं जिव्हाळ्याचं आलिंगन अनुभवलंयस पण अजून बऱ्याच काही आवश्यक गोष्टी करायच्या आहेत. तुझ्या अजून बऱ्याच अपूर्ण इच्छा आहेत.

"मथुरेला असलेल्या ऋषी ध्यानशीलांच्या आश्रमाकडे जा. ते आश्रमवासी म्हणून तुझा स्वीकार करतील. तिथे काही वर्षं तपश्चर्येत घालव. जेव्हा कुरुक्षेत्रावर महायुद्ध सुरू होईल तेव्हा सैनिकाचा वेश परिधान कर आणि पांडवांच्या बाजूने युद्ध कर. तुझ्या धनुर्विद्येच्या आणि घोडेस्वारीच्या कौशल्याची तिथे मोठी मदत होईल. तुझा त्या युद्धात मृत्यू होईल आणि जेव्हा तुझा आत्मा तुझं शरीर सोडत असेल, तेव्हा तिथे मी प्रकट होईन.

"बऱ्याच काळानंतर वाळवंटातील राज्यामध्ये एक लढवय्या राजा म्हणून तू माझ्या कुळात जन्म घेशील. त्यानंतर माझाच अवतार असलेल्या महान सिद्धांना मी तुझ्याकडे पाठवेन. तेच तुझे गुरू होतील आणि तुझ्या पुढील आध्यात्मिक प्रगतीसाठी मार्गदर्शन करतील. आता जा आणि माझ्या प्रिये, लक्षात ठेव, मी तुला कवेत घेतलं आहे आणि तुला मी माझ्या हृदयाच्या जवळ ठेवलंय," असं म्हणून तो अंतर्धान पावला.

दुसऱ्या दिवशी मी गुणा-चंद्रिकाचा निरोप घेतला आणि मथुरेकडे गेले. ध्यानशीला ऋषींनी त्यांच्या आश्रमात माझं स्वागत केलं. तिथे मी राहिले आणि शक्तिचलन शास्त्राचा म्हणजेच प्राणशक्ती जागृत करण्याचा अभ्यास केला. जेव्हा कुरुक्षेत्रात युद्ध सुरू झालं, तेव्हा मी पुरुषी वेश परिधान करून पांडवसेनेत सामील झाले. माझ्या वडिलांनी मला धनुर्विद्येत पारंगत केल्यामुळे मी उत्कृष्ट धनुर्धारी होते. माझ्या शक्तिशाली बाणांनी अनेक मोठे कौरव योद्धे धारातीर्थी पडले.

शेवटी अश्वत्थाम्याच्या धनुष्यातील बाणाने मला खाली पाडलं. माझ्या मृत्युसमयी वचन दिल्याप्रमाणे कृष्ण तिथे आला. माझा उजवा हात त्याने त्याच्या डाव्या हातात धरला आणि त्याचा उजवा हात माझ्या कपाळावर ठेवला. त्याच्या प्रेमळ डोळ्यांत बघत बघत मी माझे प्राण सोडले.

पृथ्वीवरील शेकडो, हजारो वर्षांनंतर माझ्या अनेक जन्मांच्या चांगल्या कर्माचं फळ म्हणून माझा राजस्थानामधील अशा वाळवंटात यादवांचा मुख्य म्हणून पुनर्जन्म झाला, जिथे रोरावणाऱ्या वाऱ्याची वादळं होत असत आणि त्यात वाळूच्या टेकड्या इकडून तिकडे जात असत. माझ्या जन्मापर्यंत त्या जागेला नाव नव्हतं. आता ती जागा जैसलमेर म्हणून ओळखली जाते. ती एक आणखी दुसरी गोष्ट आहे आणि अत्यंत महत्त्वाची आहे. कारण श्री गुरू बाबाजींशी माझा अगदी पहिल्यांदा संपर्क तिथेच झाला. श्रीकृष्णाने उल्लेख केलेले हेच ते महान सिद्ध.

७.

स्वामी सत्‌चिदानंद : विनम्रतेचे आणि अलिप्ततेचे उत्कृष्ट उदाहरण

मी अनेक योगी, संत-संन्याशांना भेटलो पण कन्हांगड येथील आनंदाश्रमात राहणाऱ्या स्वर्गीय स्वामी सत्‌चिदानंदांसारखं साधं, विनयशील आणि अलिप्त व्यक्तिमत्त्व कधीही माझ्या पाहण्यात आलं नाही. त्यांच्या आठवणी अत्यंत आनंददायी आहेत. पण त्यांच्याविषयी सांगण्याआधी आनंदाश्रमाविषयी, त्याचे संस्थापक पापा रामदास आणि त्यांच्या समर्पित शिष्या माता कृष्णाबाई यांच्याविषयी बोलणं जास्त योग्य ठरेल. स्वामी सत्‌चिदानंद हे कृष्णाबाईंचे अतिशय निकटवर्ती.

स्वामी रामदासांचा जन्म १८८४मध्ये केरळमध्ये झाला आणि विठ्ठलराव असं त्यांचं नाव ठेवण्यात आलं. त्यांचा जन्म दक्षिण कर्नाटकातील एका सारस्वत ब्राह्मण कुटुंबातला. त्यांच्या वडिलांनी *ओम श्री राम जय राम जय जय राम,* असा मंत्र देऊन त्यांना दीक्षित केलं. १९२०मध्ये त्यांनी सर्व भौतिक नात्यांचा त्याग केला आणि भारताचा प्रत्येक कानाकोपरा पालथा घातला. यात श्री रमणमहर्षी, श्री अरविंद अशा महान आध्यात्मिक गुरूंच्या ते संपर्कात आले. अत्यंत गहन आणि भारावून टाकणाऱ्या आध्यात्मिक प्रवासानंतर त्यांना त्यांचा मूळ आध्यात्मिक स्त्रोत सापडला आणि आत्मसाक्षात्काराच्या आनंददायी अवस्थेत ते स्थित झाले.

१९३१मध्ये त्यांच्या अनुयायांनी उत्तर केरळमध्ये कान्हनगड येथे आनंदाश्रमाची स्थापना केली. जिथे त्यांच माता कृष्णाबाईंबरोबर वास्तव्य होते, ज्यांना त्यांच्या कृपेने आध्यात्मिक परिपूर्णता प्राप्त झाली, तिथे त्यांनी स्थानिक लोकांचं जीवनमान उंचावण्यासाठी

दोघांनी मिळून अथक परिश्रम केले. तिथे शाळा सुरू केली, मोफत वैद्यकीय दवाखाना सुरू केला आणि विणकरांसाठी सहकारी संस्थेची स्थापनाही केली. वैश्विक प्रेम आणि सेवेचा संदेश सर्वांपर्यंत पोहोचवण्याच्या उद्देशाने त्यांनी प्रचंड प्रवास केला. ओम श्री राम जय राम जय जय राम, या आनंदाश्रमात चालणाऱ्या अखंड मंत्रोच्चारामुळे सगळीकडे शांती पसरते आणि आध्यात्मिक शक्ती उत्सर्जित होते. पापा रामदास १९६३मध्ये इहलोक सोडून गेले आणि त्यानंतर माता कृष्णाबाई यांनी आश्रमाची सूत्रं हाती घेतली. माता कृष्णाबाई यांनी १९८९मध्ये समाधी घेतली.

स्वामी सत्चिदानंद यांना संन्यास घ्यायच्या अगोदर अनंतासिवन या नावाने ओळखले जायचे. ते पापा रामदास यांच्याकडे वयाच्या तिसाव्या वर्षी आले. १९४९मध्ये त्यांनी आपल्या कुटुंबाचा त्याग केला आणि सत्कारणासाठी ते आश्रमात आले. त्यांना संन्यासदीक्षा देण्यात आली. त्यांनी पापा रामदास आणि माता कृष्णाबाई यांच्या सेवेला सुरुवात केली. मातेच्या निर्वाणानंतर वारसा हक्काने गुरूकडून आलेली गादी त्यांच्याकडे आली आणि ते आश्रमाचे मुख्य झाले. १२ ऑक्टोबर २००८ रोजी त्यांनी अतिशय शांतपणे इहलोकाची यात्रा संपवली. अगदी शेवटच्या क्षणापर्यंत त्यांच्यामध्ये प्रेम आणि नम्रता ओतप्रोत भरली होती.

जरी मी पूर्वीच स्वामी रामदास आणि माता कृष्णाबाई यांच्या उपदेशाचा अभ्यास केलेला असला, तरीही आश्रमाला भेट दिलेली नव्हती, पापा आणि मातेची माझी भेट होऊ शकली नाही, याचा आता मला खूप खेद होतो. बऱ्याच काळानंतर माझे परममित्र आणि पापा रामदास यांचे पुतणे पदुकोन रामचंद्र राव हे मला पहिल्यांदा आनंदाश्रमात घेऊन गेले. आम्ही बेंगलोरपासून गाडी चालवत गेलो.

आम्ही आश्रमात पोहोचेपर्यंत संध्याकाळ झाली होती. मला तिथे जाताच शांततेची जाणीव झाली. रविवार असल्याने तिथे जरा जास्तच लोक आले होते. पण कुणीही शांततेचा भंग करत नव्हतं. अत्यंत सुंदर आणि कुठलाही डामडौल नसलेलं, अतिशय साधं असं हे स्थान हिरवळीने आच्छादित अशा टेकडीच्या मध्यभागी आहे. सगळ्यात आधी आम्ही पापा रामदास आणि माता कृष्णाबाई यांच्या पवित्र समाधीचं दर्शन घेतलं. तिथे काही लोक ध्यान करत होते. तिथे दर्शन घेतल्यानंतर श्री. रामचंद्र मला तेथील व्यवस्थापकाला भेटण्यास घेऊन गेले, ज्यांनी साधू बनल्यानंतर स्वामी मुक्तानंद असं नाव धारण केलं होतं. स्वामी सत्चिदानंदांच्या आश्रमाचे तेच उत्तराधिकारी होते. त्यांनी शुभ्र वस्त्रं परिधान केली होती. बघता क्षणीच अत्यंत प्रसन्न आणि दयाळू व्यक्तिमत्त्व, असं माझं त्यांच्याविषयीचं मत बनलं.

लगेचच आम्हाला स्वामी सत्चिदानंदांकडे नेण्यात आलं. आम्ही त्यांना दंडवत घातला. स्वामी सत्चिदानंदांचं बऱ्यापैकी वय झालं होतं आणि त्यांची प्रकृती हल्ली बरी नसते असं मी ऐकलं होतं, तरीही त्यांच्या चेहऱ्यावर आजारपणाचं कुठलंही लक्षण नव्हतं. ते उंच, रंगाने काळे होते आणि त्यांनी भगवं वस्त्र परिधान केलेलं होतं. तेजस्वी अशा सुहास्य चेहऱ्याने

आणि हळुवार शब्दांत त्यांनी आमची खुशाली विचारली आणि आमच्या तेथील मुक्कामाची चौकशी केली.

"इथल्या वातावरणाचा योग्य लाभ घ्या," असं ते मल्याळममध्ये म्हणाले. "मी तुमच्याविषयी राव यांच्यांकडून ऐकलं आहे आणि मला खात्री आहे की, पापांकडून उत्सर्जित होत असलेल्या शांतीचा तुम्ही नक्कीच लाभ घ्याल."

अनेक लोक त्यांच्या दर्शनासाठी वाट बघत उभे होते, म्हणून आम्ही त्यांना नमस्कार केला आणि त्यांचा निरोप घेतला.

"उद्या परत या," ते म्हणाले. "आणि संध्याकाळच्या समाधिस्थळी होणाऱ्या प्रार्थनेत जरूर सामील व्हा."

आम्हाला दिलेल्या खोल्या अत्यंत साध्या होत्या. त्यानंतर मी ती सर्व जागा फिरून पाहिली. प्रत्येक गोष्ट साधी पण भव्यदिव्य होती. तिथल्या गोशाळेत भरपूर गायी होत्या. तिथे लोक आळीपाळीने *'ओम श्री राम जय राम जय जय राम'* या नामाचा अखंड जप करत होते. संध्याकाळी आम्ही समाधिस्थळावर पोहोचलो. तिथे सुंदर भजनं म्हटली गेली आणि त्यानंतर आरती झाली.

काही वेळ ध्यान केल्यानंतर दर्शनासाठी उभ्या असलेल्या भक्तांच्या रांगेत जाऊन मी उभा राहिलो. ही रांग पापा आणि मातेचं दर्शन करून पुढे स्वामी सत्‌चिदानंदांच्या दर्शनाकडे जात होती. स्वामी सत्‌चिदानंद एका बाजूला बसले होते आणि येणाऱ्या प्रत्येक व्यक्तीला एक एक फूल देत होते.

जेव्हा माझी वेळ आली, तेव्हा त्यांनी मला एक लाल गुलाबाचं फूल दिलं, आणि अत्यंत हळू आवाजात, "सर्व काही ठीक आहे ना?" असं विचारलं.

"हो स्वामीजी," मी उत्तरलो.

भोजनस्थळी मला अत्यंत साधं पण असं जेवण देण्यात आलं. समाधिस्थळावरची ती संध्याकाळ माझ्यासाठी अत्यंत आनंददायी होती आणि त्यानंतरची बहुतांश रात्र छान अशा तंद्रीतच गेली. हे सर्व सच्चे आत्मे होते. मला वाटलं, माझ्या भटकंतीच्या काळातच बाबाजींनी मला इथे आणायला हवं होतं.

दोन दिवसांनी आम्ही स्वामीजींचा निरोप घेतला आणि आश्रम सोडला. त्यानंतर मी अनेक वेळेस आश्रमाला भेट दिली. स्वामीजींचा मी अत्यंत लाडका झालो आणि मलाही स्वामीजी आवडायला लागले. त्या भेटींदरम्यान एकदा स्वामीजींशी व्यक्तिशः बोलताना मी त्यांना विनंती केली की, मला *'ओम श्री राम जय राम जय जय राम'* या मंत्राची दीक्षा द्यावी, जो मंत्र मी स्वतःहून म्हणताना आनंदून जात असे. त्यांनी माझ्या डोळ्यांत बघितलं आणि हळुवारपणे विचारलं, "शेवटी तू ही दीक्षा घ्यायची ठरवली आहेस तर?"

"हो," मी म्हणालो.

"त्यासाठी तुला बाबाजींची परवानगी आहे का?"

"हो," मी उत्तरलो.

"ठीक आहे मग. उद्या सकाळी ये आणि तुला तो मंत्र मिळेल."

माझा आनंद गगनात मावेना. दुसऱ्या दिवशी मी सकाळी गेलो आणि स्वामी मुक्तानंदांना भेटलो आणि ते म्हणाले की, स्वामीजींनी त्यांना मला आत पाठवण्यास सांगितलं आहे.

मी आत प्रवेश केला. स्वामीजी म्हणाले, "ठीक आहे. तुला मंत्र मिळेल. पण एक गोष्ट लक्षात ठेव की, या सर्व गोष्टी करणारे पापाच आहेत. मी तुला दीक्षा देणारा कुणीच नाही. पापा रामदास हेच गुरू आहेत आणि तेच तुला दीक्षा देतील."

श्वास रोखून मी वाट पाहत होतो. कदाचित स्वामी रामदासांचा आत्माच आता माझ्या कानात येऊन बोलेल. पण जे घडलं त्यामुळे माझ्या डोळ्यांतून पाणी वाहायला लागलं आणि संपूर्ण नम्रता व समर्पणाचा अत्युच्च असा धडा मला मिळाला.

स्वामीजींनी एक टेपरेकॉर्डर बाहेर काढला आणि तो सुरू केला. "काळजीपूर्वक ऐक," ते म्हणाले. "हा पापा रामदास यांचा आवाज आहे. ते तुला आता दीक्षा देतील. तेच तुझे गुरू आहेत. मी त्यांचा फक्त एक विनम्र सेवक आहे."

पापा रामदासांच्या सौम्य आवाजातील मंत्र माझ्या कानात घुमू लागला, *'ओम श्री राम जय राम जय जय राम.'* माझं संपूर्ण शरीर आणि मन रोमांचित होऊन गेलं. मी शुद्ध ब्रह्म परात्पर रामाच्या ब्रह्मानंदात न्हाऊन निघालो. 'काय हे अहोभाग्य! मला पापा रामदास यांच्याकडून मंत्र मिळाला आणि ही केवढी मोठी कृपा, की अशा महान सत्पुरुषाच्या पायाशी मी बसलो होतो आणि त्यांचे आशीर्वाद मला मिळत होते!' फार काही न बोलता मी साष्टांग नमस्कार केला आणि माझ्या खोलीकडे परतलो. त्या महान मंत्राच्या परमानंदात मी अखंड बुडालो होतो. जवळपास दोन तास मी त्याच परमानंदाच्या अवस्थेत होतो. माझ्या हृदयाच्या अंतरंगात ती कृपा साठवून दुसऱ्या दिवशी मी बेंगलोरला परतलो.

त्यानंतर मी आश्रमाला अनेक वेळेस भेट दिली आणि अनेक सत्पुरुषांना आणि साधकांना भेटलो. त्यानंतरच्या आनंदाश्रमातील अनेक भेटींत एकदा मी ९१ वर्षांच्या स्वामी विश्वानंदांना भेटलो. ते रमणमहर्षी आणि पापा रामदास यांच्या सहवासात राहिले होते आणि त्यांना संतसमान अशा आनंदमयी माँ यांची २५ वर्षांपेक्षा जास्त काळ सेवा करण्याचे भाग्य लाभले होते. त्याचबरोबर माझे चांगले मित्र, ज्यांना मी सच्चे, प्रामाणिक साधक म्हणेन, असे श्री. अजय कुमार सिंग यांनाही भेटलो.

माझ्या एका भेटीत मी अशा तीन साधूंना भेटलो, जे माझ्या मते आध्यात्मिक प्रवासात खूपच पुढे गेले होते.

तसेच माझे प्रिय मित्र, प्रामाणिक आणि अभ्यासू साधक, ज्यांना मी माझे ज्येष्ठ बंधू मानतो ते श्रीकांत, जे अध्यात्मावरची उत्तमोत्तम पुस्तकं प्रकाशित करतात, माझ्या जवळच राहतात, त्यांच्याविषयी आदर व्यक्त करायची कुठलीच संधी मी सोडत नाही.

आश्रमाला जेव्हा मी शेवटची भेट दिली तेव्हा स्वामीजी खूप आजारी होते. हैदराबादमधील रुग्णालयात त्यांच्यावर उपचार चालू होते. त्यांनी स्वामी मुक्तानंदांबरोबर निरोप पाठवला की, आश्रमात गुरुपौर्णिमेच्या वेळी रामकृष्ण मिशनचे स्वामी शंकरानंद यांच्याबरोबर सत्संग भरवण्यासाठी मला आमंत्रित केलं जावं.

खरं तर स्वामीजी खूप आजारी असल्याने ते सत्संगास उपस्थित राहू शकतील असं कोणालाच वाटलं नव्हतं. पण आश्चर्य म्हणजे, सकाळी त्यांचं आगमन झालं. अत्यंत आजारी असूनही ते सत्संगास उपस्थित राहिले. परत निघायच्या अगोदर मी त्यांचा निरोप घ्यायला गेलो. त्यांना साष्टांग नमस्कार घालून मी जेव्हा परत उभा राहिलो, तेव्हा मला जाणवलं की, त्यांची आणि माझी ही शेवटचीच भेट असावी. जणू काही त्यांचे करुणामय डोळे मला सांगत होते, या शरीराला आता मी थकलो आहे आणि आता मला त्याचा त्याग करायचा आहे. आता आपली भेट मुक्तीनंतरच होईल.

■■■

८.

अवकाशातील भ्रमण

इथे मी हिमालयाच्या पायथ्याशी बसलोय. माझ्या खोलीच्या बाल्कनीतून जशी मी गंगा वाहताना पाहतोय, तशतशा माझ्या जुन्या आठवणी जाग्या होताहेत. – वर्षानुवर्षं वाहणाऱ्या या गंगेकडे बघत अरुंधती गुहेमध्ये बाबाजींच्या बाजूला एक तरुण शिष्य बसलाय.

मी बाबाजींना म्हणालो, "लहानपणापासून मला अशी स्वप्नं पडतात की, मी हवेतून उडतोय. कधीकधी इतकं जोरात उडतोय की, वाटेत येणाऱ्या विजेच्या तारा आणि झाडांच्या फांद्या चुकवण्यासाठी खाली वाकतोय. कधीकधी त्या स्वप्नांमध्ये मी एकदाही न पाहिलेल्या अद्भुत जागा मला दिसल्या. मला वाटतं, मी त्या स्वप्नांत हिमालयाच्या पर्वतरांगा अनेक वेळा बघितल्यात. जागं झाल्यानंतर मी त्यातले बारकावे विसरून जायचो. माझ्या अंतर्मनातील सुप्त इच्छांमुळे ही स्वप्नं तयार झालीत की त्यापेक्षा काही वेगळं आहे?"

"बाळा, अनेकदा आपली स्वप्नं म्हणजे आपल्या अंतर्मनातील विचारांचं ढोबळ मिश्रण असतं आणि सूक्ष्म शरीराचे (ज्याला लिंग शरीर असंही म्हणतात) खरे अनुभव असतात. आपलं भौतिक शरीर गाढ निद्रेत असताना हे सूक्ष्म शरीर भौतिक शरीरातून बाहेर पडतं आणि प्रवास करतं. आपल्या मेंदूमध्ये अशी अंतर्भूत व्यवस्था असते, ज्यामुळे रात्रीच्या प्रवासातील आठवणींचे बारकावे पुसले जातात. जाग आल्यानंतर सूक्ष्म शरीराच्या या प्रवासाच्या काही पुसटशा आठवणी आणि अंतर्मनातील काही गोष्टी यांची सरमिसळ आपल्याला आठवते. अगदीच कमी लोक याला अपवाद असतात. – असे काही योगभ्रष्ट असतात जे मागच्या जन्मीचे योगी असतात व त्यांचा अपूर्ण प्रवास पूर्ण करण्यासाठी परत जन्म घेऊन आलेले असतात."

पुढे सांगताना बाबाजींचे डोळे चमकले. ते म्हणाले, "अशी काही तंत्रं आहेत ज्यांच्याद्वारे तुम्ही तुमचं भौतिक शरीर सोडून सूक्ष्म शरीराद्वारे जाणीवपूर्वक प्रवास करू शकता आणि त्यातील बारकावे लक्षात ठेवू शकता."

मी म्हणालो, "मला हे सर्व शिकायला आवडेल. कारण स्वप्नांच्या त्या अवस्थेत मुक्त पक्ष्यासारखी उडल्याची जाणीव आत्ताही मला आठवतेय. पण हे सगळं तुमच्या हातात आहे. माझ्या मूळ ध्येयापासून मी हटणार नसेन आणि माझ्यासाठी ते योग्य आहे असं तुम्हाला वाटत असेल तरच मी ते करेन."

बाबाजी म्हणाले, "खरं तर तू याचा सराव करायला हवास. मी तुझ्या सुरक्षिततेची सर्व काळजी घेईन आणि तू तुझ्या मूळ ध्येयापासून ज्याला मोक्ष, कैवल्य किंवा निर्वाण म्हटलं जातं, यापासून विचलित होणार नाहीस हे मी पाहीन. यामुळे जेव्हा शारीरिकदृष्ट्या मी तुझ्यापासून दूर असेन तेव्हा तुला, मला भेटणं आणि माझ्याशी संपर्क करणं शक्य होईल. विशेषतः अशा ठिकाणी, जेथे सर्वसामान्यपणे पोहोचणं शक्य नाही."

भौतिक शरीरातून सूक्ष्म शरीराने बाहेर पडण्याचं तंत्र शिकवण्याअगोदर बाबाजींनी मला सूक्ष्म शरीराच्या गुणवैशिष्ट्यांचं वर्णन केलं.

लिंग शरीर म्हणजे सूक्ष्म शरीर हे सूक्ष्म कणांचं बनलेलं असतं. जे सामान्य डोळ्यांना दिसूच शकत नाही. जे आकाराने आपल्या भौतिक शरीरासारखंच असतं आणि आपल्या भौतिक शरीरावर अगदी बरोबर बसलेलं असतं. त्याला कामरूपदेखील म्हटलं जातं. कारण भौतिक शरीर जेव्हा इंद्रियांकडून, अवयवांकडून आपल्या इच्छा पूर्ण करून घेतं, तेव्हा झालेला नैसर्गिक आनंद आंतरिक मन, आत्मन हे या सूक्ष्म शरीराद्वारे प्रकट करत असतं.

जरी आपलं सूक्ष्म शरीर हे हुबेहूब आपल्या भौतिक शरीरासारखं असलं, तरीही हे जेव्हा भौतिक शरीराच्या बाहेर जातं तेव्हा ते अत्यंत तरुण, सुंदर दिसतं. अर्थात दिव्यदृष्टी असलेल्या व्यक्तींच्या डोळ्यांनाच ते दिसू शकतं. सर्वसामान्य व्यक्तींच्या डोळ्यांना हे कधीच दिसू शकत नाही. जेव्हा मूल आठ वर्षांचं होतं, तेव्हा त्याचं सूक्ष्म शरीर पूर्णतः तयार झालेलं असतं.

"दिव्यदृष्टी," बाबाजी म्हणाले. "ही सर्वसाधारणपणे लोकांना मिळत नाही. ही फक्त अत्यंत प्रगत योग्यांनाच प्राप्त होते." त्याच वेळी त्यांनी मला दिव्यदृष्टीचं मिळाल्याचं ढोंग करणाऱ्यांपासून सावध राहण्याचा इशारा दिला. "असे लोक हे स्वतःच्याच कल्पनेत अडकलेले असतात किंवा शुद्ध ढोंग करणारे असतात आणि असे लोक कमकुवत मनाच्या, पटकन फसणाऱ्या लोकांचा फायदा घेतात; पण असा योगी ज्याने आपल्या इच्छांवर विजय मिळवला आहे, त्याचं सूक्ष्म शरीर मात्र फिकट होत जातं आणि भौतिक शरीराच्या मृत्यूनंतर त्याचं विघटन होतं. भौतिक शरीरापासून संपूर्णपणे विघटित झालेल्या या शरीराचा वापर,

आत्मा एक शुद्ध वाहन म्हणून करतो, ज्याला 'कॅज्युअल बॉडी' किंवा 'कारण शरीर' असं म्हटलं जातं. पण सर्वसामान्यांच्या बाबतीत मात्र हे सूक्ष्म शरीर ज्याला लिंग शरीर म्हटलं जातं, हे भगवद्गीतेत कृष्णाने म्हटल्यानुसार सर्व वासना किंवा इच्छा हे बीज रूपात घेऊन जातं; जसं वारा हा इकडून तिकडे वाहताना सुगंध वाहून नेतो.

"नवीन शरीर प्राप्त करून या अतृप्त इच्छा आनंदाने उपभोगेपर्यंत त्या तशाच असतात. सूक्ष्म शरीराचा आकार हा भौतिक शरीरासारखाच असतो आणि इंद्रियांच्या पलीकडे जाऊन बघायची दृष्टी असलेल्यांखेरीज इतर कुणालाही ते दिसू शकत नाही. याबरोबर सूक्ष्म शरीर वास घेऊ शकतं, ऐकू शकतं आणि बघूदेखील शकतं. परंतु स्पर्श करण्याची क्षमता मात्र या सूक्ष्म शरीरामध्ये नसते. सूक्ष्म शरीर धारण करून जर कोणी भौतिक जगातील एखादी वस्तू धरायचा प्रयत्न केला, तर त्याची बोटं त्या वस्तूतून आरपार निघून जातात आणि त्यामुळे सूक्ष्म शरीराद्वारे बघितली गेलेली वस्तू तो आपल्याबरोबर घेऊन जाऊ शकत नाही.

"सूक्ष्म शरीर हे सूक्ष्म कणांनी बनलेलं असल्यामुळे भिंतीतून सहज आरपार जाऊ शकतं किंवा कुठल्याही भौतिक अडथळ्यातून सहज प्रवेश करू शकतं. सुरुवाती-सुरुवातीला भौतिक शरीरापासून खूप दूर जाणं शक्य होत नाही. परंतु सरावाने सूक्ष्म शरीर दूरवर कसं घेऊन जायचं आणि आपल्या इच्छेनुसार परत भौतिक शरीरात कसं यायचं, हे समजतं. बहुतांश लोकांमध्ये भौतिक शरीर आणि सूक्ष्म शरीर हे बेंबीच्या मध्यापासून जोडलं गेलेलं असतं.

"याला अपवाद असतात असे योगी, जे जाणीवपूर्वक त्यांचं सूक्ष्म शरीर दोन भुवयांच्यामधून आज्ञाचक्रातून बाहेर नेतात. अनेक वर्षांच्या साधनेनंतर योगी फक्त भौतिक जगातच नाहीत तर त्याबाहेरील क्षेत्रात, वातावरणात जाण्यासाठी सक्षम बनतात. अशा ठिकाणी अनेक अलौकिक शरीरं, जी पृथ्वीबाहेर म्हणजेच अवकाशात असतात, ज्या अवकाशाला आकाशगंगा म्हटलं जातं. फक्त अतिप्रगत योगीच या सर्व पातळ्यांतून प्रवास करू शकतात."

अशाच एका सत्रात बाबाजींना मी मध्येच थांबवलं आणि विचारलं, "म्हणजे भूत. अनेक लोक सांगतात की, त्यांनी भुताला बघितलं किंवा त्यांना भूत जाणवलं. याचा अर्थ ते योगींचं प्रवास करत असलेलं लिंगशरीर किंवा सूक्ष्म शरीर असेल किंवा ज्यांचं भौतिक शरीर मृत्यू पावलंय त्यांचं सूक्ष्म शरीर असेल. होय ना?"

बाबाजी म्हणाले, "फक्त दुर्मीळ आणि काही विशेष परिस्थितीतच हे शक्य आहे. कारण ज्यांचं भौतिक शरीर मरण पावलंय, त्यांचं सूक्ष्म शरीर या जगात फार काळ राहू शकत नाही. महान योगी, ज्यांना काही विशिष्ट कार्य पूर्ण करायचंय, तेच फक्त आपलं कारणशरीर थांबवून ठेवतात. ज्यांनी विशिष्ट अशी दृष्टी विकसित केलेली असते, त्यांनाच ते दिसू शकतात. ज्यांनी

अशी आकलनाची विशिष्ट दृष्टी विकसित केलेली नसते, त्यांना एखाद्या वेळेस असं अभौतिक अस्तित्व दिसू शकतं. कधीकधी अत्यंत भीतीमुळे, अत्यंत दुःखामुळे, धार्मिक परमानंदामुळे किंवा ड्रगच्या अतिसेवनामुळे मेंदूतील भावना नियंत्रित करणारी प्रणाली उत्तेजित होते, तेव्हा असं होऊ शकतं.

"सर्वसाधारणपणे ज्यांनी भूत बघितल्याच्या घटना नोंदवल्या आहेत, त्याला *इथरिक डबल* असं म्हटलं जाऊ शकतं. यासाठी ज्याचं जीवन आत्महत्येमुळे किंवा अपघातामुळे अचानक संपुष्टात आलंय, अशा धडधाकट शरीरयष्टी असलेल्या माणसाचं उदाहरण आपण विचारात घेऊ. प्रत्येक मानवी शरीरातील पेशीत रसायनं असतात, ज्याद्वारे बदल होऊन विद्युत चार्ज तयार होतो आणि हा विद्युत चार्ज त्या त्या शरीराचा आकार गृहीत धरून तयार होतो.

"अचानक मृत्यू झाल्यानंतर त्या शरीरावर अंत्यसंस्कार झाल्यावर किंवा त्याचं दफन झाल्यावर किंवा ते शरीर नष्ट केल्यानंतरही तो विद्युत चार्ज त्या शरीराचा आकार गृहीत धरून तयार होतो आणि बाहेर फेकला जातो. जोपर्यंत तो चार्ज ओसरत नाही, तोपर्यंत स्वतंत्रपणे शिल्लक राहतो आणि हळूहळू नाहीसा होतो.

"हा इथरिक चार्ज ज्या शरीरातून उत्पन्न झालेला असतो त्या शरीराच्या भावना, ज्या जागांशी किंवा वस्तूंशी जोडलेल्या असतात तिथे तो उपलब्ध असतो. जसाजसा हा चार्ज ओसरत जातो, तसा हळूहळू नाहीसा होतो. पण तोपर्यंत चुंबकासारखा त्या जागांशी किंवा वस्तूंशी जोडलेला असतो."

बाबाजी म्हणाले, "सूक्ष्म शरीर उच्चतम भागाकडे चढत जातं आणि तिथे जाऊन आराम करतं आणि तिथे उपलब्ध असलेल्या मार्गदर्शनाच्या मदतीने उत्क्रांतिवादाच्या घटकानुसार भविष्यातील पुनर्जन्माविषयी निर्णय घेतं.

"लक्षात ठेव, इथरिक डबल याला चुकून भूत म्हटलं जातं आणि ते विशिष्ट परिस्थितीतच तयार होतं. आपण चर्चा केलेल्या घटनांव्यतिरिक्त ते धुक्याच्या रात्रीदेखील दिसतं, पण त्याला स्वतःची अशी बुद्धी नसते किंवा इच्छाही नसते. तो एक विद्युत चार्ज असतो, ज्याचा कोणालाही त्रास होऊ शकत नाही. पण हे बघून एखाद्या कमकुवत हृदयाच्या व्यक्तीचे हृदयाचे ठोके मात्र बंद पडू शकतात.

"काही विलक्षण योगी जे काळ्या जादूमध्ये माहीर असतात, ते मात्र या इथरिक डबलला आपल्या इच्छेनुसार दिशा देतात आणि ठरावीक ठिकाणी इच्छेनुसार प्रकट करतात. त्यांना, ज्यांना त्रास द्यायचा असतो त्यांच्यासमोर विशिष्ट पद्धतीने वागण्यास, घाबरवण्यास भाग पाडतात. याला काळ्या जादूचा एक भाग म्हटलं जातं. त्यांच्याकडे इथरिक डबलचे विघटन न करता एकत्र ठेवण्याचे मार्ग आणि पद्धती असतात. असं केलं नाही तर नैसर्गिक पद्धतीने त्याचं विघटन होत असतं.

"जे आध्यात्मिक शक्तीने भारावलेल्या मंत्रांचा उच्चार करतात, जसं *ओम नमः शिवाय* किंवा *ओम नमो नारायणा* किंवा कुराणातील असे अध्याय ज्याचा उद्देशच यासाठी असतो,

त्याचा जप केल्याने अशा इथरिक डबलची शक्ती नाहीशी होते आणि त्याचं लगेचच विघटन होतं.

"उच्चतम विकसित योग्यांना यापासून कुठलंच भय नसतं किंवा ज्यांना अशा अतिउच्च आध्यात्मिक गुरूंचं ज्यांना संरक्षण लाभलंय, त्यांनाही यापासून कुठली भीती नसते. असे भक्त जे दैवी शक्तींसमोर नतमस्तक झालेले असतात, त्यांना नैसर्गिकरीत्याच या अमानवी कार्य करणाऱ्या, काळ्या जादूपासून संरक्षण मिळतं.

"तथापि, स्वतःला काळे जादूगार म्हणवणारे बहुतांश जण हे ढोंगीच असतात. सर्वसामान्य लोकांच्या भेकड आणि भोळ्या स्वभावामुळे त्यांचं फावतं. जे खरंच काळ्या जादूचा सराव करतात असे लोक अपवादात्मकच असतात, आणि अशा बहुतांश लोकांचा शेवट हा त्यांच्या राक्षसी विचारांमुळेच होतो. बहुतेकदा हालहाल होऊन त्यांचा मृत्यू होतो."

बाबाजींनी शिकवलेल्या खास क्रियेच्या सरावामुळे सामान्य इंद्रियांच्या पलीकडे जाऊन पाहण्याची क्षमता माझ्यामध्ये काही वेळासाठी विकसित झाली होती. अशा एका निरभ्र मध्यरात्री मी कुटीरच्या बाहेर उभा होतो. आणि मी पाहिलं, समोर असलेल्या अनेक कुटींमधून त्यातील साधूंच्या शरीरातून बाहेर पडलेल्या सोनेरी निळसर रंगाचा प्रकाशझोत वर गेला होता आणि त्या साधूंच्या फिकट अशा सूक्ष्म शरीराशी जोडला गेला होता. तेव्हा मला बाबाजींनी सांगितलेलं आठवलं की, सर्व मानवी शरीरं झोपेत असताना आपली भौतिक शरीरं सोडून सूक्ष्म शरीरात वावरत असतात.

पुढच्या प्रकरणात बाबाजींनी मला शिकवलेल्या अशा तंत्राविषयी चर्चा करू, ज्याद्वारे भौतिक शरीरातून जाणीवपूर्वक सूक्ष्म शरीर बाहेर कसं घेऊन जायचं हे स्पष्ट होईल. जसं बाबाजी म्हणाले होते की, "सूक्ष्म शरीराने बाहेर जाण्यातील सर्वात मोठा अडथळा हा, 'आपण असं करू शकत नाही' हा विचारच असतो. हा विचार उपजतच असल्यामुळे बहुतांश लोक भौतिक शरीर सोडून सूक्ष्म शरीराने एखाद्या पक्ष्याप्रमाणे मुक्त विहार करण्याच्या क्षमतेला मुकतात."

१.

शरीराबाहेरील प्रवासाची सोपी तंत्रं

मागच्या प्रकरणात कबूल केल्यानुसार मी आता तुम्हाला असं तंत्र सांगतो की, ज्यामुळे सूक्ष्म शरीराचं प्रक्षेपण केलं जाऊ शकतं.

बाबाजींनी मला अनेक पद्धती शिकवल्या आहेत, पण त्यातल्या दोनच सांगण्याची मला परवानगी आहे. श्वासोच्छ्वासाची अशी काही तंत्रं आहेत, ज्यामुळे ॲस्ट्रल प्रोजेक्शन अर्थात सूक्ष्म शरीराचं प्रक्षेपण सोपं होतं; पण तेही मला सांगायला मनाई आहे. मात्र यामुळे तुम्ही हिरमुसण्याची गरज नाही.

या दोन सुलभ तंत्रांपैकी कुठलंही एक तंत्र वापरून तुम्हाला सहजतेनं भौतिक शरीराच्या बाहेर जाता येतं. ॲस्ट्रल प्रोजेक्शनमधली मुख्य अडचण कुठली असेल तर, 'हे होऊ शकत नाही' किंवा 'ॲस्ट्रल प्रोजेक्शन नावाची गोष्टच नाही,' अशी धारणा असणं. ज्या क्षणी तुम्ही विश्वास ठेवता की, बहुतांश लोक हे करू शकतात आणि हे साधं, सोपं आहे; त्या क्षणी भौतिक शरीर सोडून आकाशात तरंगायचे दरवाजे उघडलेले असतात.

तर हे घ्या तंत्र पहिलं –

या तंत्राद्वारे थोडासा वेळ लागत असला तरी सर्वात साधं आणि सुरक्षित असं आहे. रात्री झोपण्यासाठी जेव्हा तुम्ही आडवे होता, तेव्हा विचलित करणारे सर्व दिवे बंद करून टाका. जर झोप येतेय असं वाटत असेल तर घेतलेली उशी बाजूला ठेवा. नाहीतर शरीराबाहेर जाण्याऐवजी तुम्ही निद्रेच्या आधीन व्हाल. सैलसर आणि आरामदायक कपडे घालून शरीराला शवासनाच्या अवस्थेत घेऊन या. अशा वेळेला पाय एकमेकांपासून लांब नकोत. ते जवळ असायला हवेत. खोल आणि शांतपणे श्वास घ्या. तुम्हाला जी जागा आवडते त्या जागेची कल्पना करा किंवा

तुमच्या चांगल्या मित्राचा विचार करा किंवा तुमची जी आवडती व्यक्ती आहे तिला तुम्ही भेटताय अशी कल्पना करा. किंवा तुम्हाला ज्याला भेटायचं आहे, त्याविषयी विचार करा.

डोळे मिटून अशी कल्पना करा की, दरवाजातून तुम्ही आरपार जाताय आणि गेटमधून बाहेर पडताय, जसं तुम्ही नेहमी करता. मग तुमच्या मित्राकडे, मित्राच्या घराकडे जो रस्ता जातो त्या रस्त्याने चालायला सुरुवात करा. किंवा सायकलवर बसून त्या रस्त्याने जायला सुरुवात करा. सुरुवातीला फक्त जवळच्या जागांचीच कल्पना करा, किंवा जिथे तुम्ही चालत जाऊ शकता अशा जागेची कल्पना करा. जसं, तुमची एखादी आवडती बाग.

जसं तुम्ही कल्पनेत त्या बागेत पोहोचाल, शांतपणे बाकावर बसा किंवा हिरवळीवर शांतपणे झोपा आणि बारकाईने प्रत्येक गोष्ट बघा. तिथे एखादं मोठं कुत्रं तुमच्या जवळ आलं तर घाबरून जाऊ नका. कारण ते कुत्रं तुम्हाला बघू शकत नाही. एक दिवशी तुम्ही सूक्ष्म शरीराने खरोखरच तिथे असाल आणि तिथली प्रत्येक गोष्ट तुम्ही बघू शकाल, ऐकू शकाल. परत भौतिक शरीरात जाण्यासाठी तुम्ही फक्त परत जाताय, असा विचार करा आणि गवतावर शरीर ताणून झोपी जा. जेव्हा तुम्ही उठाल तेव्हा तुम्ही भौतिक शरीरातच असाल. मी परत आलोच नाही तर काय होईल, अशी भीती बाळगायचं कारण नाही. कारण तुम्ही तुमच्या शरीरापासून फार काळ लांब राहूच शकत नाही. कदाचित एखादा मोठा झटका बसून तुम्ही परत याल आणि उठल्यानंतर कदाचित डोकं प्रचंड दुखेल.

एक गोष्ट लक्षात ठेवा, सूक्ष्म शरीरात असताना तिथल्या प्रत्येक गोष्टी जाणवतील. त्यांचा तुम्ही वास घेऊ शकाल, ऐकू शकाल, पण तिथली कुठलीही गोष्ट तुम्ही उचलून आणू शकणार नाही. कारण तुमचा हात तिथल्या प्रत्येक गोष्टीतून आरपार जाईल. जरी तुम्ही बाकीच्यांना बघू शकत असलात तरी महान दिव्यदृष्टी असलेले योगी सोडता बाकी तुम्हाला कोणीच बघू शकणार नाहीत. तुमचं सूक्ष्म शरीर हे जाड भिंतीतूनदेखील आरपार जाऊ शकतं आणि कुठेही प्रवेश करू शकतं.

पहिल्यांदा जेव्हा तुम्ही शरीरातून बाहेर जाता, तेव्हा तो एक सुंदर अनुभव असतो. भौतिक शरीरात परत आल्यानंतर तुम्हाला अत्यंत चित्तथरारक वाटेल. पहिल्यांदा शरीराच्या बाहेर जाणं हा अत्यंत सुंदर अनुभव असतो. ढगांसारखं तरंगल्यानंतर परत शरीरात जाणं हा अत्यंत भयानक अनुभव असतो. तुम्हाला एखाद्या जड कवच असलेल्या गोष्टीत शिरल्यासारखं वाटेल.

या दोन्ही अवस्थांशी जुळवून घ्यायला तुम्हाला थोडासा वेळ लागेल. सूक्ष्म शरीरातून प्रवास करून आल्यानंतर तुम्हाला आलेला अनुभव कागदावर लगेच लिहून काढणं अत्यंत महत्त्वाचं आहे. आपला मेंदू अशा गोष्टी नंतर विसरून जातो. म्हणून त्या आठवणी ताज्या असतानाच लिहायला हव्यात.

या प्रयोगादरम्यान जर तुम्हाला झोप लागली तर उठल्यानंतर तुम्हाला या गोष्टी अंधुकशा आठवतील. साधारणपणे एका तासाभरात या आठवणी नाहीशा होतात. म्हणून लगेचच लिहून काढा. मित्रांनो, तुमच्या प्रवासाला शुभेच्छा.

आता दुसरं तंत्र शिकू या. हे थोडंसं जास्त अवघड आहे पण आत्मसात केल्यास खात्रीने यश मिळतं. योगी यासारखंच किंवा यापेक्षा थोडंसं उच्च तंत्र वापरतात. चला, ते काय, हे आपण समजून घेऊ या.

साधारणपणे सैलसर आणि आरामदायी कपडे घाला. जर दिवसा तुम्ही हा प्रयोग करणार असाल, तर खिडक्यांचे पडदे नीट बंद केलेत हे तपासून बघा, ज्यामुळे बाहेरील उजेड तुम्हाला विचलित करू शकणार नाही. पडद्यातून जर मंद प्रकाश येत असेल तर तो चालेल. जर तुम्ही रात्री हा प्रयोग करत असाल तर सर्व दिवे बंद करा. जड जेवण झाल्यानंतर मात्र हा प्रयोग करू नका. कारण बहुतांश वेळी तुम्ही झोपी जाल. तुमचं जर भरगच्च जेवण झालं असेल तर दोन तासांनी याचा सराव करा.

शवासनाच्या अवस्थेत दोन्ही पाय जवळ घेऊन आरामदायी बेडवर झोपा. उशीचा वापर करू नका. एखाद्या टॉवेलची घडी मानेखाली घेऊ शकता, ज्यामुळे छताकडे बघून तुम्ही आरामात आडवं पडू शकाल. एखादं हळुवार संगीत लावू शकाल. पण अशा संगीताशिवाय हा प्रयोग केलात तर अधिक योग्य ठरेल.

डोळे उघडे ठेवून छताकडे एकटक बघा. आता डोळे बंद करा आणि असं अनुभवा की, तुम्ही छताकडे तोंड करून छताच्या जवळ तरंगताय. तुमच्या शरीराची व्यवस्थित कल्पना करा. ऊर्जेची सातही केंद्रं ज्यांना चक्रं म्हटलं जातं, पाठीच्या मणक्याच्या मुळाशी असलेल्या मूलाधार चक्रापासून डोक्यावर असलेल्या सहस्त्रार चक्रापर्यंत प्रकाश गोल गोल फिरतोय, अशी कल्पना करा. या सगळ्यामधून विजेची निळ्या रंगाची गोलाकार चक्रं एकत्रित फिरताहेत असं बघायचा सराव करा.

शांत व्हा. कुठलाही तणाव घेऊ नका. सुरुवातीला अत्यंत नीरव शांततेत तुम्ही चित्र काढताय, अशी कल्पना करा. तुम्ही शरीरातून बाहेर पडताय असा विचार न करता त्याऐवजी असा विचार करा की, तुम्ही शरीराच्या बाहेरच आहात. छताभोवती फिरताय, ज्यात तुमची चक्रही हळुवार फिरताहेत. त्या अवस्थेतच राहा. काही वेळानंतर कदाचित पहिल्याच दिवशी किंवा नंतर आपोआप तुम्हाला तरंगल्याची जाणीव होईल किंवा वर वर जात असल्यासारखं जाणवेल. तुम्ही हलके हेलकावे खात आहात, असे वाटेल आणि तुम्हाला जाणीव होईल की, तुम्ही तरंगताय. वळून बघितलंत तर तुम्हाला दिसेल की, तुमचं भौतिक शरीर त्या बेडवर झोपलंय.

ते तुमचं शरीर आहे, हे कळायला तुम्हाला काही वेळ लागेल. कारण आरशात स्वतःचं प्रतिबिंब बघणं हे वेगळं असतं आणि स्वतःचं शरीर समोरासमोर बघणं हे पूर्णपणे वेगळं असतं.

आता तुम्ही सूक्ष्म शरीराचा प्रवास करायला तयार आहात. सुरुवातीला फक्त जवळच्या ठिकाणीच जा. जसजसे तुम्हाला आणखी अनुभव येतील, तसतसं तुम्ही लांब जाऊ शकाल. खरं तर तुम्ही ज्या व्यक्तीची किंवा ज्या जागेची व्यवस्थित कल्पना कराल, त्या क्षणी विचारांच्या वेगाने तिथे पोहोचलेले असाल.

आता या मिळालेल्या नवीन स्वातंत्र्याचा आनंद घ्या आणि त्यात विहार करा. लक्षात ठेवा, मी परत कसा येईन, याची भीती बाळगण्याची अजिबात गरज नाही. तुम्ही कितीही ठरवलं तरी तुम्ही फार वेळ शरीराबाहेर राहूच शकत नाही. हा निसर्गाचा नियम आहे की, तुम्हाला परत यावंच लागतं. फक्त मृत्यूनंतरच तुमच्याशी जोडली गेलेली सिल्व्हर कॉर्ड तुटते आणि तुम्ही जड अशा भौतिक देहरूपी पिंजऱ्यातून कायमस्वरूपी मुक्त होता.

■■■

१०.

मुक्त प्रवास : माझे भौतिक शरीराबाहेरील अनुभव

मी अमेरिकेतील ओरेगॉन या राज्यातील ब्राईटनबश हॉट स्प्रिंग इथे माझ्या लहानशा केबिनमध्ये बसून हे लिहितोय. ब्राईटनबश हे सुंदर रीट्रीट सेंटर आहे, त्याचं बांधकाम हे मूळ पवित्र भारतीय जागेवर आधारित आहे. उंच आणि भव्य अशी झाडं मला खिडकीबाहेर दिसताहेत. जवळच असणाऱ्या नदीच्या प्रवाहाचा आवाज मला ऐकू येतोय. ही माझी ब्राईटनबशला आठवी भेट आहे. दर वर्षी लहान ग्रुप्सना इथे मी ध्यान शिकवतो. त्यातील बहुतांश अमेरिकनच असतात.

रात्री मला सूक्ष्म शरीराद्वारे विहार करायला फार आवडतं. तुम्हाला ऐकण्याचा कान असेल तर मूळ भारतीयांचा पवित्र मंत्रोच्चार तुमच्या कानी पडेल. हे थोडा वेळ बाजूला ठेवू या. आता माझ्या पहिल्या भौतिक शरीराबाहेरील अनुभवाबद्दल बोलू या. तुम्ही जर रिचर्ड डॉकीन्स, मार्टिन गार्डनर किंवा जेम्स रॅन्डीचे फॅन असाल, तर कृपा करून काही वेळासाठी तुमचे पूर्वग्रह बाजूला ठेवा. आपण खूप मोठ्या अशा अज्ञात क्षेत्रामध्ये प्रवेश करतोय, जे तर्कसंगत चौकटीच्या बाहेर येऊन विचार करायला तयार नसलेल्या आणि अविश्वास दाखवणाऱ्या मनाच्या पलीकडचे आहे.

मी जेव्हा भौतिक शरीरातून बाहेर पडायचा पहिला अनुभव घेतला तेव्हा मी गंगेच्या किनारी लक्ष्मणझुल्याच्या पलीकडील लहानशा कुटीमध्ये राहत होतो. बाबाजी म्हणाले होते की, ते

काही महिन्यांसाठी अल्मोडा जिल्ह्यातील मुक्तेश्वर येथे केवळ त्यांनाच ज्ञात असलेल्या काही कारणांसाठी गेले होते. बाबाजींनी शिकवलेल्या काही तंत्रांचा वापर करून माझं सूक्ष्म शरीर बाहेर नेण्याचा मी सहा महिन्यांपासून सराव करत होतो. पण त्यात मला फारसं यश मिळत नव्हतं. पण त्या रात्री झोपण्यासाठी मी अंथरुणावर पडलो होतो आणि कुठल्याही तंत्राचा वापर न करता अचानक ते घडलं. त्या वेळचं मला आठवतंय की, आत्ता मला झोप लागतच होती आणि त्या क्षणी माझ्या मनात विचार आला की, "बाबाजी आत्ता कुठे असतील?"

थोडासा हेलकावा बसल्यासारखं झालं आणि हलका धक्का बसला. अचानक मला जाणवलं की, माझं शरीर हलकं झालंय आणि मी मुक्तपणे तरंगतोय आणि खाली 'एम' म्हणवणाऱ्या शरीराकडे बघतोय. खाली बघतोय. ते शरीर माझंच आहे, हे समजायलाही मला काही क्षण लागले. याचं कारण म्हणजे, मी पहिल्यांदाच बाहेरून माझ्या शरीराकडे असं बघत होतो. मला आरशात नेहमी जे माझं शरीर बघायची सवय होती, त्यापेक्षा हे थोडंसं वेगळं दिसत होतं.

ज्या वेळेला माझ्या लक्षात आलं की, मी खरोखरच सूक्ष्म शरीरात आहे, तेव्हा मी ठरवलं की, या क्षणी या परिस्थितीत सगळ्यात चांगलं काय करता येईल, तर बाबाजी कुठे आहेत याचा शोध घ्यायचा प्रयत्न करू या. ते अरुंधती गुहेत असतील, मौनीबाबाच्या गुहेत असतील की गुरुमुख मार्गाकडे जाण्याच्या चिरबसा या त्यांच्या आवडत्या गुप्त स्थळी असतील?

जशी माझी बाबाजींना बघायची इच्छा प्रबळ झाली, तसं मी वेगाने एका अज्ञात स्थळी जायला लागलो. मी भौतिक शरीरात नाहीये, हे विसरल्याने अनेकदा मधे येणाऱ्या उच्च दाबाच्या विजेच्या तारांपासून वाचण्यासाठी वाकत होतो. बर्फाच्छादित शिखरं हळूहळू दिसायला लागली. मी बर्फाच्छादित हिमालयावरून उडत होतो. पण तो भूभाग माझ्या ओळखीचा नव्हता. मी नक्कीच उत्तराखंडमध्ये नव्हतो. मग मला वाळूच्या टेकड्या आणि एक महान तलाव दिसला आणि माझ्या लक्षात आलं की, बहुतेक तिबेटमधील हे मानस सरोवर आहे. जसा अनेक चित्रांत पाहिल्याप्रमाणे मला कैलास पर्वत दिसला तशी मला खात्री झाली की, मी तिथेच आहे.

कैलास पर्वताच्या एका बाजूला असलेल्या खोल अरुंद दरीत मी हळुवार उतरलो. यात्रेकरूंची ती वार्षिक यात्रेची वेळ होती. मी पाहिलं की, यात्रेकरू काही जण चालत तर काही जण घोड्यावरून परिक्रमा करत होते. त्यांच्या बाजूने भरपूर सामान लादलेले याक चालत होते. मला माहिती होतं की, ते मला बघू शकत नाहीत, कारण मी अदृश्य आहे.

ज्या खंदकात मी उतरलो होतो तिथे कुणीच दिसत नव्हतं. बाबाजी कुठे असतील याची मला उत्सुकता होती. जेव्हा मला माझ्या डाव्या बाजूला असलेल्या खडकाला बऱ्यापैकी मोठी भेग दिसली, तेव्हा माझी उत्सुकता वाढली की, बाबाजी कुठे असतील. मी आत निरखून पाहायचा प्रयत्न केला. तेव्हा माझ्या लक्षात आलं की, मी आत घसरत चाललोय आणि एका गुहेच्या तोंडातून आत चाललोय. ती गुहा उंच कड्याच्या आत आत जात होती. कुठल्या तरी

अज्ञात स्त्रोताकडून येणारा निळसर प्रकाश तिथे पसरला होता. मी जात राहिलो आणि गुहेच्या शेवटी एक गोलाकार जागी मी पोहोचलो. माझ्या सूक्ष्म शरीरातील हृदय जोरात धडधडलं. तिथल्या धुनीसमोर बाबाजी बसले होते. बाबाजींच्या समोर जाळाच्या पलीकडे एक वयस्कर तिबेटी साधू बसले होते. त्यांनी लाल, तपकिरी आणि पिवळसर रंगाचा अंगरखा घातला होता.

जसे माझे डोळे बाबाजींवर स्थिरावले, तसा माझ्या सूक्ष्म शरीराने परत पूर्ण आकार धारण केला. मी जेव्हा बसलो, बाबाजी चुकचुकले आणि म्हणाले, "मी तुला बघू शकतो पण लक्षात ठेव, अजून कोणी बघू शकत नाही. तू आत्ता तुझ्या भौतिक शरीरात नाहीयेस."

"हो! मी ते विसरूनच गेलो होतो," मी म्हणालो. "या आदरणीय साधूंसाठी मी दृश्य स्वरूपात आहे का? ते मला बघू शकताहेत का?"

"नाही," बाबाजी म्हणाले. "ते बघू शकत नाहीत."

मी त्या साधूकडे बघितलं. काही क्षणासाठी त्यांच्या चेहऱ्यावर गोंधळलेले भाव होते. कदाचित त्यांना आश्चर्य वाटत असेल की, हे काय चाललंय? त्यांना माझा आवाजही ऐकू येत नव्हता. त्यांच्यासाठी बाबाजी जसे काही हवेत कोणाशी तरी बोलताहेत असं वाटत असावं. बाबाजींनी त्यांना समजून सांगितलं आणि समजल्यासारखं त्यांनी मान डोलावली. मी ओळखलं की, जरी ते योगी नसले तरी महान आणि चांगले शिकलेले विद्वान व्यक्ती असावेत.

"बसून राहा," बाबाजी म्हणाले. "हा तुझा स्वतःच्या प्रयत्नांनी केलेला शरीराबाहेरील पहिलाच प्रवास आहे. चांगली गोष्ट आहे. पण इथे येणं आणि मला पाहणं हे माझ्या इच्छेशिवाय शक्य झालं नसतं. खरं तर एका महत्त्वाच्या उद्देशासाठी मीच तुला इथे बोलावलं. प्रवास करणाऱ्या सूक्ष्म शरीरांनी इथे प्रवेश करू नये म्हणून मी नेहमी वापरत असलेलं सुरक्षाकवच खुलं करून ठेवलं होतं."

"चल, आता आपण आपल्या कामाकडे वळू या. हा लामा इथे जवळच असलेल्या गुहांच्या समूहांचा केअरटेकर आहे. हजारो वर्षांपूर्वी भेट दिलेल्या पृथ्वीबाहेरील रहिवाशांचे अवशेष तिथे जतन करून ठेवलेले आहेत. अनेक प्रकाशवर्षं दूर असलेल्या नक्षत्रांच्या समूहातील ग्रहावरून ते आले होते.

"त्यांच्यापेक्षाही अतिप्रगत असलेल्यांकडून त्यांची इथे नेमणूक केली गेलेली होती. पृथ्वीवासीयांना काही यौगिक शास्त्रीय सिद्धान्त आणि भाषेचे काही प्राथमिक धडे देण्यासाठी त्यांना इथे पाठवलं होतं. ते कैलास शिखराच्या कळसावर उतरले होते आणि तू आता जिथे जाणार आहेस, त्या गुहांकडे ते गेले. बुद्धपूर्व तिबेटियांचा हा विश्वास आहे की, त्यांचे संस्थापक हे स्वर्गातून कैलास पर्वतावर उतरले होते. या प्रगत परग्रहवासीयांच्या आगमनावरच त्यांच्या पौराणिक कथा आधारित आहेत."

"त्यांच्यापैकी सात जण – सप्तऋषी – इथे उतरले होते. ज्या लोकांना ते ज्ञान देण्यासाठी आले होते, ते देऊन झाल्यानंतर जेव्हा सप्तऋषी परत जाण्याच्या तयारीत होते, त्या वेळेस त्यांच्या अवकाशयानामध्ये काही बिघाड निर्माण झाला. त्यांच्या भूभागातून पुढील मदत येईपर्यंत त्यांना तिथे थांबणं भाग होतं.

"त्यातील दोन प्रगत अशा परग्रहवासीयांचा इथल्या वातावरणाशी जुळवून न घेता आल्यामुळे मृत्यू झाला. काही काळात त्यांचे तंत्रज्ञ आले आणि त्यांनी ती अवकाशयाने दुरुस्त केली आणि मृत्यू पावलेल्यांना इथेच सोडून उरलेले परत निघून गेले. त्या दोन मृत सप्तऋषींचं शरीर पुढच्या पिढीतील विशेष लोकांना पाहता यावं म्हणून जतन करून ठेवण्यात आलं.

"मी जेव्हा तुला तिथे घेऊन जाईन, तेव्हा ते सर्व तू पाहू शकशील. मी आदरणीय लामांकडून त्यासाठी परवानगी घेतली आहे. त्यांना नमस्कार कर आणि आपण निघू या."

त्यानंतर बाबाजी बाजूला असलेल्या घडी घातलेल्या घोंगडीवर आडवे झाले आणि त्याच क्षणी माझ्या बाजूला सूक्ष्म शरीरात असलेले मला दिसले. त्यांचं भौतिक शरीर लामांकडे सुपूर्त करून आम्ही निघालो.

शहरांच्या भग्न अवशेष असलेल्या शहरांमधून आम्ही प्रवास करत होतो. पर्वत शिखरांच्या आणि भग्नावशेषांमध्ये लपलेल्या गुहांच्या समूहाकडे आम्ही पोहोचलो. दुसऱ्या महायुद्धात अंदमान बेटावर जपानी लोकांनी, बॉम्बपासून संरक्षण व्हावं या हेतूने बांधलेल्या गुहेसारख्या दिसणाऱ्या बोगद्यामध्ये आम्ही प्रवेश केला.

आम्ही मोठ्या गोलाकार गुहेत पोहोचलो. तिथून लहान गुहेकडे जाण्याचा रस्ता होता. तिथे छताच्या पोकळीतून येणारा थंडगार सुंदर असा निळसर प्रकाश पसरला होता. गुहेच्या भिंतींच्या बाजूला असलेल्या काचेच्या भांड्यांमध्ये अनेक चित्र-विचित्र साधनं ठेवली होती.

"हा निळसर प्रकाश त्या अणुशक्तीचा आहे, जी अणुशक्ती परग्रहवासी इथे सोडून गेले आहेत." बाबाजी म्हणाले. "हे तंत्रज्ञान आपले शास्त्रज्ञ अजूनही शोधू शकले नाहीत. हा प्रकाश अजून १०० वर्षं असाच राहील आणि त्यानंतर कदाचित त्याची तीव्रता कमी होऊ शकेल."

बाबाजींनी मला काचेच्या पेटीत ठेवलेली अनेक मायक्रोस्कोप आणि टेलिस्कोपसारखी दिसणारी साधनं दाखवली आणि त्याविषयी माहिती सांगितली. प्रगत परग्रहवासीयांनी ठरावीक उद्देशासाठी तयार केलेली अचूक अशी ती यंत्रं होती. पोकळी असलेल्या त्या लहान भांड्यांमध्ये लहान पांढरे चौरसाकार ठोकळे (क्यूब्ज) ठेवले होते.

"हे खास पोषणतत्त्व असलेल्या पदार्थांपासून बनवलेले आहेत, जे ते महान लोक आपल्याबरोबर येताना घेऊन आले होते. पाण्यात विरघळलेला याचा लहानसा तुकडा शरीराला शंभर वर्षं किंवा त्यापेक्षा जास्त काळासाठी टिकवण्याकरता पुरेसा आहे. दुर्दैवाने

मानवी शरीरातील पेशीत या अतिउच्च पोषणतत्त्वांना सामावून घेण्याची क्षमता नाहीये, आणि जर ते शरीरात गेले तर माणसाला माहीत असलेल्या कॅन्सर पेशींपेक्षा कितीतरी पट वेगाने शरीरातील पेशी वाढतील आणि विनाशाकडे घेऊन जातील."

एका बऱ्यापैकी मोठ्या कंटेनरमध्ये पांढऱ्या चमकणाऱ्या मटेरिअलपासून बनवलेली सपाट अशी चकती होती. त्यावर प्राचीन ग्रंथात आढळणारी इजिप्शियन चित्रलिपी कोरण्यात आली होती. यात असे काही खास सांकेतिक शब्द आहेत, जे विशेष यंत्राद्वारे उलगडता येऊ शकतात; पण अशी विशेष यंत्रं अजून मानव बनवू शकलेला नाही, ज्याद्वारे परग्रह आणि त्यांच्या संस्कृतीची माहिती मिळेल, अनेक परग्रहवासीयांनी इथे दिलेल्या भेटींविषयीच्या गोष्टीसुद्धा समजतील. त्यात अशा काही दुर्मीळ उदाहरणांची माहिती मिळेल की, विशेष विकसित केलेल्या काही लोकांना परग्रहावर नेण्यात आलं आणि त्यांच्या मेंदूतील शक्तींची केंद्रं जागृत करून परत आणण्यात आलं, ज्यामुळे सामान्य माणसांपेक्षा अनेक बाबतींत ते वेगळे ठरले होते.

त्यानंतर बाबाजींनी अजून एका गोलाकार कंटेनरकडे माझं लक्ष वेधलं, ज्यात दोन मोठ्या सपाट चकत्या होत्या. या चकत्या म्हणजे, परग्रहवासीयांच्या वाहनांमधील दोन सुपर मॅग्नेटस् (शक्तिशाली चुंबक) होते. त्या याच चकत्या आहेत, ज्यामध्ये बिघाड झाल्यामुळे त्यांना खूप काळ इथे राहावं लागलं. त्यांच्या ग्रहावरून दुसऱ्या चकत्या आणून त्या बदलल्यानंतरच ते जाऊ शकले. बाबाजी म्हणाले, त्या चकत्या अजूनही इतक्या शक्तिशाली आहेत म्हणूनच त्यांना खास इन्सुलेटेड (उष्णतारोधक) अशा कंटेनरमध्ये ठेवण्यात आलेलं आहे.

शेवटी बाबाजी मला सर्व बाजूंनी आच्छादित असलेल्या एका जागेकडे घेऊन गेले. तिथे एका काचेच्या पेटीमध्ये दोन शरीरं जतन करून ठेवण्यात आली होती. ती पृथ्वीवरील वातावरण सहन न झाल्यामुळे मृत्यू पावलेल्यांची शरीरं होती. त्यांची उंची जवळपास दहा फूट होती. त्यांचा रंग गोरापान, जवळपास दुधासारखा होता. त्यांचे चेहरे अतिशय सुंदर होते. ते पुरुष आहेत की स्त्री, हे कळत नव्हतं. त्याच्या चेहऱ्यावर आणि शरीरावर केस नव्हते आणि सुरकुत्याही नव्हत्या. त्यांच्या डोक्यावर लांब घनदाट असे खांद्यापर्यंत आलेले तपकिरी रंगाचे केस होते आणि त्यांनी परिधान केलेले दागिने सोने आणि हिऱ्यांपासून बनलेले वाटत होते.

बाबाजी म्हणाले, "हे विशिष्ट हार्मोन्स असलेले महान लोक आहेत. या महान लोकांत स्त्री आणि पुरुष या दोघांची तत्त्वं होती. यातूनच अर्धनारीश्वर संकल्पना तयार झाली, ज्यात शिवाला अर्धा नर आणि अर्धी नारी असं दाखवलं गेलं आहे, हे यातूनच आलं आहे. त्यांच्याकडे एकाच शरीरात दोन्हीही प्रजनन इंद्रियं होती.

"ज्या गोष्टी तुझ्यासमोर मांडायच्या आहेत त्या मांडून झाल्या आहेत," बाबाजी म्हणाले. "यापेक्षा जास्त काही आत्ता सांगण्यासारखं नाही. आता परत जायची वेळ झाली आहे. तू

आता तुझ्या कुटीकडे जाऊ शकतोस. मी तुला एक महिन्याभरानंतर भेटेन." मी बाबाजींना साष्टांग नमस्कार केला आणि लक्ष्मणझुल्यातील माझ्या कुटीकडे परतलो.

माझ्या या पहिल्या अनुभवानंतर अनेक वर्षं पृथ्वीवरील आणि त्या बाहेरील अनेक ठिकाणी मी प्रवास केला. अशी अनेक आश्चर्यं बघितली, ज्याविषयी मी सांगितलं तर विश्वास बसणार नाही. ज्यामध्ये वस्तुतः असंही जग आहे, जिथे लोक सरपटतात आणि इतर अद्‌भुत प्राणीदेखील आहेत. अशा उच्च जगाविषयी बोलायलाच नको, जिथे स्वर्गीय अलौकिक लोक राहतात. उपहास आणि संशयी वृत्तीची झापडं असलेल्या मानवी विचारसरणीच्या या जगात याविषयी न बोललेलंच बरं. चला, दुसऱ्या विषयाकडे वळू या.

■■■

११.

श्री गुरू बाबाजींची भेट : जैसलमेरशी असणारं नातं

जैसलमेरपासून जवळच असलेल्या राजस्थानमधील वाळवंटातील माझ्या जन्माची ही कहाणी आहे. ही इतकी प्राचीन आहे, जेव्हा जैसलमेरचा हा किल्लाही बांधलेला नव्हता आणि जैसलमेरला त्याचं जैसलमेर हे नावही मिळालेलं नव्हतं. कृष्णाने वृंदावनमध्ये सांगितल्याप्रमाणे, मी भाटी रजपूत कुळात जन्मलो होतो, जे श्रीकृष्णाचे यदुवंशाचे वंशज आहेत, असं त्यांचे वंशज मानतात आणि म्हणूनच मी चंद्राच्या राजवंशाशी संबंधित आहे. माझ्या आयुष्यातील हे अत्यंत महत्त्वाचं वळण होतं, कारण श्रीकृष्णाने वचन दिल्याप्रमाणे दुसरं-तिसरं कोणी नाही तर महान सिद्ध श्री गुरू बाबाजीच माझ्या आयुष्यात येणार होते. इथे माझा पहिल्यांदा श्री गुरूंबरोबर संबंध आला.

मी आता सगळं सुरुवातीपासून सांगतो. थार वाळवंटातील राज्यावर फार पूर्वी राज्य करणारे भाटी रजपूत स्वतःला श्रीकृष्णाचे वंशज मानतात. नवव्या शतकात रावळ देवराज म्हणून मी जन्म घेतला, जो भाटी कुळातील एक महान योद्धा होता. एक चांगला धनुर्धारी, चांगला घोडेस्वार आणि निर्भय योद्धा असल्याने मी जवळच्या परिसरात अनेक वेळेस युद्धासाठी गेलो आणि माझ्या राज्याचा विस्तार केला. सर्व काही चांगलं चाललं होतं. मी वाळवंटातील एक चांगला योद्धा म्हणून ओळखला जाऊ लागलो होतो. अगदी सीमेपलीकडील पठाणांचे प्रमुखदेखील देवराजला घाबरत असत.

मग, मी शेजारील करण सरदाराच्या मुलीच्या प्रेमात पडलो. तिचं नाव करणी होतं. तिच्या वडिलांनी मला त्यांच्या तंबूमध्ये शत्रूशी दोघांनी मिळून लढण्याच्या दृष्टीने वाटाघाटी करण्यासाठी आमंत्रित केलं होतं. त्या वेळी ती जेवण वाढायला आली आणि त्या वेळेसच मी तिला पहिल्यांदा पाहिलं. मी तिच्या प्रेमात पडलो. काही दिवसांनी एका काळोख्या रात्री मी तिच्या वडिलांच्या राज्यात जायचं साहस केलं. गुपचूप तिच्या तंबूत जाऊन तिला उठवलं. ती चांदणी रात्र होती. ती न घाबरता बाहेर आली. आम्ही बराच वेळ एकमेकांकडे पाहत राहिलो. त्यानंतर फारसा वेळ न घालवता मी माझं मन तिझ्याकडे मोकळं केलं. ती हसली आणि तंबूत पळाली. जाता जाता म्हणाली, "माझ्या वडिलांशी बोला. मीही पाहता क्षणी तुमच्या प्रेमात पडले आहे. पण आता मात्र इथून निघून जा. नाहीतर माझ्या वडिलांचे पहारेकरी तुम्हाला बघतील. वडिलांचे पहारेकरी यायच्या आधी इथून निघून जा."

सरदार करणशी झालेल्या पुढच्या भेटीत मी त्यांच्यासमोर माझं त्यांच्या मुलीविषयीचं प्रेम व्यक्त केलं. सरदार करणचा त्या लग्नाला विरोध नव्हता, पण त्यांना या लग्नाविषयी माझ्या कुटुंबीयांसमवेत बोलायचं होतं. माझ्याही कुटुंबाकडून याला विरोध नव्हता. त्यामुळे दोन्हीही कुटुंबं एकत्र भेटली आणि माझं लग्न ठरलं. अजून एक समस्या होती, जी त्या वेळेस आम्हाला फार गंभीर वाटली नव्हती. सरदार करणने त्या अगोदर त्यांच्या मुलीचं लग्न शेजारील सरदाराबरोबर करायचं ठरवलं होतं. पण करणीने त्याच्याशी लग्न करायला नकार दिला होता. त्या सरदाराच्या कुटुंबालाही ही गोष्ट करणीच्या कुटुंबाकडून सांगितली गेली होती आणि इथेच खरा प्रश्न निर्माण झाला होता.

लग्नाच्या दिवशी आम्ही एकमेकांना दुर्मीळ अशा फुलांच्या वरमाला घातल्या आणि त्याच वेळेला लग्नाच्या सोहळ्यावर हल्ला झाला. लग्नाला उपस्थित असणाऱ्या जवळपास नऊशे निःशस्त्र पाहुण्यांची त्या वेळेस हत्या करण्यात आली. माझे वडील, माझी वधू करणी, सरदार करण आणि दोन्ही बाजूंचे अनेक नातेवाईक त्या दिवशी मृत्युमुखी पडले. मी मात्र तिथून निसटलो. तंबूतून बाहेर पडून वाळवंटातून पळताना शत्रू सरदाराचे सैनिक माझ्या मागे लागले होते. मी दमलो होतो, थकलो होतो. शेवटी मी जोगीसार या वाळवंटातील लहानशा हिरवळीच्या प्रदेशात पोहोचलो. ती जागा एका महान योगींचं निवासस्थान म्हणून प्रसिद्ध होती.

गवताचं छप्पर असलेल्या झोपडीतून एक योगी प्रकट झाले. पवित्र ब्राह्मण असल्याच्या सर्व खुणा त्यांच्या अंगावर होत्या. कपाळावर उभं गंध, संपूर्ण अंगाला चंदन लावलेलं, कानात तांब्याच्या बाळ्या, गळ्यात तुळशी माळा, डोक्यावर शेंडी आणि सगळ्यात महत्त्वाचं म्हणजे, त्यांनी जानवं घातलं होतं. त्यांनी माझं स्वागत केलं. मी त्यांच्या पाया पडलो. "लगेच आत ये." ते म्हणाले, "तुझ्या मागे लागलेले लोक काही वेळात इथे येतील. आत कुटीमध्ये जा. तुझ्या दाढी, मिशा, डोकं पूर्ण भादरून काढ. फक्त डोक्यावर शेंडी ठेव. तिथे मी

तुझ्यासाठी एक वस्तरा, पाणी, चांगला आरसा आणि कापड ठेवलंय. ब्राह्मणांची सर्व वस्त्रं परिधान कर. जानवं घाल, गळ्यात माळा घाल. तिथे ठेवलेलं वस्त्र कमरेला गुंडाळ. मग बाहेर अंगणात माझ्याबरोबर येऊन बस. आपण एकाच तांब्याच्या ताटात दुपारचं जेवण घेऊ."

मी घाईघाईने आत गेलो. सांगितल्याप्रमाणे तयार झालो आणि काही वेळातच आम्ही त्यांच्या बाहेरील अंगणात एकाच ताटात जेवायला बसलो. काही वेळातच त्या खुनी अकाई सरदाराचे लोक तिथे पोहोचले. ते त्यांच्या घोड्यावरून उतरले आणि त्यांनी त्या पवित्र माणसाला नमस्कार केला. "आपल्या जेवणात व्यत्यय आणला त्याबद्दल माफ करा," ते म्हणाले, "आम्ही त्या भेकड देवराजला हुडकतोय जो स्वतःला रावळ म्हणवू घेतो. तुम्ही एखाद्या योद्ध्याला इथून जाताना बघितलं का? किंवा एखाद्याने तुमच्याकडे पाणी किंवा अन्न मागितलं का?"

ते सत्पुरुष म्हणाले, "माझ्या माहितीनुसार मी किंवा माझ्या अनुयायांनी गेल्या दोन दिवसांपासून इथे कुठल्याही यात्रेकरूला पाहिलेलं नाहीये. तुम्हाला जर पाणी हवं असेल तर बाहेर जे पाण्याचं भांडं आहे त्यात ठेवलेलं पाणी तुम्ही घेऊ शकाल. आम्हाला शांततेत राहू दिलं तर बरं होईल. तलवारींचा खणखणाट आणि घोड्यांच्या टापांचे आवाज आमच्या आध्यात्मिक साधनेत बाधा आणतात. आम्हाला इथे कोणी दिसलं तर आम्ही तुमच्या प्रमुखांना तसं कळवू. तुमच्या प्रमुखांना माझे आशीर्वाद सांगा. नमो नारायणा."

पाणी पिऊन झाल्यावर त्यांनी त्या सत्पुरुषाला खाली वाकून नमस्कार केला आणि धन्यवाद देऊन ते पुढे निघून गेले.

ते निघून गेल्यानंतर ते सत्पुरुष माझ्याकडे वळाले आणि मला म्हणाले, "खाऊन घे आणि काही वेळ आराम कर. तूही माझा ब्राह्मण शिष्य आहेस यावर त्यांचा विश्वास बसावा म्हणून आपण एकाच थाळीत जेवण केलं. तशी तर मला एक छोटी जादूदेखील करायची होती. मागच्या जन्मात जेव्हा तू ब्राह्मण ऋषींची कन्या होतास तेव्हा श्रीकृष्णाने, ज्याला तुझ्याकडे पाठवायचं वचन तुला दिलं होतं तोच मी सिद्ध पुरुष. मी तोच आहे ज्याला श्री गुरू म्हटलं जातं. अनेक आध्यात्मिक साधक मला फक्त बाबाजी म्हणतात. अध्यात्माचा शोध घेणाऱ्या साधकांच्या कल्याणासाठी आणि त्यांना मार्गदर्शन करण्यासाठी एक युग मी इथे राहणार आहे. नंतर मी तुला सगळं सांगेनच. सध्या तू विश्रांती घे."

मी एवढा थकलो होतो आणि गळून गेलो होतो की, त्या झोपडीत मी काही क्षणांत झोपेच्या आधीन झालो. संध्याकाळी मी ज्या वेळेस जागा झालो तेव्हा सूर्य मावळत होता. मी बाहेर पाहिलं की, श्री गुरू त्या मावळत्या सूर्याकडे एकटक बघत होते आणि काही मंत्रोच्चार करत होते. मी शांतपणे जाऊन त्यांच्या बाजूला बसलो.

मी एक आठवडा त्यांच्याबरोबर घालवला आणि त्यांनी मला काही यौगिक क्रियांची दीक्षा दिली. बाबाजींनी तिथे माझ्या गतजन्मीच्या स्मृतींना उजाळा दिला, ज्या जन्मी मी ऋषी

विष्णुपदांच्या पोटी इंदुमती म्हणून जन्मलो होतो. बाबाजींनी मला नेतृत्वाचे काही मूळ सिद्धान्तही शिकवले. तिथून निघायच्या अगोदर बाबाजींनी मला आशीर्वाद दिला आणि माझ्याविषयी काही भविष्यवाणी केली. दोनशे वर्षांनंतर, ते म्हणाले, लोद्रावा राज्याच्या महारावळांचा मोठा मुलगा जैसल; ज्याचं देवराज हेही नाव असेल, त्याच्याकडे त्याच्या वडिलांच्या मृत्यूनंतर त्या राज्याची गादी येईल आणि ते राज्य त्याचा लहान सावत्र भाऊ बळकावेल. जैसल मग अफगाणी, मुस्लीम हल्लेखोर घोरच्या शहाबुद्दीनच्या मदतीने तो लोद्रावा राज्य परत ताब्यात घेईल. त्याला परत सिंहासन मिळेपर्यंत लोद्रावा राज्य देशोधडीला लागलेलं असेल.

नवीन राजधानी स्थापन करण्यासाठी जागा शोधत असताना महारावळ जैसलला सभोवताली असणाऱ्या वाळूमधून उगम पावलेलं भव्य असं दगडी स्थान सापडेल. तिथे जैसलची भेट बाबाजींचा जवळचा शिष्य महेश्वरनाथ यांच्याशी होईल, जे तिथे ऐसूलनाथ हे नाव धारण करून राहत असतील.

अनेक युगांपूर्वी घडलेल्या गोष्टी ऐसूल त्याला सांगतील. ज्यामध्ये श्रीकृष्ण आणि भीमाने त्या टेकडीला भेट दिली होती आणि श्रीकृष्णाने भीमाची तहान भागवण्यासाठी त्या वाळवंटाच्या मध्यभागी कारंजे निर्माण केलं होतं, त्याबद्दलही सांगतील. त्यामध्ये 'श्रीकृष्णाने सांगितलं होतं की, कृष्णाच्या यदुकुळाचा वंशज त्या ठिकाणी राज्याची स्थापना करेल आणि त्यानंतर जैसलमेर इथे त्याच्या राजधानीची स्थापना त्या टेकडीवर मातीचा किल्ला बांधून करेल आणि त्याला स्वतःचं जैसलमेर असं नाव देईल,' ही ऐसूलनाथ यांनी सांगितलेली गोष्ट जैसलला प्रभावित करेल.

बाबाजींनी सांगितलं की, मला आध्यात्मिक प्रगतीच्या मार्गावर अजून बराच प्रवास करायचा आहे. त्यानंतर बऱ्याच वर्षांनी दक्षिण भारतातील मुस्लीम राणी म्हणून माझा जन्म होईल. माझी भेट नेरूर येथील महान संत सदाशिव ब्रह्मेंद्र यांच्याशी होईल आणि ते मला दीक्षित करतील. त्यापुढील जन्मात श्री गुरूंचा व्यक्तिगत शिष्य होण्याइतकं माझं शुद्धीकरण झालं असेल आणि माझा जन्म कर्मठ अशा ब्राह्मण कुटुंबात होईल, ज्या कुटुंबाचं स्थलांतर बनारसमधून हिमालयात, बद्रीनाथजवळ झालं असेल.

काही विशिष्ट घटना घडतील ज्यामुळे माझ्या चैतन्याच्या जाणिवेचा विस्तार होण्यासाठी आणि काही नवीन धडे शिकण्यासाठी मी परत बंगालमध्ये जन्म घेईन आणि त्यानंतर दक्षिणेतील मुस्लीम कुटुंबात जन्म घेईन. त्या वेळेस तो जन्म पुरुषाचा असेल. त्यानंतर महेश्वरनाथ – त्यांच्या शिष्याला – मी लहान असतानाच मला शोधण्यासाठी पाठवतील. ते सर्व याच जन्मात होईल. त्यात लोक मला 'एम' या नावाने ओळखतील आणि त्यात मला या सर्व गोष्टी उलगडत जातील.

बाबाजींकडून शिकवण घेऊन झाल्यानंतर शेवटी निघताना मी त्यांना साष्टांग नमस्कार केला. त्यानंतर नाथ संप्रदायाच्या वापरात नसलेल्या मठात लपून गुप्तपणे कार्य करायला

लागलो. लवकरच मी माझ्या माणसांना एकत्र जमवलं आणि शक्तिशाली फौज तयार केली. कुळामागून कुळांना पराभूत करून त्यांची राज्यं मी काबीज करत गेलो आणि लवकरच देरावरला मी माझी राजधानी स्थापन केली. नंतर शक्तिशाली रजपूत सरदाराकडून मी लोद्रावा जिंकलं त्या ठिकाणी माझी राजधानी केली. त्यानंतर बऱ्याच काळासाठी लोद्रावा ही रावळांची राजधानी राहिली.

वृद्धापकाळात योग्यवेळी माझा मृत्यू झाला. तेव्हाही माझं शारीरिक स्वास्थ्य अतिशय चांगलं होतं. मला शिकवलेल्या यौगिक क्रियांनी मला शारीरिक स्वास्थ्य कायम राखणं शक्य झालं होतं. घोडेस्वारी करताना एक दिवस मी घोड्यावरून खाली पडलो आणि माझी मान मोडली. मी त्यातून बरा होऊ शकलो नाही आणि मृत्युसमयी श्री गुरू बाबाजींना समर्पित झालो.

■■■

१२.

एक अनोळखी योगी

एक दिवस संध्याकाळी बनारसमधील मुन्शी घाटाच्या पायऱ्यांवर मी बसलो होतो. गंगा नदीतील बोटी न्याहाळत होतो. या प्राचीन शहराला पूर्वी दिलेल्या भेटी मला आठवत होत्या. दिल्लीत असताना मी नानाजी देशमुखांच्या 'मंथन'मध्ये सहसंपादक म्हणून काम करत असे. तिथे राजीनामा देऊन मी गणेश शुक्ला संपादित 'न्यू वेव' नावाचं वृत्तपत्र जॉईन करायचं ठरवलं. श्री. शुक्ला हे 'पॅट्रिऑट' या उपदेशात्मक वर्तमानपत्राचे माजी पत्रकार होते. ते सोडायच्या अगोदर मी एक आठवड्याची रजा घेतली आणि बनारसला आलो.

हा तो कालखंड आहे जेव्हा महेश्वरनाथ बाबाजींनी मला दोन वर्षांकरता त्यांना भेटण्यास मनाई केली होती. त्यांचं म्हणणं होतं, मी स्वतंत्रपणे जगावं आणि स्वतःच्या पायावर उभं राहावं. पण मला आतून सुप्त आशा होती की, काशी-विश्वनाथांकडे जाणाऱ्या घाटांमध्ये किंवा त्याला जोडणाऱ्या लहानशा रस्त्यामध्ये बाबाजी कुठेतरी भेटतील. पण दुर्दैवाने तसं झालं नाही.

एक दिवस संध्याकाळी, मणिकर्णिका घाटावरील मोडकळीस आलेल्या मंडपावर बसून खाली जळणाऱ्या मृतदेहाकडे बघत होतो. मी उजवीकडे वळून बघितले आणि डोक्याचा पूर्ण गोटा केलेल्या, हातात काठी घेतलेल्या संन्याशांना येताना बघितलं. मी ओळखलं, ते दशनामी साधूंच्या संप्रदायाशी संबंधित असावेत, जे तिथे ध्यानाला बसले. मला थोडंसं आश्चर्य वाटलं. कारण आदि शंकराचार्यांनी स्थापित केलेल्या संप्रदायातील साधू त्या स्मशानभूमीच्या जवळपास फारसे कधी येत नसत.

साधारण अर्ध्या-एक तासाने त्यांनी डोळे उघडले आणि माझ्याकडे बघितलं. मी धीर गोळा करून त्यांच्याकडे चालत गेलो. त्यांना अभिवादन केलं आणि हात जोडून नमस्कार केला. "*नमो नारायण,*" ते म्हणाले. असं म्हणायची दशनामी संप्रदायाची विशिष्ट पद्धत होती.

"मी इथे बसू का?" मी विचारलं.

"बस खाली," ते म्हणाले.

त्यानंतर त्यांनी मी कोण आहे, कुठून आलो आणि इथे काय करतोय, याची चौकशी केली. मी माझी थोडीशी माहिती दिली आणि त्यांना हेही सांगितलं की, नाथ संप्रदायाशी संबंधित असे महान योगी महेश्वरनाथ बाबाजी हे माझे गुरू आहेत, ज्यांच्याबरोबर मी हिमालयात काही वर्षं राहिलेलो आहे.

"ओ, म्हणजे तू नाथ आहेस?" ते म्हणाले. "पण तू कानफाटा नाहीयेस." (हा शब्द कानाच्या पाळीला भोक करून, तिथे बाळी घालायच्या नाथ परंपरेपासून आला आहे.)

"बाबाजींनी मला तसं करण्यापासून सूट दिली आहे," मी म्हणालो.

"ओ," ते म्हणाले, "तुला माहिती आहे का की, आम्ही दशनामी साधारणपणे नाथ पंथीयांना फारसं मानत नाही. पण व्यक्तिशः माझं हे मत आहे की, आध्यात्मिक साधना करणाऱ्यांना नाथ शिकवणीतून बहुमूल्य गोष्टींचं मार्गदर्शन मिळालंय."

"तुम्हाला या भागातील कोणी महान योगी माहिती आहेत का?" मी त्यांना विचारलं.

"मला खात्री आहे की, इथे काही योगी आहेत." ते म्हणाले. "महान वेदांती करपत्रीजी महाराज बनारसमध्ये राहतात. त्यांची तू भेट घ्यावीस असं मी तुला सुचवलं असतं पण दुर्दैवाने आत्ता ते बद्रिनाथ येथे आहेत."

क्षणभर ते थांबले आणि म्हणाले, "इथे स्वयंभू असे एक योगी आहेत जे लहानशा कुटीमध्ये राहतात. ती कुटी अस्सी घाटाजवळ आहे. मी ऐकलंय एकेकाळी ते दांडीस्वामी होते. दशनामी संप्रदायाशी जोडले गेले होते. त्यांनी त्यांच्या दांडीचा गंगेत त्याग केला आणि आता ते कुठल्याही संप्रदायाशी संबंधित नाहीत. तुझी महान योगींना भेटायची एवढी इच्छा आहेच आणि आध्यात्मिक मार्गातील तू एक प्रामाणिक साधक दिसतोस तर तुझं त्यांना भेटणं चांगलं असेल. मी असं ऐकलंय की, ते कमी बोलतात. पण काय माहीत, कदाचित तू नशीबवान ठरशील," असं म्हणत ते उठले आणि "नमो नारायण" म्हणून निघून गेले.

तोपर्यंत अस्सी घाटाला जाण्यासाठी खूप उशीर झाला होता. म्हणून मी मणिकर्णिका इथेच काही वेळ घालवला आणि पेशवा घाटावर असलेल्या माझ्या लहानशा पडक्या अशा खोलीकडे परतलो. ती खोली मला दुर्लक्षित अशा एका जुन्या इमारतीच्या केअरटेकरने पन्नास रुपये रात्र या भाड्याच्या बोलीवर वापरावयास दिली होती. त्याने दिलेलं कपभर दूध मी प्यायलो. खिशात असलेले पैसे काढून मी माझ्या प्रवासी पिशवीत ठेवले आणि चारपाईवर झोपी गेलो. मला गाढ झोप लागली.

दुसऱ्या दिवशी सकाळी मी बराच लवकर उठलो. सकाळच्या आरतीचा, झांजेचा आणि घंटानादाचा आवाज मला ऐकू येत होता. मी घाट उतरून खाली गेलो आणि गंगेत डुबकी

मारली. परत खोलीकडे आलो. प्रवासी बॅग घेतली आणि अस्सी घाटाकडे चालायला सुरुवात केली. सूर्योदयापूर्वीची सूर्याची गुलाबी छटा वातावरणात शांतता आणि निश्चलता पसरवत होती, जी बनारसची विशेषता होती. काही बोटी आधीच पाण्यात निघाल्या होत्या. अस्सी घाटापर्यंत पोहोचेपर्यंत अर्धा सूर्य वर आला होता आणि तो क्षितिजावर एखाद्या सोन्याच्या तबकडीसारखा चमकत होता. मला ईशावास्य उपनिषदातला श्लोक आठवला.

हिरण्मयेन पात्रेण सत्यस्यापिहितं मुखम् ।
तत्त्वं पूषन्नपावृणु सत्यधर्माय दृष्टये ॥

हे सूर्या, जगन्नियंत्या, तुझ्या चेहऱ्यावरची चमकणारी सोनेरी थाळी बाजूला कर, जेणेकरून माझ्यासारख्या सत्य शोधणाऱ्या प्रामाणिक साधकाला तुझं प्रत्यक्ष दर्शन होईल.

मी अस्सी घाटावर थोडीशी चौकशी केली आणि त्या योगी पुरुषाला लगेचच शोधून काढलं. घाटाजवळील एका कुटीत ते राहत होते. त्या कुटीसमोर लहानसा व्हरांडा होता. मी कुटीपर्यंत चालत गेलो. ते व्हरांड्यात बसले होते. ते कृश, कमी उंचीचे होते. त्यांची त्वचा उन्हाने रापलेली, जवळजवळ तपकिरी रंगाची होती. खाली लोळत असलेली पांढरी शुभ्र दाढी आणि केसांचा डोक्यावरती व्यवस्थित बुचडा बांधला होता.

अंगरख्यासारखा झगा घालून ते पद्मासनात बसले होते. गंगा नदीच्या वाहणाऱ्या पाण्याकडे शांतपणे बघत होते. त्यांच्या चेहऱ्यावरील मला प्रामुख्याने जाणवलेली गोष्ट म्हणजे, त्यांचे मोठे आणि निश्चल असे डोळे. त्यांच्या गळ्याभोवती रुद्राक्षाच्या माळा होत्या. मला जाणवलं की, त्यांनी नाथ संप्रदायाची कुठलीही खूण अंगावर बाळगली नव्हती. त्यांच्याकडे धुनीही नव्हती. मी म्हणालो, “मला सांगितलं गेलं की, तुम्ही मौनामध्ये असता. मला तुम्हाला त्रास द्यायची इच्छा नाही. मला फक्त तुमच्या उपस्थितीत ध्यान करायचं आहे.”

ते दयाळूपणे हसले आणि आश्चर्य म्हणजे ते मला म्हणाले, “ठीक आहे. मी नियम कट्टरतेने पाळत नाही. मला तुझ्यात प्रामाणिकपणा दिसतोय. ये इथे आणि व्हरांड्यात बस.”

मग मी वर चढून व्हरांड्यात गेलो आणि त्यांच्या बाजूला घडी घालून ठेवलेल्या घोंगडीवर बसलो. ते मला म्हणाले, “बघ, आज कोणीतरी येईल हे मला अपेक्षितच होतं.” नंतर त्यांनी माझी चौकशी केली. मी थोडक्यात त्यांना माझ्या आयुष्याविषयी सांगितलं. ते त्यांनी संयमपूर्वक ऐकून घेतलं. मी जेव्हा महेश्वरनाथ बाबाजींविषयी सांगितलं, तेव्हा त्यांच्या भुवया उंचावल्या. ते म्हणाले, “ओ, म्हणजे तू महेश्वरनाथ बाबाजींचा शिष्य आहेस! मी असं ऐकलंय ते क्वचितच एखाद्याला दीक्षा देतात, आपला शिष्य बनवतात. आम्ही जरी एकमेकांना भेटलो नसलो तरी ते माझे गुरुबंधू आहेत, हे ऐकून तुला नक्कीच आनंद होईल.”

उत्साहाच्या भरात मी माझा श्वास रोखून धरला आणि विचारलं, “म्हणजे तुम्ही श्री गुरू बाबाजींचे शिष्य आहात?”

"ते माझं सुदैव आहे," ते शांतपणे म्हणाले. "आता तू येथून निघावंस अशी माझी इच्छा आहे आणि उद्या याच वेळेस परत ये. त्या वेळी मी तुला माझ्या श्री गुरू बाबाजींच्या भेटीबद्दल सांगेन. त्यांनी मला शिष्य म्हणून कसं स्वीकारलं आणि माझ्यावर कृपेचा वर्षाव करून कसं मला त्यांचं शिष्य बनवलं, हेही सांगेन."

दुसऱ्या दिवशी भल्या पहाटे त्यांच्या कुटीकडे मी निघालो. श्री गुरू बाबाजींविषयी ते काय बोलतात हे ऐकण्यासाठी मी अतिशय उत्सुक होतो. त्यांच्या सेवेकऱ्याने मला मातीच्या कपात आणलेला गरम चहा दिला.

"दिवसाच्या या प्रहरी गंगा किती सुंदर दिसते ना?" ते म्हणाले. मी हो म्हणालो आणि म्हणालो, "बाबा कृपा करून मला तुमच्या आणि श्री गुरू बाबाजींच्या भेटीबद्दल सांगा."

ते नदीकडे बघत होते. जणू काही भूतकाळ उलगडत होते. "त्या वेळेस मी साधू होतो. कट्टर अशा दशनामी संप्रदायाशी संबंधित होतो. याच जागी बसलो होतो. ही कुटी बांधायच्या बऱ्याच अगोदरची ही गोष्ट आहे. मी वाहत्या नदीकडे एकटक बघत होतो आणि या प्रचंड विस्तारावर ज्याला ब्रह्म म्हणतात, त्यावर मनन करत होतो. ही माझी अनेक दिवसांची सवय होती. मी आश्रम सोडायचो आणि संपूर्ण संध्याकाळ ध्यानात घालवायचो.

"त्या दिवशी त्यागाच्या तीव्र इच्छेने माझा ताबा घेतला आणि माझ्या संप्रदायाची शेवटची खूण असलेली दांडीसुद्धा मी नदीत सोडून दिली. ती दांडी वाहत जाताना मी बघत होतो. माझं हृदय हे मुक्तीच्या भावनेनं आणि निश्चलतेच्या भावनेनं भरलं होतं, जणू काही जगाशी असलेल्या आसक्तीच्या शेवटच्या अंशापासून मी स्वतःला मुक्त करून घेतलं होतं. मी पायऱ्या चढून वर आलो, सुखासनात बसलो आणि खोल ध्यानाच्या स्तब्धतेत प्रवेश केला.

"जेव्हा मी डोळे उघडले तेव्हा मला जाणवलं की, रात्र होऊन बराच काळ लोटला होता. माझ्या आजूबाजूला सर्व शांत होतं. अगदी नावाडीसुद्धा आपल्या घरी गेले होते. अर्ध्या चंद्राचा प्रकाश नदीवर पसरला होता. मी उभा राहिलो आणि पहिल्यांदा मला जाणवलं की, मला घरच नाहीये. माझ्या दांडीशिवाय मी मठातही परतू शकत नव्हतो.

"निर्हेतुकपणे मी दशाश्वमेध घाटाकडे चालू लागलो. चालता चालता मी मणिकर्णिका घाटाशेजारील हरिश्चंद्र घाट जिथे प्रेतं जाळण्यात येतात, तीही जागा ओलांडून पुढे गेलो. तिथून जात असताना मला एक चिता दिसली. तिथे मला स्मशानातील कर्मचाऱ्यांपैकी एक काळा, घाणेरडा माणूस दिसला. कट्टर लोकांनी जातीबाहेर काढलेला तो, काठीने चितेतली लाकडे हलवून बघत होता. कदाचित चितेतलं प्रेत व्यवस्थित जळलंय की नाही, हे तो बघत असावा.

"माझ्या मनात विचार चमकून गेला की, तो दारू प्यायला असेल आणि असंही वाटलं की, हा घाणेरडा आणि अस्वच्छ माणूस किती दुःखद जीवन जगतोय! आणि अचानक त्या

कुरूप कर्मचाऱ्याने माझ्याकडे बघितलं आणि दारू प्यायलेल्या आवाजात तो ओरडला, 'ओ महाराज पळा. मी तुम्हाला बाटवणार आहे.' हातातली काठी उगारत, उड्या मारत, पायऱ्या चढत तो माझ्याजवळ आला.

"त्याचे हसणे राक्षसी होते. मला दारूचा वास येत होता. मी एकच गोष्ट करू शकत होतो, ती म्हणजे, मी तिथून पळालो. तिथे अजून कोणीच नव्हतं. पण त्या माणसाने माझा पाठलाग सोडला नाही. उजव्या हाताने हवेत काठी फिरवत तो माझ्या मागे येत होता. तो माणूस मागे लागल्याने दमलेलो असतानाही, काय अघटित घडेल या विचाराने दशाश्वमेध पोहोचण्यासाठी शक्य तितक्या जोराने मी पळत होतो. कदाचित तिथे मला कोणी सापडेल, जो कोणी मला या अवस्थेतून सोडवू शकेल.

"तेवढ्यात दोन-तीन भटक्या कुत्र्यांनी माझा पाठलाग सुरू केला. भुंकत भुंकत माझ्या पायांचा, माझ्या टाचांचा चावा घ्यायचा ते प्रयत्न करत होते, जणू काही ते त्याचे साथीदारच होते. जसा दशाश्वमेध घाट माझ्या नजरेच्या टप्प्यात आला, एका क्षणी एक मोठा, भयंकर दिसणारा काळा कुत्रा माझ्या समोर उडी मारून आला. मी अडखळलो आणि तोंडावर पडलो. माझ्या उजव्या भुवईवर तीव्र अशी वेदना जाणवली. मला जाणवलं की, बहुतेक तिथे कापलं गेलंय.

"अचानक आश्चर्य म्हणजे, सर्व काही शांत झालं होतं. आता कुठलंही भुंकणं किंवा गुरगुरणं ऐकू येत नव्हतं. पण मनात भीती होती की, घाटावरचा तो माणूस माझ्यावर झडप घालेल, माझ्या शरीरावर माझं नियंत्रण राहिलं नव्हतं, ते प्रचंड थरथरत होतं. मला उठून उभं राहायची आणि मागं बघायचीही भीती वाटत होती. त्याच वेळी मला स्पष्ट आणि मंजूळ आवाज ऐकू आला. '*नमो नारायणा*. स्वामी उठा. तुम्ही सुरक्षित आहात.'

"अत्यंत द्विधा अवस्थेत मी वर पाहिलं आणि उठून बसलो. माझ्यासमोर दिगंबर अवस्थेतील एक देखणा योगी उभा होता. लांब तपकिरी रंगाचे केस खालपर्यंत आले होते. हसत हसत तो म्हणाला, 'तू तुझ्या दांडीचा त्याग केलास. पण जात-पंथ, उच्च-नीच, स्वच्छ-अस्वच्छ या भावना मात्र तू मनातून काढू शकला नाहीस. ज्याप्रमाणे प्राचीन संन्याशांच्या संप्रदायाचे संस्थापक आदि शंकरांना, एक अघोरी त्याच्या कुत्र्यासमवेत त्यांच्याकडे येताना पाहून किळस वाटली होती, त्याचप्रमाणे तूसुद्धा हरिश्चंद्र घाटावरील तो कर्मचारी जवळ येऊन तुला बाटवेल, या भीतीने घाबरला होतास.

'इथे कुणीही अस्पृश्य नाहीये. इथे कुणीही कुत्री नाहीयेत. हा सर्व भास मीच तुझ्यासमोर उभा केला होता. माझं स्थान हे कैलास आहे. काही जण मला श्री गुरू बाबाजी म्हणतात. अनेक जन्मांत पहिल्यांदाच तू माझ्या सान्निध्यात आलेला आहेस. मला तुझ्यातील क्षमता दिसते आणि या रात्री मी तुला माझा शिष्य म्हणून स्वीकारतोय. श्रीकृष्णाने भगवद्गीतेत सांगितलेलं प्राचीन असं क्रियेचं शास्त्र मी तुला शिकवणार आहे. डोक्यावरील जखम गंगेच्या पाण्याने धू आणि माझ्याबरोबर ये.'

"माझी काय अवस्था झाली होती, त्याचे वर्णन करण्यासाठी माझ्याकडे शब्दच नाहीत. मी एवढंच सांगेन की, मी स्तब्ध झालो होतो. आम्ही अस्सी घाटाकडे परतलो. बाबाजी

पायऱ्यांवर उभे राहिले आणि तीनदा जोरात 'अहो,' असं ओरडले. एक लहानशी नाव नावाड्यासकट तिथे प्रकटली. नावाड्याचा संपूर्ण चेहरा पांढऱ्या शुभ्र कपड्याने झाकला होता. फक्त त्याचे डोळे तेवढे दिसत होते.

'ये,' बाबाजी मला म्हणाले आणि आम्ही बोटीत शिरलो. काही वेळातच आम्ही गंगा नदी पार केली आणि दुसऱ्या बाजूच्या वाळू असलेल्या किनाऱ्यावर पोहोचलो. तिथे संपूर्ण एकांतात बाबाजींनी मला महामुद्रा क्रिया, नाभी क्रिया आणि *हंग-साऊ* तंत्राची दीक्षा देऊन दीक्षित केले. त्या दिवशी माझे सर्वोत्तम ध्यान लागले. जेव्हा पहाट होत होती आणि सूर्याच्या सोनेरी किरणाने आकाश प्रकाशित होत होतं, तेव्हा बाबाजींनी मला परत जायची खूण केली.

"तिथेच वाट बघत असलेल्या नावेत आम्ही शिरलो आणि काही मिनिटांतच अस्सी घाटावर परतलो. 'तू भगवा अंगरखा घालू शकतोस. तू बद्रिनाथला जा आणि पुढची दीड वर्षं अलकनंदेच्या किनारी कुटीमध्ये राहा. रोज एक तास क्रियेचा सराव कर आणि दर आठवड्याला एक तास या पद्धतीने हा सराव वाढवत जा. रोज आठ तासांचा सराव होईपर्यंत हे करत राहा. हा दीड वर्षांचा एकांत संपेपर्यंत मी तुला भेटणार नाही. त्यानंतर बनारसला परत ये. मी मणिकर्णिका घाटावर मध्यरात्री तुझा सराव किती झालाय हे तपासून घेईन. तोपर्यंत मौनव्रत धारण कर आणि आवश्यक तेवढा शरीरधर्म पाळण्यासाठी बद्रिनाथ येथील अन्नछत्रातून रोज भिक्षा माग. कुणालाही मित्र करू नकोस. कुणाही माणसाबरोबर ओळख वाढवू नकोस. तुझी राहण्याची सोय कुठल्या कुटीत केली जाईल, हे मी स्वतः बघेन. त्याची काळजी करू नकोस. तुझ्या सर्व गरजा पूर्ण केल्या जातील.'

"त्यानंतर त्या महान योगींनी माझ्याकडे बघितलं आणि मला म्हणाले, 'श्री गुरू बाबाजींशी झालेल्या माझ्या भेटीची ही अशी कहाणी आहे. माझी साधना पूर्ण केल्यानंतर मी जेव्हा बनारसला परतलो, तेव्हा मणिकर्णिका घाटात मध्यरात्री वचन दिल्याप्रमाणे बाबाजी मला भेटले. आता मी एका जागी दोन महिन्यांपेक्षा जास्त काळ वास्तव्य करत नाही. माझ्या तुटपुंज्या गरजा काही करून पूर्ण होतील याची काळजी घेतली जाते. माझ्यात जरी काही आत्मिक बदल झाले असले, तरी पण मला अजून बराच लांबचा पल्ला गाठायचा आहे.'

"माझा तुला हाच सल्ला आहे की, महेश्वरनाथ बाबाजींनी सांगितलेल्या सूचनेनुसार तुझा सराव परिश्रमपूर्वक चालूच ठेव. श्री गुरूंचे आशीर्वाद तुझ्या बरोबर सदैव राहोत." ते थांबले आणि त्यांनी माझ्या डोक्यावर हात ठेवून आशीर्वाद दिला. "आता तू जा. मी तुला इथे पुन्हा भेटणार नाही कारण उद्या मी इथून निघून जाणार आहे. कदाचित श्री गुरूंनी तुला इथे पाठवण्यामागे काही तरी कारण असेल. तुला असा सल्ला देण्याची मला अंतःप्रेरणा होतीय की, तू श्री गोरखनाथांचे *सिद्ध सिद्धान्त पद्धती* हे काळजीपूर्वक वाच. हरी ॐ." त्यांना नमस्कार करण्याव्यतिरिक्त करण्यासारखं माझ्याकडे काहीच उरलं नव्हतं. तो करून मी आलो. दुसऱ्या दिवशी मी दिल्लीला परतलो.

■■■

१३.

तंत्राचे पैलू

हे प्रकरण श्री महेश्वरनाथ बाबाजी यांच्याबरोबर माझा जो संवाद झाला त्यावर आधारित आहे. तंत्र हा शब्द अनेकांना आकर्षून घेतो, आणि अनेक जण त्याचे अनेक अर्थ काढतात. मला जे बाबाजींकडून समजलं, तेच मी तुमच्यासमोर मांडणार आहे.

तंत्र ही अशी संज्ञा आहे, जी सत्याचा विशिष्ट दृष्टिकोन समोर ठेवते. तंत्रामध्ये यंत्रांचा उपयोग होतो. प्रत्यक्ष परिणाम साध्य करण्यासाठी तयार केलेल्या आराखड्यांच्या ज्या आकृत्या असतात, त्यांनाच यंत्र म्हणतात. तंत्रामध्ये *'भोगो योगायथे'* या म्हणीवर विश्वास ठेवलेला आहे. याचा अर्थ योग किंवा भोगाद्वारे देवाशी एकरूप होणं. यामुळेच अनेक जण असा निष्कर्ष काढतात की, तंत्र म्हणजे मध्यरात्री वासनांध मद्यपींनी करायची क्रिया, जिथे वासनांचा स्वैराचार असतो. खरं तर सत्य या निष्कर्षापासून फार वेगळं आहे. अर्थात मी हे नाकारत नाही की, काही निम्न पंथ, संप्रदाय या स्वैराचारात अडकतात आणि हेच सर्व काही म्हणजे तंत्र आहेत असं मानून बसतात.

खरं तर सत्य असं आहे की, तंत्र हा उपनिषदात सांगितल्यानुसार अनंत आणि अनाकलनीय अशा ब्रह्माकडे जाण्याचा अत्यंत व्यावहारिक दृष्टिकोन आहे. खरं तर सर्वसंगपरित्यागाच्या मार्गावर मदिरा ही पूर्णपणे वर्ज्य असते आणि त्याचं काटेकोरपणे पालन होतं. तंत्र सांगतं की, हा मदिरावर्जित मार्ग काही दुर्मीळ अशा आत्म्यांसाठीच आहे. पण तंत्र हा साधू-संन्यासी नसणाऱ्या अशा संसारी लोकांसाठी एक पर्यायी मार्ग आहे, ज्यांना उच्चतम स्थितीत जायची इच्छा आहे.

वेदान्त हे निर्गुण-निराकार सूक्ष्म अशा ब्रह्माविषयी सांगतं, तर तंत्र हे ठोस, दृश्यमान, आकारमयी जगापासून सुरुवात करतं. हे साधकाला जाणवणाऱ्या जडत्वापासून सूक्ष्माकडे

पायरी-पायरीने घेऊन जातं. शेवटी मन अशा अत्यंत शांतचित्त अवस्थेत जातं, जिथे अनाकलनीयाचं त्याला आकलन होतं आणि त्याला चैतन्याची अनुभूती येते.

तंत्रयोगी असं मानतात की, प्राप्त करणं, विस्तार करणं, आनंद घेणं, एखाद्या गोष्टीचा कब्जा मिळवणं या सर्व इच्छा या पूर्णत्वापर्यंत, अंतिम सत्यापर्यंत ज्याला ब्रह्म किंवा शिव म्हटलं जातं, तिथपर्यंत पोहोचण्याच्या आतील तीव्र इच्छेचे 'बाह्य आविष्कार' आहेत. जेव्हा कोणी दारू पितं, तेव्हा तात्पुरतं मेंदूचं कार्य थंडावतं आणि परिणामस्वरूप विस्तारण्याची, आनंदाची भावना आतमध्ये तयार होते. वृत्तींना तात्पुरतं बाजूला सारलं गेल्यामुळे माणसाची मूळ वैशिष्ट्यं वर येतात.

असं सांगितलं जातं की, एकदा श्री रामकृष्ण परमहंस हे कलकत्त्यातील रस्त्यावरून बग्गीतून प्रवास करत होते. तेव्हा त्यांनी फुटपाथवर एका दारुड्याला झोकांड्या खाताना आणि जोरजोरात हसताना बघितलं. त्या वेळेस त्यांनी बग्गी थांबवली. ते खाली उतरले आणि 'हा माझा भाऊ आहे' असं म्हणत त्याला मिठी मारली. फुटपाथवरचा माणूस आणि ते, अत्यानंदात जगाला विसरून गेलेत असं ते म्हणाले. ते म्हणाले, "मीसुद्धा प्यायलेलोच आहे. फक्त एक वेगळं पेय प्यायलेलो आहे."

अशी नोंद आहे की, कालीमातेच्या मंदिरात संध्याकाळी आरतीच्या वेळी जेव्हा घंटानाद व्हायचा, तेव्हा श्री रामकृष्णांचे डोळे हे लाल व्हायचे आणि एखाद्या दारुड्यासारखे ते झिंगायचे.

काही लेखकांनी तंत्राचे उजवा आणि डावा मार्ग असं विभाजन केलंय. पण बाबाजींनी मला हे विभाजन योग्य नाही असं शिकवलं. त्यांच्यानुसार दोन्हींमधील भेद लक्षात न घेता त्यातील साम्य लक्षात घेतलं पाहिजे. किंवा उजवा मार्ग हा वामाचाराचा कळस आहे, ज्याला *कौलचरा* असंही म्हटलं जातं, आणि डाव्या मार्गात मन पुरेसं शुद्ध होतं.

म्हणून *कौलमार्गीं*साठी सांगितलेल्या पाच उपभोग्य वस्तूंमध्ये *मधु* आणि *मैथुन* समाविष्ट आहे. ही पशू आणि सामान्य माणसासाठी फक्त पुढं जाण्याची एक पायरी आहे. कुणी फक्त दारू या शब्दाचा उच्चार करायचा अवकाश, रामकृष्ण त्या समाधीच्या अवस्थेत जायचे. ते पाहून अनेकांना त्यांनी दारू घेतलीय असं वाटायचं. पण ते आतील अमृतामुळे झिंगलेले असायचे, ज्याचा आस्वाद फक्त योगीच घेऊ शकतात.

उदाहरण म्हणून कुप्रसिद्ध असलेलं मैथुन हा वामाचारींमधील धार्मिक विधी घेऊ या. माणसामध्ये लैंगिक उपभोग ही सर्वात जास्त सुख देणारी गोष्ट का आहे? इतकं की, त्यासाठी भयानक असे गुन्हे घडतात. याचं कारण म्हणजे, समाधीतील विचारशून्य, स्थिरचित्ततेच्या जवळ जाणारा हा अनुभव सर्वसामान्य माणूस याच क्रियेत अनुभवतो. स्वतःच्या अहंकाररूपी मीपणाची जाणीवही तो विसरतो आणि काही क्षणांसाठी बाहेरील जगाची जाणीवही नाहीशी झालेली असते. अर्थात पुढच्याच क्षणी या सर्व अपूर्णतेसह ते त्याला परत दिसायला लागतं.

आता, अगदी त्या शारीरिक कृतीतही परिस्थिती योग्य पद्धतीने नियंत्रणात ठेवून योग्य तंत्राच्या, शिक्षकाच्या मदतीने *वज्रोली*चा सराव केला, तर ही जाणिवेची उच्चतम अवस्था प्राप्त केली जाऊ शकते. ज्यामध्ये ध्यान हे स्वतःच्या शरीराच्या उच्चतम टप्प्याकडे म्हणजेच सहस्त्रार चक्राकडे परावर्तित केलं जातं, आणि जेव्हा उच्चतम केंद्राचा मोठा परमानंद अनुभवला जातो, त्या वेळेला शारीरिक संबंधांना प्राधान्य राहत नाही. मग जाणिवेच्या उच्चतम स्थितीत जाण्यासाठी मैथुन फक्त एका पायरीचं काम करतं.

कामवासना हीदेखील कुंडलिनी किंवा शक्तीशी जोडली गेलेली आहे. तंत्राच्या मते प्रत्येक माणसामध्ये ही शक्ती पाठीच्या मणक्याच्या खालील केंद्रस्थानी, ज्याला मूलाधार चक्र म्हणतात तिथे सापासारखी वेटोळे घालून बसलेली असते. *कुलकुंडलिनी* किंवा *कुंडलिनी* असं ज्याला संबोधलं जातं, ती तंत्र आणि योगाचं मुख्य शिक्षण आहे. योगी आणि तांत्रिक हे दोघं वेगवेगळ्या पद्धतीने ही शक्ती जागृत करायचा प्रयत्न करतात, जी सूक्ष्म नाडीच्या मधून किंवा पाठीच्या कललेल्या मार्गातून वर चढून जोपर्यंत डोक्यावरील मुकुटातील केंद्रस्थानी पोहोचत नाही, ज्याला 'सहस्त्रचक्र' किंवा ज्याला 'सहस्त्रपद्म' म्हटलं जातं.

जिथे कुंडलिनी शक्तीचं आणि जाणिवेच्या साराचं एकत्रीकरण घडतं, ज्याला 'सदाशिव' म्हटलं जातं. हे जेव्हा घडतं त्याला समाधी म्हणतात, ज्यामध्ये अलौकिक परमानंदाची अनुभूती योग्याला येते. जगद्गुरू आदि शंकर, त्यांच्या '*सौंदर्यलहरी*' मध्ये, याला 'अत्युच्च सौंदर्याचा परमानंद' असं संबोधतात.

उच्चतम केंद्राच्या मार्गाकडे जाताना कुंडलिनी सुषुम्नाच्या पाच चक्रांतून जाते, ज्यामुळे योग्यासाठी नवीन दिशा आणि क्षितिजं उघडतात. मनाचा सूक्ष्म भाग विस्तृत होतो आणि सर्वसामान्य माणूस ज्याला असामान्य म्हणतो अशा शक्तींवर, क्षमतांवर ताबा मिळवतो.

जेव्हा स्त्रीतत्त्व – ज्याला *कुंडलिनी* म्हटलं गेलं – हे पुरुष तत्त्वाबरोबर – ज्याला *शिवम्* म्हटलं गेलं – विलीन होतं, तेव्हा योगी हा दैवी होतो. जे मानवाच्या विकासाचं पुढील पाऊल आहे. जाणिवेच्या उच्चतम स्थितीत पोहोचलेला योगी आणि तिथे न पोहोचलेला योगी यांतील फरक विकासाच्या परिमाणावर मोजायचा झाला तर तो, माणूस आणि अतिप्राचीन माकड यांतील फरकासारखा आहे.

कुंडलिनी जागृतीच्या तंत्रामध्ये यौगिक तंत्राच्या अगदी विरुद्ध महान श्री विद्या मंत्राचा वापर केला जातो. यात दोन प्रकार असतात. एक पंधरा अक्षरी म्हणजे, पंचदशाक्षरी आणि सोळा अक्षरं असलेलं म्हणजे षोडशाक्षरी, ज्यामध्ये यंत्राची बाह्य पूजा केली जाते, ज्याला 'श्री चक्र' म्हणतात, जे नंतर हृदय चक्रामध्ये आणि शेवटी सहस्त्रार चक्रामध्ये विलीन होतं.

बाबाजींनी मला त्यांच्या अपार करुणेने तांत्रिक आणि यौगिक तंत्राचा समन्वय शिकवला, संतुलन शिकवलं, ज्याच्या परिणामांची मी नक्की खात्री देऊ शकेन.

खालपासून सुरू होणारी चक्रे :

मूलाधार, मणक्याच्या मुळापासून;

स्वाधिष्ठान, प्रजनन अवयवाच्या वर;

मणिपूर, नाभीत असलेले;

अनाहत, छातीच्या केंद्रस्थानी;

विशुद्ध, गळ्यामध्ये;

सहस्त्रार, डोक्यावरील टाळूमध्ये;

महान गोरक्षनाथांनी अजून दोन केंद्रं त्यात समाविष्ट केली. एक स्वरदारामध्ये आणि दुसरं कपाळाच्या मध्यभागी.

ज्यांना चक्रांची माहिती नाही त्यांच्यासाठी मी चक्रांची पुढील माहिती देत आहे. खालीलपासून वरील चक्रांच्या ज्या रंगांवर ध्यान करायला हवं, ते रंग म्हणजे एक पिवळा, दुसरा रूपेरी, तप्त लाल, आकाशी, निळा आणि दुधासारखा पांढरा.

त्यांची चिन्हं पुढीलप्रमाणे – खालच्या बाजूला टोक असलेला त्रिकोण, रुपेरी चंद्रकोर, लाल त्रिकोण ज्याचं टोक वर आहे, एकात एक-दोन एकसारखे त्रिकोण अडकवल्यावर जी चांदणी होते ती डेव्हीड चांदणी, अंडाकार, पांढऱ्या रंगाचं दुहेरी पाकळ्यांचं कमळ आणि अनेक रंगांचं कमळ.

बीजाक्षर मंत्र, ज्याने चक्र जागृत करतात ते मंत्र खालून वरच्या चक्रांकडे असेः *लं, वं, रं, यं, हं* आणि *ओम्.*

उरलेले तुम्हाला व्यक्तिशः गुरूकडून शिकावे लागतील. या सर्वांशी क्रियायोग कसा जोडला आहे, ते मी क्रिया योगाच्या प्रकरणात दिलेच आहे.

१४.

बाबाजींबरोबर संभाषण - भाग १

ती हिमालयातील एक थंडगार रात्र होती. बाबाजी आणि मी मौनी बाबांच्या गुहेसमोर एका मोठ्या खडकावर बसलो होतो. आमच्या चहूबाजूला बर्फाच्छादित रूपेरी पर्वतांची रांग दिव्य प्रकाशात चमकत होती. आम्ही अगोदरच पेटवलेली शेकोटी चांगलीच पेटली होती. शिवाय मी जाड ब्लँकेट लपेटून घेतलं होतं. तरीसुद्धा थंड बर्फाळ हवेचा झोत चेहऱ्यावर आला की, मी कुडकुडत होतो. एखाद्या कोषात बसावं तसं मी स्वतःला गुंडाळून बसलो होतो. याविरुद्ध बाबाजी मात्र फक्त कमरेला पंचा गुंडाळून बसले होते. स्वतःच्या शरीराच्या तापमानावर नियंत्रण मिळवायच्या यौगिक प्रक्रियेमध्ये ते पारंगत होते. घडी घातलेल्या लोकरीच्या घोंगडीवर पद्मासनात बसून बाबाजींनी माझ्याकडे पाहिलं आणि ते प्रेमाने हसले.

"निश्चिंतपणे आरामात बस." त्यांच्या या शब्दाने माझ्यावर जणू काही जादू केली आणि आश्चर्य म्हणजे माझ्या थकलेल्या शरीरात तरतरी आली. त्यांच्याकडून आल्हाददायक असा उबदारपणा माझ्याकडे आला आणि माझ्या पूर्ण शरीरावर पसरला. माझ्या मनात एक तीव्र जागृती आली, जी माझ्यात आहे हे मला माहीतच नव्हतं.

एम : बाबाजी, बऱ्याच काळांपासून मी वेदान्तिक विषयांचा अभ्यास करतोय. सुरुवातीला मला असं वाटलं की, मला सर्व समजलं. पण जशी वर्षं सरत गेली आणि मी विषयाच्या खोलात शिरलो, तसं मला हे जाणवायला लागलं की, मला फारच थोडंसं समजलंय. असे अनेक प्रश्न आहेत जे मला अजून उमजले नाहीत. कृपा करून ईश उपनिषदामध्ये सांगितलेल्या या वाक्याचा उलगडा करा – *अन्धं तमः प्रविशन्ति येऽ विद्यामुपासते। ततो भूय इव ते तमो य*

उ विद्याया रताः। – जे अज्ञानाची पूजा करतात ते अंधकारात जातात आणि जे ज्ञानाची पूजा करतात ते महाअंधकारात जातात.

पहिला भाग मला समजला आहे. आम्ही लहानपणापासून हेच ऐकत आलो आहोत की, ज्ञान प्राप्त करूनच अज्ञानावर विजय मिळवता येतो. पण ज्ञानाची जे पूजा करतात ते महाअंधकारात जातात हे ऋषींचं वाक्य गोंधळात टाकणारं आहे. हे कसं शक्य आहे? जर ज्ञान आणि अज्ञान हे दोन्हीही अंधारात घेऊन जाणारे असतील, तर ज्ञान आणि अज्ञानाच्या पलीकडे काही अस्तित्वात आहे का? जर ज्ञानही अंधाराकडेच घेऊन जात असेल तर त्याच्या पलीकडेही काही आहे का?

बाबाजी : बाळा, आता लक्षपूर्वक ऐक, सावधपणे ऐक. सावध होणं म्हणजे ताण घेणं नव्हे. उलट, ताणविरहित होणं. सहज राहा आणि ही शिकवण तुझ्या आतमध्ये मुरू दे, ज्यामुळे तुझ्या सर्व शंका नाहीशा होतील. जसे दोन मित्र आपल्या वैयक्तिक समस्यांविषयी एकमेकांशी चर्चा करतात, तसं आपण या गोष्टींवर चर्चा करू या. आपल्या दोघांमध्ये पूर्णपणे प्रेम आणि मोकळेपणा असू दे. वरवर विरोधी वाटणाऱ्या या उपनिषदांमधील वाक्यांमुळे गोंधळ उडू शकतो. पण जर तू त्यांचा नीट अभ्यास केलास तर तुला जाणवेल की, त्यात विरोधाभास नाहीये.

अज्ञानाची पूजा करणारे अंधारात जातात हे तर तुला कळलंय ना? अज्ञान म्हणजे अविद्या, म्हणजेच ज्ञानाचा अभाव. ज्ञान मिळवल्याने अज्ञानाचा नाश होतो. उपनिषदात ज्ञान मिळवू नका असं कुठंच म्हटलं नाही. ज्ञान हे अज्ञानाला हद्दपार करण्याचं एक साधन आहे. जर असं असेल तर ज्ञान अंधाराकडे कसं घेऊन जातं? काळजीपूर्वक ऐक. उपनिषद असं म्हणतच नाहीत की, ज्ञान अंधाराकडे घेऊन जातं. ते फक्त एवढंच म्हणतात की, जे ज्ञानाची पूजा करतात ते महाअंधःकारात जातात. याचा बारकाईने अभ्यास करायला हवा.

समज तू काटेरी प्रदेशातून अनवाणी चालत असशील आणि तुझ्या पायात काटा मोडला. आधी तू तुझ्या हाताने तो काटा ओढून काढण्याचा प्रयत्न केलास पण काही उपयोग झाला नाही. मग अशा वेळी तो काटा काढण्यासाठी तू अणकुचीदार, मजबूत आणि लांब असा दुसरा काटा घेशील आणि त्याच्या साहाय्याने पायात रुतलेला काटा काढशील. त्याचप्रमाणे अज्ञानाचा काटा काढण्यासाठी ज्ञानाच्या काट्याचा उपयोग करावा लागतो. ज्ञानाच्या काट्याच्या वेदना सहन कराव्या लागतात. आता मला सांग, पहिला दुखणारा काटा काढल्यानंतर तू दुसरा मोठा काटा पायात रुतवून ठेवशील का? नक्कीच नाही. तू तो फेकून देशील. अशा प्रकारे अज्ञानाचा काटा काढण्यासाठी ज्ञानाचा काटा वापरला जातो. ज्या साधकाचं, योग्याचं मुक्ती प्राप्त करणं हे ध्येय आहे, तो ज्ञान आणि अज्ञान या दोन्हींचा त्याग करतो.

आणखी पुढे जाण्याअगोदर आपण ज्ञान म्हणजे काय, ते समजून घेऊ या. तू एखादी घटना किंवा एखादी गोष्ट समजून घेतोस आणि म्हणतोस की, त्याविषयी तुला ज्ञान प्राप्त झालं. म्हणजे, त्या गोष्टीविषयी किंवा घटनेविषयी जेवढी शक्य आहे तेवढी माहिती तू तुझ्या

स्मरणात साठवून ठेवतोस. भविष्यात तू ती माहिती आठवू शकतोस, त्याचा संदर्भ घेऊ शकतोस. तसेच त्या माहितीला अनुसरून प्रतिक्रिया देऊ शकतोस. सर्व ज्ञान असेच आहे, जे स्मरणात साठवलेले असते.

ज्या क्षणी तू माझे शब्द ऐकतोस, त्याच क्षणी ते वर्तमानातून नाहीसे होतात आणि भूतकाळात जातात. त्यातून स्मृती तयार होतात आणि स्मृती हा भूतकाळाचा भाग आहे. ज्ञान म्हणजे काय तर आपल्या स्मृतीत साठवलेली भूतकाळातील माहिती होय. ती काही सेकंदांपूर्वी साठवलेली असो, काही मिनिटांपूर्वी अथवा काही वर्षांपूर्वी, अखेर तो भूतकाळच असतो.

याउलट, शाश्वत सत्य असलेलं ब्रह्म ही स्मरणात राहणारी भूतकाळातील गोष्ट नसून जिवंत वर्तमान होय आणि ज्ञान हे भूतकाळातील अनुभव, स्मरण असल्याने ज्ञानाच्या आधारे ब्रह्माचे आकलन होणे शक्य नाही.

एम : ज्ञान ही जर फक्त स्मृती असेल, मग ज्याला ब्रह्म समजलं जातं ते काय आहे?

बाबाजी : जेव्हा मनाला ही वस्तुस्थिती पूर्णपणे समजते, त्या वेळेस ते मानसिक प्रयत्न करणं पूर्णपणे सोडून देतं. तेव्हा ते शांत आणि निश्चल होतं आणि मग जे उरतं ते ब्रह्म असतं.

एम : मग सर्वसामान्यपणे ज्याला आपण ज्ञान म्हणतो ते पूर्णपणे निरुपयोगी आहे का?

बाबाजी : नाही. नक्कीच नाही. ज्ञान मिळवण्याची क्षमता, मग त्यातील नेमकेपणाची पातळी काहीही असो, ती मानवाला मिळालेली सर्वोच्च निसर्गदत्त शक्ती आहे. मी ज्या ज्ञानाबद्दल बोललो, त्यातील प्रत्येक टप्प्याचं आपलं एक महत्त्व आहे. जग कितीही विश्वास न ठेवण्याजोगं, भासमान असलं तरी जोपर्यंत आपल्या ज्ञानेंद्रियांच्या मार्फत आपण त्याचा अनुभव घेत नाही, तोपर्यंत आपण राहत असलेल्या जगाचं आपल्याला पूर्णपणे आकलन होत नाही. आपलं तर्कशास्त्र स्वतःच हे सांगतं की, आपल्या अनुमानांवर आपल्याला अवलंबून राहता येत नाही. कारण ते पूर्वग्रहदूषित असतात.

मन म्हणजे विचारांच्या साठ्यापलीकडे काहीच नाही. असं मन जेव्हा स्मृतींच्या (स्मृती म्हणजे केवळ भूतकाळातील एक गोष्ट) पलीकडे जातं, तेव्हा त्याला पूर्णपणे समजतं की, ते किती मर्यादित आहे आणि ते अमर्याद अवस्थेच्या (बुद्धीच्या पलीकडची अवस्था) पलीकडे जाऊ शकत नाही. मग मन शंका, अनुमान, वाद हे सोडून देतं. त्यामुळे त्याची विचारांची शृंखला थांबते आणि ते विस्तृत अशा एकही तरंग नसलेल्या अमर्याद शांत पाण्यासारखं स्तब्ध आणि निश्चल होतं.

याच स्वच्छ आरशासारख्या शांत-शुद्ध मनात सुखद अंतिम सत्य असणारं 'ब्रह्म' प्रतिबिंबित होतं.

केनउपनिषदात म्हटलंय की, मन स्वतः त्या अनुभवापर्यंत पोहोचू शकत नाही. पण मनामुळे त्या अनुभवाला जाणणं शक्य होतं. अरे साधका, तू ज्याची उपासना करतोस ते खरं ब्रह्म नाहीये.

एम : मनाने विचार करणं किंवा कारण देणं थांबवलं तर एखाद्या निष्क्रिय माणसासारखं ते सुस्तावणार नाही का?

बाबाजी : ज्या मनामध्ये बुद्धिमत्तेचा स्त्रोत आणि अनेक बीजं आहेत, ते सुस्त कसं होईल? अशा प्रकारचं मन हे कायमस्वरूपी सक्रिय आणि कार्यमग्न असतं, कारण त्यासाठीच त्याची नियुक्ती झाली आहे. संपूर्ण विश्वाचे संचालन करणाऱ्या ऊर्जेशी जे मन जोडलं गेलेलं असतं, त्या मनाला अमर्याद अशा ऊर्जेचं वरदान असतं. त्यामुळे ते अडचणी, अपयशात अस्वस्थ होत नाही.

जे अपयशाने हताश होत नाही आणि यशाने हुरळून जात नाही. सामान्य माणसाच्या मनासारखं विचलित न होता हे मन स्थिरपणे काम करतं. केवळ असं मनच खऱ्या अर्थी काम करत असतं. कारण त्याला वैश्विक ऊर्जास्त्रोताकडून ऊर्जा मिळत असते. बाकी सर्व सुस्त असतात, कारण त्यांना कार्याचं रहस्य उलगडलेलं नसतं.

आपण अशा महान लोकांच्या मनाचा अभ्यास करू या, जे फक्त विचारवंतच नव्हते तर कर्मयोगीही होते. आदि शंकर हे अद्वैत वेदान्ताचेच उदाहरण आहेत. मी त्याविषयी नंतर सांगतो. ते एक सर्वोच्च संन्यासी होते. अवघ्या ३२ वर्षांच्या काळात त्यांनी ते केलं, जे सर्वसामान्य माणसाला १०० वर्षांत किंवा असंख्य जन्म घेऊनसुद्धा जमणार नाही. त्यांनी हा एवढा मोठा देश पायी चालत उभा आणि आडवा पादाक्रांत केला. प्रचंड मोठे असे टीकात्मक ग्रंथ लिहिले. त्या काळच्या अनेक पंडितांबरोबर चर्चा केल्या आणि जिथे गेले तिथल्या मंदिरांचा जीर्णोद्धार केला. हे करत असताना ते सगळ्यातच यशस्वी झाले, कारण त्यांनी कार्याचं रहस्य जाणलं होतं.

अगदी अलीकडचं महान वेदांती स्वामी विवेकानंदांचं उदाहरण घे. मानवतेच्या कल्याणासाठी अथक कार्य करणारं किती ते उच्च व्यक्तिमत्त्व! तुला स्वतःलासुद्धा विचार केल्यावर अशी अनेक उदाहरणं सापडतील.

एम : बाबाजी त्यांच्याबद्दल काय सांगाल, ज्यांनी अंतिम सत्य समजल्यावर मौनात राहणं पसंत केलं?

बाबाजी : ज्यांनी मौनात राहायला प्राधान्य दिलं ते सिद्धऋषी होते. त्यांचं मौन हे शब्द किंवा प्रत्यक्ष कृतीपेक्षा जास्त परिणामकारक होतं. ज्यांना मौनाची भाषा ऐकता यायची अशा लोकांच्या मनावर ते संत शांतपणे कार्य करायचे. असे संत हे विचारांच्या उगमस्थानापर्यंत पोहोचलेले असतात आणि त्यांच्या एका विचाराने जग बदलू शकतात. त्या मौनामध्ये अनेक तासांच्या प्रवचनापेक्षा जास्त सामर्थ्य असतं. स्वतः ब्रह्मासारखे अदृश्य राहून असे संत मोठमोठे चमत्कार घडवून आणतात. त्यांच्या फक्त एका विचाराने अति अवघड कार्यं सिद्धीस जातात.

जे ज्ञानाची पूजा करतात ते महाअंधकारात जातात या वाक्याचा आता मी तुला अजून एक अर्थ समजावतो. अनेक जण अनेक टीकात्मक प्राचीन ग्रंथांचा वैदिक ज्ञानाच्या शाखा

असलेल्या ज्योतिष, गणित, मंत्र यांचा अभ्यास करतात आणि गर्वाने फुगून जातात. खूप ज्ञानी असल्याचा आव आणतात.

त्यांचा अहंकार एवढा मोठा होतो की, प्रत्येक गोष्टीत मीच बरोबर असा ते विचार करायला लागतात. दुसऱ्याचा दृष्टिकोन ऐकून घ्यायला आणि त्यावर विचार करायलाही ते तयार होत नाहीत. त्यांची मानसिकता हे स्वीकारायलाच तयार होत नाही की, या समस्येकडे बघायचा वेगळा काही मार्ग असू शकतो, वेगळी काही दृष्टी असू शकते, जी त्यांना समजलेली नाही. त्यांचा अतिअहंकारच त्यांच्या अधःपतनाचं आणि त्या मागोमाग येणाऱ्या दुःखाचं कारण बनतो.

त्यांच्या मनाची संवेदनशीलता, जागरूकता नाहीशी झालेली असते. खूप वर्षांच्या परिश्रमामुळे हे प्राप्त झाल्यामुळे या क्षुद्र गोष्टींनाच ते ज्ञान समजतात आणि त्यामुळेच ते कलंकित होतात. हे ते ज्ञानाचे पुजारी आहेत, जे महाअंधकारात जातात.

एका गोष्टीच्या रूपाने मी तुला हे स्पष्ट करतो. एक महान ईश्वरप्राप्ती झालेले संत होते, ज्यांच्याकडे लोक मोठ्या संख्येने जमायचे. एक हुशार पंडितही त्यांच्याकडे उपदेश घेण्यासाठी गेला. काही वेळ त्या संताचे बोलणे ऐकल्यानंतर त्या पंडिताने त्यांना विचारलं, "गुरुजी, मला मुक्तीची अवस्था प्राप्त होण्यासाठी किती काळ लागेल?"

"बराच काळ लागेल," गुरुजी म्हणाले.

त्या वेळेस तिथे एक अत्यंत गरीब, अशिक्षित माळी बसला होता. तो पूर्ण तल्लिन होऊन त्या संताचे बोलणे ऐकत होता. तो उभा राहिला आणि तो संताला हात जोडून त्यांना धन्यवाद देण्याच्या हेतूने म्हणाला, "गुरुजी, तुम्ही मला जे शिकवलं त्यासाठी तुम्हाला कसे धन्यवाद देऊ हे मला कळत नाहीये. मी एक अडाणी माणूस आहे. मला कधी ही उच्चतम अवस्था प्राप्त होईल का?"

"काही दिवसांतच," गुरुजी उत्तरले.

हे उत्तर त्या पंडिताला झोंबलं. "हे कसं काय?" त्याने विचारले, "या अडाण्याला ही उच्चतम अवस्था काही दिवसांत प्राप्त होईल. उटलपक्षी, मी एक महान पंडित. मला मात्र बराच काळ थांबावं लागेल?" त्यावर ते संत पटकन उत्तरले, "तू अशा अनेक गोष्टी गोळा केल्या आहेत, ज्यामुळे तुझ्या मनात अनेक सूक्ष्म संकल्पना तयार झाल्या आहेत. त्यांचा गुंता तुझ्या मनात साठला आहे. या सर्व शिकलेल्या गोष्टी विसरायलाच तुला बराच काळ लागेल. तुझा अहंकार इतका फुगलाय की, त्यामुळे ज्या दरवाजाने सत्य आत येतं, तो दरवाजा बंद झाला आहे. ज्या क्षणी तू या कचऱ्यातून मुक्त होशील, त्याच क्षणी उच्चतम अवस्था तुला प्राप्त होईल. हा सगळा कचरा काढून टाकण्यासाठीच तुला बराच वेळ लागेल असं मी म्हणालो."

एम : याचा अर्थ असा होतो का की, ज्ञानी माणसापेक्षा अज्ञानी माणसाला सत्य कळण्याची जास्त शक्यता आहे?

बाबाजी : नक्कीच नाही. मी तुला फक्त हे दाखवून देण्यासाठीच स्पष्टीकरण देत होतो की, कित्येक पुस्तकं आणि धर्मग्रंथ पाठ करून कुणी ज्ञानी होत नाही. खरा ज्ञानी तोच असतो ज्याच्याकडे आकलन करण्याची आणि समजून घेण्याची क्षमता असते, फक्त पाठांतराची नाही. ज्याचं मन चुकीच्या धारणांपासून मुक्त असतं, तो मनुष्यच ते समजू शकतो. अशा प्रकारे ज्याच्याकडे कुशाग्र बुद्धी असते त्यालाच हे समजतं की, बुद्धिमत्ता कितीही उच्च असू देत; तिला काही मर्यादा आहेत. काही आयाम हे बुद्धीच्या पलीकडचे असतात, जिथे बुद्धी कधीच पोहोचू शकत नाही.

एम : बुद्धी पलीकडचे आयाम म्हणजे काय? हे मला नीटसं समजलं नाही.

बाबाजी : अनेक लोकांना ते कळत नाही. सामान्य माणसासाठी ते अवघड आहे कारण तो केवळ लांबी, रुंदी आणि खोली या तीन आयामांशी नित्य जोडलेला असतो. त्यांचे विचारही या आयामांपुरतेच मर्यादित असतात. त्यांना या पलीकडे चौथा आयाम आहे, याची कल्पनाही करणं अवघड जातं. ज्या वेळेस विचारांची शृंखला शांत होते, मौन होते, तेव्हाच हे शक्य होतं. त्या अवस्थेत गेल्यानेच याचा अनुभव येऊ शकतो. पण मी हे शक्य तेवढं तर्कसंगत पद्धतीने समजावण्याचा प्रयत्न करतो. त्यामुळे तुला ते बुद्धीने कळेल आणि त्यावर मनन करता करता कदाचित त्याचा अनुभवही येईल.

असा विचार करा की, लाल रंगाचे दोन थाळीच्या आकाराचे प्राणी आहेत जे एका खोक्यामध्ये ठेवले आहेत. त्या दोघांना फक्त त्या खोक्यातच हालचाल करता येते व त्यांना खोक्याच्या बाहेर येता येत नाही. त्यांना फक्त पुढे-मागे वा डावी-उजवीकडेच हालचाल करता येते, ते वर चढू शकत नाहीत वा खाली उतरू शकत नाही. ते आपल्या या चौकटीत जगत आहेत.

असे म्हणू या की, कोणीतरी त्या खोक्यात हात घातला व लाल रंगाच्या एका प्राण्याला उचलून तशाच प्रकारच्या दुसऱ्या खोक्यात ठेवलं, जिथे हिरव्या रंगाचे प्राणी होते व त्या हिरव्या रंगाच्या एका प्राण्याला लाल रंगाच्या प्राण्याच्या खोक्यात टाकलं.

हिरव्या व लाल दोन्ही प्राण्यांना आश्चर्य वाटलं की, असं कसं घडलं? त्यांना फक्त समांतर हालचालींची माहिती असल्याने ते वर-खाली झालेल्या हालचालींना समजूच शकले नाहीत. त्यांच्यासाठी या समांतर हालचालींपेक्षा घडलेली कोणतीही हालचाल म्हणजे चमत्कारच होता व त्या चमत्कारासह ते आपल्या वातावरणात राहू लागले.

आपल्यासारखे बहुतांश जण या काल्पनिक प्राण्यांसारखेच आहेत. आपल्या इंद्रियांचं जग सोडून म्हणजे दृश्य, आवाज, स्पर्श, वास, चव हे सोडून अजून काही वेगळा किंवा त्यापेक्षा उच्च आयाम असू शकतो, असा विचारही आपल्याला शिवत नाही. आपल्या बुद्धीचं जगही ज्ञानेंद्रियांच्या अनुभवांपुरतंच मर्यादित आहे. पण अजून एखादा आयाम असू शकतो असं जेव्हा आपल्या जागृत बुद्धीला लक्षात येतं, तेव्हाच आध्यात्मिक प्रवासाला सुरुवात

होते. हे तेव्हा होतं जेव्हा जागरूक बुद्धीला समजतं की, केवळ विचारांच्या माध्यमातून किंवा ज्ञानेंद्रियांच्या आकलनशक्तीने आपण तिथे पोहोचू शकत नाही. मग आपली बुद्धी बाकी साधनांचा शोध घ्यायला लागते. सामान्यपणे अशा गोष्टींची कल्पनाही करणं अवघड असल्यामुळे अशा आयामापर्यंत कोणी पोहोचलं असेल यावर विश्वास बसणंच कठीण जातं.

ग्रीक तत्त्ववेत्ते प्लेटो, ॲलॉग्रे ऑफ द केव्ह या त्यांच्या बोधकथेद्वारे हाच मुद्दा उदाहरणाने समजावून सांगतात. एका माणसाला कसंतरी फक्त उभं राहता येईल इतक्या उंचीच्या आणि रुंदीच्या जमिनीखालील बोगद्यामध्ये काही गुलामांना ठेवलं होतं आणि त्यांना ओळीने चालता येईल अशा पद्धतीने एकमेकांशी साखळीने बांधलं होतं. त्यांच्या हातात, पायात आणि मानेमध्ये बेड्या होत्या, ज्या जड साखळ्यांनी बांधल्या होत्या. साखळीच्या वजनाने त्या सर्वांची डोकी खाली झुकली होती. जेव्हापासून त्यांना आठवत होतं तेव्हापासून ते तिथेच होते. ते फक्त एकाच दिशेने चालू शकायचे आणि एकाच दिशेने बघू शकायचे. अनेक वर्षं ते त्या चक्राकार बोगद्यात एकसारखे चालत होते.

त्या बंधनातून अपघातानेच एक जण मोकळा झाला. परंतु यांत्रिक आणि निरंतर हालचालींच्या सवयीमुळे त्याला ते जाणवलंच नाही. एक दिवस त्याच्या मानेमध्ये तीव्र वेदना झाल्या. त्यामुळे त्याने मान वर आणि इकडे-तिकडे वळवली. तेव्हा त्याला वर हलकासा प्रकाश दिसला. तो त्या प्रकाशाकडे चालत गेला. त्याला तो उजेड सहन होत नव्हता तरीही तो उजेडाकडे चालत गेला आणि त्याला सत्य परिस्थिती समजली. त्याला हेही जाणवलं की, गुहेत तो जे बघत होता, ते जग नसून जगाचा छोटासा भाग होता.

तो असा माणूस होता की, ज्याने एका वेगळ्या आयामाचा म्हणजेच डायमेन्शनचा अनुभव घेतला होता, जो आयाम गुहेतील बाकीच्यांच्या मर्यादित दृष्टीच्या पलीकडचा होता. त्यानंतर परत गुहेत जाऊन त्याने त्याच्या जोडीदारांना त्याने पाहिलेल्या आश्चर्यकारक पण पूर्णपणे वेगळ्या अशा प्रकाशमय जग आणि स्वातंत्र्याविषयी सांगितलं असेल तेव्हा त्याच्या जोडीदारांची काय प्रतिक्रिया झाली असेल? तो जे सत्य त्यांना सांगेल त्या वस्तुस्थितीचं त्यांना आकलनही होणार नाही. ते सर्व संशयात अडकतील. जोपर्यंत ते स्वतः मुक्त होऊन या जगाचा अनुभव घेणार नाहीत, तोपर्यंत याला वेडा किंवा खोटारडाच म्हणतील. ज्ञानी ऋषी हे असे मुक्त झालेले मनुष्य असतात.

■■■

१५.

बाबाजींबरोबर संभाषण - भाग २

एम : आता मला त्याच उपनिषदामधील शांतिमंत्राचं सार समजून घ्यायला आवडेल.

ॐ पूर्णमदः, पूर्णमिदं
पूर्णात्पूर्णमुदच्यते
पूर्णस्य पूर्णमादाय
पूर्णमेवावशिष्यते॥

ते पूर्ण आहे, हेही पूर्ण आहे. त्या पूर्णत्वातूनच हे पूर्णत्व येतं.
जेव्हा या पूर्णातून पूर्ण वजा केलं जातं, तेव्हा फक्त पूर्णत्वच उरतं.

हे खरं तर गोंधळात टाकणारं आहे आणि हा शब्दांचा तर खेळ नाही ना, असं मला अनेकदा वाटतं.

बाबाजी : कोणतंही वैदिक विधान हे फक्त शब्दांचा खेळ नाही. तू ज्या शांतिमंत्राबद्दल सांगतो आहेस तो शांतिमंत्र म्हणजेच ज्याला आता ऊर्जेच्या संवर्धनाचा सिद्धान्त या नावाने ओळखलं जातं. तुला माहिती आहे की, ऊर्जेचा संवर्धनाचा सिद्धान्त हे सांगतो की, कुठलीही ऊर्जा, शक्ती किंवा त्याचे समतुल्य वस्तुमान हे कधीही उगम पावत नाही किंवा त्याचा विनाश होत नाही. फक्त त्याचं रूप बदलतं. म्हणजेच त्याच्याशी काही जोडलं जाऊ शकत नाही किंवा त्याच्यातून काहीही काढून घेतलं जाऊ शकत नाही. हे जे पूर्णत्व आहे त्यालाच ब्रह्म म्हणतात.

जसं शक्ती किंवा ऊर्जा याचं दुसऱ्या ऊर्जेमध्ये रूपांतर होऊ शकतं पण त्याचा उगम होऊ शकत नाही किंवा त्याचा विनाश होऊ शकत नाही त्याचप्रमाणे ब्रह्म हे वेगवेगळ्या

आकारात प्रकट होऊ शकतं आणि त्याच्यात काहीही जोडणं किंवा त्यातून काही काढून घेणं शक्य नाही.

एम : 'हे जग असत्य आहे' असं म्हणतात. कृपा करून मला ते कसं हे समजावून सांगाल का? इतकं आकर्षक जग, ज्याला आपण प्रत्येक क्षणी बघू शकतो, स्पर्श करू शकतो, अनुभवू शकतो, ते असत्य कसं असेल?

बाबाजी : हा अत्यंत महत्त्वाचा प्रश्न आहे. आपण याकडे वेगवेगळ्या दृष्टीने बघू. पहिल्यांदा प्रश्नाच्या दृष्टीने विचार करू. आपण रोज आपल्या डोळ्यांनी बघतो की, सूर्य उगवतो आणि मावळतो. पण खरंच सूर्य उगवतो आणि मावळतो का? शास्त्र सांगतं, तसं नाहीये. सूर्य हा स्थिरच आहे, पृथ्वीच त्याच्याभोवती फिरते. हे जरी सत्य असलं तरी आपले डोळे मात्र आपल्याला वेगळंच सांगतात. मग आपण आपल्या डोळ्यांना दिसणाऱ्या सूर्याच्या उगवण्यावर आणि मावळण्यावर विश्वास ठेवणार की वैज्ञानिक गोष्टी जे पुरावे देतात, त्यावर विश्वास ठेवणार? याचा अर्थ आपल्या ज्ञानेंद्रियांनी जी माहिती गोळा केली आहे ती धादांत खोटी नाही का?

एम : हो, हे मान्य आहे. प्रत्येक दिसणाऱ्या गोष्टीवर आपण विश्वास ठेवू शकत नाही. ज्ञानेंद्रियांना झालेलं आकलन हा भ्रम असू शकतो.

बाबाजी : हे जग मिथ्या आहे, असत्य आहे, असं वेदान्त का म्हणतं, याचं आपण विश्लेषण करू या. या जगातील अस्तित्वात असलेल्या प्रत्येक गोष्टीची आपली स्वतःची निरंतर गती आहे. रात्रीनंतर दिवस येतो, जीवनानंतर मृत्यू येतो आणि मृत्यूनंतर परत नवीन जीवन येतं. दर मिनिटाला तुझ्या शरीरातील लाखो पेशी मरतात आणि त्या जागी नवीन पेशी जन्म घेतात. आत्ता जे इथे आहे ते उद्या इथे असणार नाहीये. वेगाने पुढे जाणाऱ्या या काळामध्ये कुणी वर्तमानाला धरून ठेवू शकतं का? ज्या क्षणी विचाराचा जन्म होतो, लगेचच तो भूतकाळात नाहीसाही होतो. कोणत्याही सामान्य माणसाला हे माहीत नाही की, या सगळ्याची सुरुवात कधी झाली आणि हे कधी संपणार? आणि खरंच हे संपणार आहे का? जे एखाद्या बुडबुड्यासारखं दिसतं आणि तसंच गायबही होतं, त्याला शाश्वत कसं म्हणता येईल? जे शाश्वत नाही ते सत्य कसं असेल?

सत्य हे शाश्वत आहे. अनंत आहे. जी गोष्ट क्षणिक असते आणि सारखी बदलत असते ती सत्य असू शकत नाही. फक्त कधीही न बदलणारं शाश्वत सत्य म्हणजेच ब्रह्म. चल, आता इंद्रियांचं राज्य असलेल्या या जगाची सत्यता आपण जवळून तपासू या. विश्लेषण करायच्या उद्देशाने असं मानू या की, हिरव्या रंगात रंगवलेला एक लाकडी चौकोनी ठोकळा आहे. याचं पहिलं वैशिष्ट्य जे त्याला बाकी वस्तूंपासून वेगळं करतं ते म्हणजे, त्याचा रंग. प्रकाशाचा इंद्रधनू म्हणजेच सूर्यापासून जी किरणं उत्सर्जित होतात त्यामध्ये तांबडा, नारंगी, पिवळा, हिरवा, निळा, आकाशी, जांभळा असे रंग असतात. आपण शाळेत असताना

न्यूटनची तबकडी बघितली आहे. अशी तबकडी, जी या सर्व रंगांमध्ये रंगवललेली असते आणि जेव्हा ती जोरात गोल फिरवली जाते तेव्हा फक्त पांढराच रंग दिसतो. कारण पांढऱ्या रंगात हे सर्व रंग एकवटतात आणि याच्या विरुद्धही आपण पाहिलंय, जेव्हा पांढरी प्रकाश किरणं त्रिकोणरूपी लोलकातून परावर्तित होतात, तेव्हा दुसऱ्या बाजूने लगेचच त्याचं रूपांतर सात रंगांत होतं.

म्हणजेच रंग हे प्रकाशाचं कार्य आहे. एखादी गोष्ट जेव्हा हिरवी आहे असं म्हटलं जातं तेव्हा ते काटेकोर सत्य नसतं. आपण जेव्हा हिरवा रंग बघतो त्या वेळेस तो चौकोन प्रकाशकिरणातील हिरवा रंग सोडून बाकी सर्व रंग स्वतःमध्ये शोषून घेतो आणि हिरवा रंग परावर्तित करतो, त्यामुळे तो आपल्याला हिरवा दिसतो. अशी वस्तू जी सर्व रंग शोषून घेते आणि काहीच परावर्तित करत नाही ती काळी दिसते. उलटपक्षी, एखादी वस्तू जेव्हा सर्व रंग परावर्तित करते तेव्हा ती पांढरी दिसते. त्या वस्तूच्या आण्विक रचनेमुळे आणि त्यात असणाऱ्या रासायनिक घटकामुळे काही रंग शोषून घेणं व काही परावर्तित करणं हा त्या वस्तूचा गुणधर्म बनतो.

मग आपल्याला हा प्रश्न पडतो की, आपल्या समोर असलेल्या लाकडी ठोकळ्याचा हिरवा रंग ही त्याची विशेषता आहे की हा त्याचा गुणधर्म आहे?

एम : होय, मला हे मान्य आहे की, हिरवा रंग ही त्याची अंगभूत विशेषताही नाहीये आणि गुणधर्मही नाहीये.

बाबाजी : तर मग पहिल्यांदा विशेषता, ज्याला वस्तूचा रंग म्हटलं जातं, ती त्याची खरं तर विशेषता नाहीच. रंग ही कुठल्याही वस्तूची विशेषता नसून त्या वस्तूवर पडणाऱ्या प्रकाशाचं ते कार्य आहे. आपण जर रंगांधळे असतो तर आपलं रंगांचं आकलन हे फारच मर्यादित असतं. म्हणजेच रंग हा भ्रम नाही का?

चल तर, आता उदाहरणातील ठोकळ्याचं रूप समजून घेऊ या. ती अशी एक वस्तू आहे, जिच्या सहाही बाजू एकसारख्या आणि चौकोनी आहेत. आपण जेव्हा त्या ठोकळ्याकडे बघतो, तेव्हा एकाच वेळेस आपल्याला त्याच्या सर्व बाजू दिसत नाहीत. एका वेळी तीन बाजू बघून आपण ठरवतो की, तो चौरस असणार आहे. ते असं घडतं की, त्या वस्तूमधून प्रकाशकिरणं परावर्तित होऊन डोळ्यातील लेन्समधून जातात आणि डोळ्याच्या पडद्यामागे त्या वस्तूची प्रतिमा तयार करतात. पण ती संपूर्ण प्रतिमा नसते. तर ज्या कोनातून आपण त्या वस्तूकडे बघतो, तिथून दिसणाऱ्या त्या वस्तूच्या एक किंवा दोन किंवा तीन बाजूच असतात. हे त्या वस्तूच्या आकारावर आणि ज्या कोनातून आपण त्या वस्तूकडे बघतो त्यावर अवलंबून असतं. ही माहिती जरी आंशिक असली, तरी आपला मेंदू दृष्टीस न पडणाऱ्या बाजू न जाणूनसुद्धा असा निष्कर्ष काढतो की, हा चौरस आहे. अर्थात ही सर्व प्रक्रिया सेकंदाच्या काही भागात होते, आणि त्यालाच आपण दृष्टी म्हणतो.

तुला कदाचित यातला विरोधाभास जाणवला असेल. जर कारच्या काचेवर पाणी असेल आणि तू जर त्या पाणी असलेल्या काचेतून समोर बघितलंस तर तुला सरळ असलेले इलेक्ट्रिक खांब वाकडे-तिकडे दिसतील. झाडं आणि बाकीच्या गोष्टी विकृत दिसतील. विपर्यासाचं अजून एक उदाहरण म्हणजे, जेव्हा तुम्ही ओबडधोबड पृष्ठभाग असलेल्या काचेच्या प्लेटमध्ये बघता, तेव्हा त्यात तुम्हाला तुमचा चेहराही एखाद्या व्यंगचित्रासारखा दिसू लागतो.

आता अशा एका प्राण्याची कल्पना कर की, जन्मतःच त्याच्या डोळ्यांची रचना ही माणसांच्या डोळ्यापेक्षा वेगळी आहे. कदाचित तो त्या वस्तू वेगळ्या प्रकारे बघेल आणि त्याला ज्या स्वरूपात आकृत्या दिसताहेत त्या जर तुला सांगितल्या तर तुझा विश्वासही बसणार नाही, जशी सरळ रेष त्याला वक्र दिसत असेल.

एम : ही जी अनिश्चितता आहे ती फक्त दृष्टीच्या संदर्भात आहे. स्पर्शाच्या जाणिवेचं काय? मला स्पर्शातून तो चौरस आहे हे जाणवतं.

बाबाजी : उदाहरण म्हणून समज, तो चौरस जर माणसाच्या आकाराएवढा असेल तर त्याच्या सर्व बाजूंची जाणीव एका वेळी करून घेणं हे शक्य असणार नाही. या वेळी स्पर्शाने जे जाणवलं त्यामुळे व जे डोळ्यांना आकलन झालं त्यामुळे आपण या निष्कर्षापर्यंत येऊ की, हा एक चौरस आहे. तू त्या सहा आंधळ्या माणसांची आणि हत्तीची प्रसिद्ध गोष्ट ऐकलीच असेल. त्यात कसं प्रत्येक जण हत्तीचं रूप वेगवेगळं आहे या निष्कर्षापर्यंत येतात.

तुझी स्पर्शाची भावना कशी काम करते हे समजून घेण्यासाठी तू प्रत्यक्ष प्रयोग करू शकतोस. दोन ग्लास घे. एकामध्ये कोमट पाणी घे आणि दुसऱ्यामध्ये थंड पाणी घे. कोमट पाण्याच्या ग्लासमध्ये एका हाताची तर्जनी तर थंड पाण्याच्या ग्लासमध्ये दुसऱ्या हाताची तर्जनी बुडव. दोन्ही बोटे बाहेर काढून लगेच उलट्या क्रमात परत ग्लासात बुडव. तुला जाणवेल की, गार पाण्यात बुडवलेलं बोट हे जेव्हा कोमट पाण्यात बुडवलं जातं, तेव्हा ते पाणी पहिल्यापेक्षा जास्त गरम लागतं.

आता आपल्याला कळलंय की, चौकोनाची दोन गुणवैशिष्ट्यं आपल्याला जशी वाटली तशी अंगभूत वैशिष्ट्यं नाहीत. आता जे तिसरं गुणवैशिष्ट्य ते आपण समजून घेऊ. ते म्हणजे, आकार. ही परत तुलनात्मक संकल्पना आहे. असं समजू या की, आपला चौरस चार इंच लांब, चार इंच रुंद अणि चार इंच उंच आहे.

उघड्या डोळ्यांना जो आकार दिसतो, तो पूर्णपणे सापेक्ष आहे. खूप जवळून बघितल्यानंतर त्याचा जो आकार दिसेल तोच आकार खूप लांबून बघितल्यानंतर लहान दिसेल. मुंगीसारखा लहान जीव त्या चौकोनासमोर आहे याची कल्पना कर. त्याला तो ब्लॉक म्हणजे प्रचंड मोठ्या अडथळ्यासारखा दिसेल. आपल्यासाठी साखरेचा दाणा हा खूपच लहान आहे. पण मुंगी तो वाहून नेते, तेव्हा तिच्यासाठी मात्र ते एक मोठं वजन आहे. जसं एका मुलीला ती

लहान असताना तिचे वडील खूप मोठे वाटतात पण ती मोठी झाल्यानंतर तिला तसं वाटत नाही. आकार हासुद्धा सापेक्षच आहे आणि तो निरीक्षणकर्त्यावर अवलंबून आहे.

आता ज्या सर्वसाधारण गुणवैशिष्ट्याने चौरस ओळखला जातो ते कुठे आहेत? त्याचा खरा आकार काय? खूप मोठा, लहान की अगदीच लहान? त्याचं नक्की उत्तर नाहीये.

एम : पण वस्तुमानाचं काय? ते घन आहे. मला ते जाणवू शकतं.

बाबाजी : आता अशा अतिसूक्ष्म जीवांबाबत कल्पना कर, विचार कर, जे तुझ्या शरीरात शिरू शकतात. ते इतके सूक्ष्म असतात की, त्यांना तुझ्या शरीरावरची छिद्रं एखाद्या मोठ्या दरवाजासारखी असतात की, ज्यातून ते सहजतेने प्रवेश करू शकतात. त्यांच्यासाठी तुझ्यातलं वाहणारं रक्त म्हणजे वाहणाऱ्या नद्यांसारखं असेल आणि रक्तवाहिन्या आणि शिरा या बोगद्यांसारख्या असतील. तुझं घन, भरीव वाटणारं शरीर त्या सूक्ष्म जीवांसाठी जे पेशींपेक्षाही लहान आहेत – त्यांच्यासाठी नक्कीच भरीव नाहीये.

याच घनतेकडे वेगळ्या दृष्टीने बघू. जसं आपल्या सगळ्यांना माहिती आहे की, ज्याला आपण घन पदार्थ म्हणतो, त्यात प्रामुख्याने अणू मोकळ्या जागेत एकमेकांशी बांधलेले असतात. ही मोकळी जागा तू उघड्या डोळ्याने पाहू शकत नाहीस. त्याची मोठी झालेली प्रतिमा ज्या वेळेस आपण सूक्ष्मदर्शकातून बघतो, तेव्हाच हे घन पदार्थ नक्की काय आहेत हे आपल्याला समजतं.

अजून थोडंसं पुढे जाऊ या. अणू म्हणजे काय? त्याच्या मध्यभागी न्यूक्लियस असून त्याच्या सभोवती इलेक्ट्रॉन्स फिरत असतात. जसे सूर्यमालेत ग्रह फिरतात आणि अणूच्या पूर्ण क्षेत्रात इलेक्ट्रॉन्स आणि न्यूक्लियसने फारच कमी भाग व्यापलेला असतो आणि न्यूक्लियसमध्ये असलेल्या प्रोटॉन्स आणि न्यूट्रॉन्सचं परत विच्छेदन केलं तर त्यांचे मेसॉन्स आणि उपअणूंच्या कणात विभाजन होईल.

मग ज्याला तू घन म्हणतोस ती गोष्ट कुठे आहे? आपल्या ऋषींनी जेव्हा याचा सखोल अभ्यास केला, तेव्हा त्यांनी असं शोधून काढलं की, कोणत्याही वस्तूमध्ये निरनिराळे जोर कार्यरत असतात.

अजून एका उदाहरणावरून हा घन म्हणजेच वस्तू ठोस असण्याचा मुद्दा समजून घेऊ या. एखाद्या कपड्यावर जर तुम्ही बोटाने जोर लावला तरीही तुमचं बोट आरपार जाणार नाही. अर्थात तो कपडा जुना किंवा जीर्ण नसेल तोपर्यंत. पण तोच कपडा तुम्ही भिंग घेऊन पाहिलात तर त्यामध्ये बरीच छिद्रं दिसतील. एखादा सूक्ष्म जीव सहजपणे त्या कपड्यातून आरपार जाऊ शकेल. त्या सूक्ष्म जीवासाठी तो कपडा ठोस नसेल. त्याच्या दृष्टीने तर आरपार जाण्यासाठी भरपूर जागा असेल. मग ठोसपणा किंवा घनतासुद्धा सापेक्ष नाही का?

अंतिमतः त्या ठोकळ्याच्या वजनाविषयी पाहू या. वजनाची संकल्पना सहजपणे उधळून लावली जाऊ शकते. वजन म्हणजे दुसरं तिसरं काहीही नसून पृथ्वीची गुरुत्वाकर्षण शक्ती

आहे. जर या शक्तीपासून कुठलीही गोष्ट दूर गेली तर ती तरंगायला लागते. त्यामुळे वजन हेदेखील सापेक्ष आहे.

अजून अशा कितीतरी उदाहरणांविषयी आपण चर्चा करू शकतो.

एखाद्या वस्तूचं अस्तित्व नाकारणं किंवा आपल्या क्षमतांवर शंका घेण्यासाठी हे नाही. जग हे सापेक्षतेच्या मार्गाने खरे आहे, परंतु पूर्णतः नाही. सापेक्ष सत्यता ही जगात राहण्यासाठी आणि कार्य करण्यासाठी आवश्यक आहे. परंतु दुर्दैवाने तिला पूर्ण सत्य मानण्याची चूक आपण करतो आणि त्यानंतरच सर्व दुःखांना सुरुवात होते.

तुझ्या मेंदूचा कल हा विज्ञानाकडे आहे. त्यामुळे मी जगातील सापेक्षतेची वास्तविकता स्पष्ट करण्यासाठी न्यूटनच्या सिद्धान्तासोबत याची तुलना केली, परंतु ज्या वेळी आपण अणूंपेक्षाही लहान असलेल्या मूलकणांविषयी चर्चा करू, तेव्हा यातील काही नियम पुरेसे पडणार नाहीत.

आपल्या प्राचीन मुनी व ज्ञानी पुरुषांनी जगातील काल्पनिकतेबद्दल भाष्य केलं होतं. ते नाकारण्याकडेच आधुनिक विचारसरणीचा जास्त कल दिसून येतो, पण आधुनिक विज्ञान मात्र आता त्याचा स्वीकार करत असल्याचं दिसून येतंय. नाहीतर भौतिक शास्त्रज्ञ आर्थर स्टॅन्डलिंग एडिंग्टन असं का म्हणाले असते की, पदार्थाबाबतची आपली संकल्पना तोपर्यंत स्पष्ट असते जोपर्यंत आपण त्याच्या मुळाशी जात नाही. आपण त्याचं विश्लेषण करायला गेलो तर त्या संकल्पना धूसर होत जातात. मग अशा वेळी त्या पदार्थाचे आपल्या ज्ञानेंद्रियांना दिसणारे बाहेरील जगातील गुणधर्म खोटे ठरतात किंवा ते नाहीतच असं आपल्या लक्षात येतं.

त्याचप्रमाणे रंगाचंसुद्धा आहे. एखाद्या पदार्थाच्या रंगाची आपल्या मनात कल्पना स्पष्ट असते, पण प्रत्यक्षात त्या पदार्थाच्या बाबतीत ते काटेकोर सत्य नसतं. कुठल्याही बाबतीत रंग हा त्या पदार्थाचा गुणधर्म असू शकत नाही, तर ते त्या पदार्थाचं आपल्या डोळ्याला दिसणारं बाह्यरूप असतं, जे आपण सत्य मानून बसलेलो असतो.

भौतिक जगाच्या याच भ्रामकतेमुळेच त्याला मोठं मृगजळदेखील मानण्यात येतं. त्याच्या केवळ अस्तित्वाला होकार दिला जाऊ शकतो, परंतु ते जसं भासतं त्याला नाही. या मृगजळाच्या मागे असलेलं संपूर्ण सत्य काल्पनिक वाटण्याची शक्यता आहे. परंतु ते दैनंदिन गरजांना सरावलेल्या आपल्या इंद्रियांनी समजण्यापलीकडचं आहे.

आपली शास्त्रवचनं व ज्ञानी योग्यांची मतं हीच काल्पनिकता म्हणजे ब्रह्म. हेच अस्तित्वात असलेलं एक पूर्ण सत्य आहे. ब्रह्म म्हणजे नक्की काय, हे बौद्धिकदृष्ट्या कोणीही पुरते समजू शकत नाही. हे समजण्यासाठी आपली बुद्धिमत्ता आपल्या इंद्रियांच्या आकलनशक्तीपलीकडे जावे लागते. जगाच्या बदलत्या चक्रातदेखील ब्रह्माचं अस्तित्व मूळ रूपात टिकून आहे. खोल योगसाधनेतूनच याची जाणीव होऊ शकते.

१६.

महान अवधूत सदाशिव ब्रह्मेंद्र

अठराव्या शतकामध्ये दक्षिण भारतातील अर्कोट प्रांतातील एका छोट्या राज्यावर राज्य करणाऱ्या मुसलमान नवाबाच्या जनानखान्यात एका महत्त्वाच्या बेगमचा जन्म मला मिळाला होता. तेव्हा अतिशय विचित्र पद्धतीने मी महान योगी आणि अवधूत सदाशिव ब्रह्मेंद्रांच्या संपर्कात आलो. कदाचित त्यांच्या पायाची धूळ माझ्या कपाळावर कायमची राहिली.

माझी गोष्ट सुरू करायच्या अगोदर या महान योग्याची मी तुम्हाला ओळख करून देतो. अंदाजे तीनशे वर्षांपूर्वी सोमसुंदर अवधानी हा ब्राह्मण, आंध्र प्रदेशमध्ये मदुराई नगरीत त्याची पत्नी पार्वतीबरोबर राहत असे. सोमसुंदरला त्या काळचे लोक, एक हुशार आणि कुंडलिनी योगाची साधना करणारा साधक म्हणून ओळखायचे. त्याची पत्नी पार्वती हिची अशी इच्छा होती की, तिच्या पोटी *सत्पुत्र* या महान आत्म्याने जन्म घ्यावा.

तिच्या पतीच्या सूचनेनुसार तिने रामनामाचा एक कोटी वेळेस जप करण्यास सुरुवात केली. परिणामस्वरूप झोपेतसुद्धा तिच्या मनात तो जप चालू असे. रामेश्वरम येथे यात्रा करत असताना दोघांच्या स्वप्नात येऊन शिवाने म्हणजेच भगवान रामेश्वराने आशीर्वाद दिला आणि सांगितलं की, *सत्पुत्र* हा त्यांच्या पोटी मुलगा म्हणून जन्म घेईल. मदुराईला परतताना त्यांना मुलगा झाला. त्या देखण्या मुलाचं नाव त्यांनी शिवरामकृष्णन असं ठेवलं.

शिवरामकृष्णन या असाधारण बुद्धी असलेल्या मुलाने पटकन शास्त्र अवगत केलं. त्याच्या शिक्षकांना वाटलं की, मागील जन्मात प्राप्त केलेलं ज्ञानच याला आठवतंय आणि त्यांनी त्याला महान श्रीधर व्यंकटेश अय्यवल – ज्यांना तिरुविसनाल्लूरचे अय्यवल म्हणून ओळखलं जायचं – त्यांच्याकडे पाठवलं.

दरम्यान, त्याचे वडील प्रायश्चित्त घ्यायच्या हेतूने हिमालयात गेल्याने त्याच्या आईने त्याचं लग्न ठरवलं. आईच्या भावना दुखवायच्या नाहीत म्हणून त्यांनी बारा वर्षांच्या वयात त्या वेळच्या रीतीरिवाजाप्रमाणे एका पाच वर्षांच्या मुलीशी लग्न करायचं मान्य केलं. सासरी पाठवण्याचं योग्य वय होईपर्यंत तिच्या आई-वडिलांनी तिला त्यांच्या घरी परत नेलं. जसं काही घडलंच नाही अशा पद्धतीने शिवरामकृष्णन त्यांच्या अभ्यासात आणि आध्यात्मिक क्रियेत परत बुडून गेले.

शिवरामकृष्णन हे परत परत आध्यात्मिक समाधीत जाताहेत हे पाहून अय्यवल यांनी त्यांना महान ज्ञानी, साधू आणि योगी श्री परमशिवेंद्रांकडे सोपवलं, ज्यामुळे शिवरामकृष्णन हे म्हैसूरच्या महाराजाचे संस्थानातील विद्वान बनले. काही दिवसांनी म्हैसूरच्या त्या मोहमयी जीवनाला कंटाळून ते त्यांच्या गुरूच्या बोलवण्यानुसार त्यांच्याकडे परतले. शिवरामकृष्णनने त्यांच्या गुरूंना साष्टांग नमस्कार घातला आणि ते त्यांच्या पायाशी बसले. त्यांनी म्हैसूरच्या राजवाड्यात अनेक वैदिक पंडितांना वेदांतिक चर्चेमध्ये हरवून त्यांना गप्प बसायला भाग पाडलं याचा संदर्भ देत श्री परमशिवेंद्रम् त्यांना म्हणाले, "तू दुसऱ्यांची तोंडं कशी बंद करायची हे शिकलास. पण स्वतःचं तोंड कसं बंद करायचं हे अजून शिकलेला नाहीस."

हा एक आध्यात्मिक हुकूम आहे असं मानून शिवरामकृष्णनजींनी बोलणं बंद केलं आणि ते मौनी झाले. श्री परमशिवेंद्रांनी त्यांना संन्यासी म्हणून घोषित केलं. त्यांना 'सदाशिव' हे नाव दिलं आणि ज्या ठिकाणी आवडेल तिथे जाऊन तपस्या करायला सांगितली. त्यानंतर सदाशिव नेरूर येथे आले. कावेरी नदीच्या काठावर असलेली ही जागा अजूनही एकांतात आहे आणि सुंदर आहे. जिथे चारी बाजूने डोंगर आणि जंगल आहे, तिथे ते सर्वोच्च अशा ब्रह्मानंदात राहिले.

कधीकधी ते भटकंती करायला जायचे आणि संतुष्ट झाले की, परत यायचे. ते अवधूत झाले होते. ब्रह्मकृपा असलेला मुक्त आत्मा झाले होते. अगदी लंगोटीही न बांधता पूर्णपणे विवस्त्र संत होऊन त्यांना जिथे हवंय तिथे जायचे. समाजाच्या कुठल्याही बंधनात त्यांनी स्वतःला अडकवून घेतलेलं नव्हतं. त्यांच्या आयुष्याविषयी अनेक विस्मयकारक गोष्टी सांगितलेल्या आहेत.

कोडामुंडीजवळ कावेरी नदीत एक बेट आहे; तेथील एका शिळेला 'अगस्त परायी' म्हणतात. तिथे एकांतवासात राहण्यासाठी हे सदाशिव ब्राह्मण (या नावाने त्यांना संबोधलं जायचं.) दहा-दहा, पंधरा-पंधरा दिवस त्या दगडावर बसून ध्यान करायचे. एकदा नदीला पूर आला आणि पुराच्या पाण्यात ते वाहून गेले आणि नदीकिनारी वाळूत पुरले गेले. त्या क्षणी सदाशिव ब्राह्मण खोल समाधीत होते. अनेक महिन्यांनंतर वाळू गोळा करणारे कामगार खोदत असताना त्या वाळूतून रक्त यायला लागलं. ते पाहून धक्का बसला. त्यांच्या कुदळीला काही तरी मऊ लागलं होतं.

गावप्रमुखाचं आगमन झाल्यानंतर त्यांनी अत्यंत काळजीपूर्वक ती वाळू खोदून बाजूला काढली आणि सदाशिव ब्राह्मण यांचं शरीर त्यांना मिळालं, जे अजूनही त्याच समाधीच्या अवस्थेत होतं. मसाज करून त्यांच्या शरीरात चैतन्य आणलं गेलं, त्यांना गरम लापशी प्यायला दिली. त्यानंतर सदाशिव समाधीतून उठले आणि शांतपणे निघून गेले.

पुडूकोट्टाई राज्याच्या तिरुवारंगकुलम जंगलात ते एका खूप मोठ्या गवताच्या साठ्याखाली सापडले. त्या वेळेसही ते समाधीतच होते. ज्या वेळेला म्हशींना घालण्यासाठी म्हणून वरचं गवत काढलं गेलं, तेव्हा शेतकऱ्यांना तळाशी सदाशिवचं शरीर सापडलं. नंतर सदाशिव जागे झाले आणि लगेचच निघून गेले. ते जवळपास वर्षभर आधी त्या गवताच्या भाऱ्याखाली पुरले गेले होते. ही गोष्ट जेव्हा पुडूकोट्टाईचे अत्यंत हुशार आणि साधु-संतांवर प्रेम करणारे महाराज विजय रघुनाथा थोंडाईमन यांना त्यांच्या मंत्र्याद्वारे सांगण्यात आली, तेव्हा त्यांनी सदाशिवला हुडकायचा प्रयत्न केला. त्यांना सदाशिव एकांत असलेल्या जागी सापडले. साष्टांग नमस्कार केल्यावर त्यांनी सदाशिवकडे राजवाड्यात राहायची कृपा करा, अशी याचना केली. सदाशिव त्यावर काहीच बोलले नाहीत आणि परत ध्यानमग्न झाले.

महाराजांनी स्वतःच तिथे बाजूला एक झोपडी बांधली आणि स्वतःला या महान संताच्या सेवेत झोकून दिलं. काही ठरावीक काळासाठी आपल्या राजवाड्यात ते परत जायचे, आपली कर्तव्यं पार पाडायचे आणि परत यायचे. सात वर्षं झाल्यानंतर एक दिवस, थोंडाईमन यांनी सदाशिव यांच्याकडे याचना केली की, त्यांना मंत्राने दीक्षित करावं. सदाशिवने वाळूत मंत्र लिहिला. असं सांगितलं जातं की, राजाने तो 'दक्षिणमूर्ती मंत्र' लिहिलेली वाळू स्वतःच्या अंगवस्त्रात गोळा केली आणि राजवाड्यात नेली. तिथे ती एका सोन्याच्या पेटीत ठेवली आणि त्याची तो रोज पूजा करायला लागला.

असं सांगितलं जातं आणि अनेकांनी हे प्रमाणितदेखील केलं आहे की, एकदा सदाशिव ब्राह्मण करूर येथील फुलांच्या बागेतून चालताना त्यांच्या आजूबाजूला लहान मुलं जमली; जी त्यांच्या आजूबाजूला नेहमीच असायची. आणि ती त्यांना त्यांच्यातीलच एक समजायची. त्या मुलांनी मदुराई मंदिरातील उत्सव बघायची इच्छा व्यक्त केली, हट्ट केला.

सदाशिवने त्यांना स्वतःच्या खांद्यावर चढायला सांगितलं आणि स्वतःचे डोळे बंद करायला सांगितले. त्यांनी त्यांच्या डोळ्यांनी त्या उत्सवाचा आनंद घेतला. शिवाचं रूप असलेल्या सुंदरेश्वराची मिरवणूकदेखील त्यांनी पाहिली. आणि नंतर त्यांनी त्यांना चविष्ट अशी मिठाई दिली आणि त्याच मार्गाने परत आणलं. हरवलेली मुलं परत आलेली बघून त्यांच्या पालकांनी निःश्वास सोडला. पण काय झालं हे जेव्हा त्यांना कळलं, त्या वेळेला मात्र ते थक्क झाले. त्या मुलांनी उरलेली मिठाईसुद्धा त्यांना दिली, जी फक्त मदुराईलाच मिळायची. काही पालकांना याचंही वाईट वाटलं की, जी संधी त्यांच्या मुलांना मिळाली, ती त्यांना मिळाली नव्हती.

अजून एका घटनेत, श्रीमंत जमीनदाराच्या भातशेतीची रखवाली करणाऱ्यांनी सदाशिवला चोर समजून पकडायचा प्रयत्न केला. तेव्हा त्या रखवालदारांचं रूपांतर हात वर केलेल्या पुतळ्यांमध्ये झालं. ज्या वेळेस सदाशिव निघून गेले, त्यानंतर काही वेळाने ते परत हलायला लागले.

श्री सदाशिव ब्राह्मण आणि त्यांच्या थक्क करणाऱ्या शक्तींबद्दल असंख्य कथा आहेत. पण आता मी माझ्या वैयक्तिक अनुभवाकडे येतो. या प्रकरणाच्याच सुरुवातीला सांगितल्यानुसार साधारणपणे तीनशे वर्षांपूर्वी मी दक्षिण अर्कोट जिल्ह्यातील नवाबाची आवडती बेगम या जन्माला आलो होतो. ती बेगम नवाबाची साहाय्यकदेखील होती. त्याच्या जनानखान्यात जवळपास वीस बेगम होत्या, पण तो माझ्यावरच जास्त प्रेम करायचा. मी एका श्रीमंत अफगाणाची मुलगी होते आणि 'मोती' या नावाने ओळखली जात होते.

जनानखान्यातील खासगी जागेत मला विवस्त्र करणं त्याला आवडायचं. माझा नग्नपणा त्याला आवडायचा. तो मला दागिन्यांनी मढवायचा, अत्तराने मला अभिषेक घालायचा. एक दिवस तो हे सर्व करत असताना वाऱ्याने तंबूच्या दारासारखा असणारा पडदा उडाला आणि त्यातून एक अद्भुत माणूस आत चालत आला. त्याच्या दाढी असणाऱ्या चेहऱ्यावर दैवी तेज होतं. त्याचे डोळे आनंदाने नाचत होते, जणू काही तो अशा काही अज्ञात रहस्यमयी गोष्टीचा आनंद घेतोय, जे सामान्य माणसाला कळू शकत नाही. तो संपूर्णपणे विवस्त्र होता.

त्याने आधी नवाबाकडे बघितलं आणि मग माझ्याकडे बघितलं. आमची दृष्टीभेट झाली. जणू काही थंडगार वाऱ्याची झुळूक माझ्या डोळ्यांत शिरली आणि ती माझ्या हृदयात गेली. माझं हृदय आनंदाने भरलं होतं. आईला बाळाला जवळ घेताना जसा आनंद होतो, तसं मला वाटत होतं. प्रेमाने मी स्तब्ध झाले होते. नवाब धक्क्यातून सावरला. तो रागाने लाल लाल झाला होता. त्याने पहारेकऱ्यांना बोलावलं. ते पळत आले पण आश्चर्य म्हणजे त्यांना तो दिसलाच नाही. आम्ही दोघंच फक्त त्याला बघू शकत होतो.

नवाबाने आपली तलवार बाहेर काढली आणि प्रचंड रागाने सदाशिवाचा उजवा हात खांद्यापासून कापून टाकला. तुटलेला हात खाली पडला आणि जखमेतून बरंच रक्त वाहत होतं. ती विस्मयकारी व्यक्ती आनंदाने हसत वळाली आणि तंबूबाहेर निघून गेली.

"तुम्ही हे काय केलंत?" मी वळत जोरात ओरडत नवाबाला म्हणाले. "तो एक महान मस्तान होता. हिंदू पवित्र माणूस. ज्याच्याबद्दल आपण बऱ्याच दिवसांपासून ऐकत होतो तो हाच. त्याला स्वतःच्या शरीराची जाणीव नाही आणि त्याने कपडे घातले आहेत की नाही, याचीही त्याला जाणीव नाही. हे राजा पळ, त्याला शोधून काढ आणि तुझ्या भयंकर गुन्ह्याची

त्याच्याकडे माफी माग. त्याच्या अपार करुणेमुळे तो कदाचित तुला माफ करेल. अल्लाह करुणामय आहे. जा."

माझा नवरा भीतीने आणि पश्चात्तापाने थरथर कापत होता. त्याने खाली पडलेला हात उचलला आणि तो तंबूबाहेर पळाला. मी बेशुद्ध झाले. मी जेव्हा शुद्धीवर आले तेव्हा पाहिलं नवाब माझ्या बाजूला बसला होता. तो शांत होता. त्याचे वर्तनदेखील शांततेचे होते. त्यानंतर त्याने मला काय झालं ते सांगितलं.

त्याने सांगितलं, तो त्यांच्या मागे दूरवर पळत गेला. ते सत्पुरुष जंगलात शिरायच्या अगोदर एका दगडावर जाऊन बसले. नवाबाने त्यांच्या पायावर लोटांगण घातलं आणि क्षमेची याचना केली. ते संत म्हणाले की, तू काहीच पाप केलेलं नाहीस. नवाबाने तुटलेला हात त्यांना दाखविला. त्यावर त्या संताने तो हात सहजच खांद्यावर बसवला आणि ती जखम लगेचच भरून आली.

"आता सर्व व्यवस्थित आहे," ते माझ्या नवऱ्याला म्हणाले, "तू तुझं राज्य तुझ्या वारसाला दे आणि कराचीला जा. तुझ्यामध्ये आध्यात्मिक ओढ आहे. कराचीमध्ये महान सूफी गुप्तपणे राहतो. तू त्यांना ओळखशील. त्यांचा शिष्य बनशील आणि उर्वरित आयुष्य तिथे काढशील. त्यांना माझे आशीर्वाद सांग. त्यांची प्रार्थना मी स्वीकारलीय असं त्यांना सांग आणि माझं शरीर सोडल्यावर मी कराचीत येऊन त्यांना दर्शन देईन असं सांग. मला दफन करण्यासाठी त्यांनी जागा तयार ठेवावी. आता तुझ्या मोतीविषयी. ती पण आमच्यापैकीच एक आहे. मी तिच्यामधील विझत चाललेल्या आध्यात्मिक ज्योती पुनर्जीवित करण्यासाठी आलो आहे.

"ती आत्मिक आनंदात अधिकाधिक डुंबत जाईल. मी ज्या दिवशी नेरूरमध्ये माझं शरीर सोडेन त्या दिवशी तिचा मृत्यू होईल. तिला सांग, मी शरीर सोडल्यानंतर जेव्हा तिचा आत्मा मला नमस्कार करायला येईल, तेव्हा मी तिच्यावर कृपा करेन. त्यानंतर तिला एका ज्ञानी आणि शुद्ध ब्राह्मणाच्या घरात पुरुषाचा जन्म मिळेल. जे कुटुंब बनारसमधून विस्थापित होऊन बद्रिनाथजवळील खेड्यात स्थित झालेलं असेल.

"तिथे ती तिच्या वडिलांप्रमाणेच श्री गुरूंचा शिष्य बनेल. ते गुरू हिमालयात राहणारे आणि आदिनाथाचे अवतार असतील. नंतर तिच्या विशिष्ट कर्मामुळे तिला दक्षिणेकडील शंकराच्या भूमीत मुस्लीम कुटुंबात पुरुषाचा जन्म मिळेल. त्या जन्मात संपूर्ण वासनांचा अंत झाल्यावर तिच्या आत्म्याला संपूर्ण मुक्ती मिळेल. जा आता. त्वरा कर."

एका आठवड्यात नवाबाने त्याचं राज्य त्याच्या एका मुलाला दिलं आणि फकीराचे कपडे घालून गुप्तपणे एका रात्री तो निघून गेला. या ईश्वरी संकेताचा मला खूप त्रास झाला. अनेक वर्षांनंतर मी गंभीरपणे आजारी पडले आणि मी मृत्युशय्येवर असताना मला दृष्टांत झाला की, माझ्या आत्म्याचे भगवंत श्री सदाशिव ब्राह्मण मला म्हणताहेत, "आता तू तुझ्या

शरीराचा त्याग कर आणि नेरूरला ये. मी माझं भौतिक शरीर सोडतोय. तुझा पतीही मला कराचीत भेटेल."

माझं शरीर मृत्यू पावलं. मी हवेतून प्रवास करत सुंदर अशा जंगली प्रदेशाकडे गेले, जिथे जवळच नदी वाहत होती. हेच नेरूर असावं असं मला वाटलं. तिथे मी पाहिलं की, माझे भगवंत त्यांच्यासाठी तयार केलेल्या समाधिस्थळात प्रवेश करताहेत. त्यात शेकडो लोक होती, राजेही होते आणि सामान्य लोकही होते. या सर्व गर्दीच्या मध्ये त्यांच्या जवळच उभ्या असणाऱ्या पण इतरांसाठी अदृश्य असणाऱ्या या सर्वसामान्य आत्म्यावर त्यांची करुणामय नजर गेली. त्यांनी माझ्या दिशेने त्यांचा उजवा हात उचलला आणि मला आशीर्वाद दिला. मी त्या प्रकाशाच्या बोगद्यात ओढले गेले आणि तात्पुरत्या माझ्या सर्व स्मृती पुसल्या गेल्या. जणू काही मी गाढ निद्रेत प्रवेश केला होता.

श्री सदाशिव ब्रह्मेंद्र यांची महासमाधी नेरूर येथे आहे, जे तामिळनाडूतील करूरपासून जवळच आहे. त्या महान संताने सांगितल्यानुसार नवव्या दिवशीच त्यांच्या समाधीतून बिल्वाचं रोप उगवलं आणि आजही ते मोठ्या वृक्षाच्या रूपात तिथे आहे. त्यांनी भविष्यवाणी केल्याप्रमाणे त्यांच्या महासमाधीनंतर बारा दिवसांनी एका ब्रह्मचाऱ्याने काशी येथून आणलेल्या शिवलिंगाची त्यांच्या समाधीपासून बारा फूट अंतरावर स्थापना करण्यात आली.

मी जेव्हा जेव्हा नेरूरच्या समाधीजवळ जाऊन बसतो, तेव्हा तेव्हा आनंदाने माझा आत्मा न्हाऊन निघतो. त्यांच्या समाधीतून त्यांच्या अस्तित्वाचा प्रतिध्वनी उमटतो. नेहमीच ब्रह्ममध्ये विलीन असणाऱ्या प्रेमळ करुणामय दयाळू सदाशिवांबरोबरचा माझा भूतकाळातील संबंध पहिल्यांदाच मी नम्रपणे उलगडला आहे.

■■■

१७.

रुद्रप्रयागची कुटी

मी २०१२ मध्ये, केदारनाथ आणि बद्रिनाथच्या बर्फाच्छादित हिमालय शिखरांवर जवळपास एकशे साठ मित्रांचा ग्रुप घेऊन गेला होतो. तो खूप मोठा समर्पित अशा जुन्या आणि नव्या मित्रांचा ग्रुप होता. त्यांच्या एकत्र येण्यामागे एकच प्रेरणा होती ती म्हणजे, प्राचीन अशा बर्फाच्छादित पर्वतांची यात्रा. त्या यात्रेच्या प्रेरणेनेच ते सर्व एकत्र आले होते. या अत्यंत वेगळ्या प्रकारच्या अशा ग्रुपला एकत्र ठेवण्याचे काम अवघड होते. पण हे अवघड काम करत डोलपूर येथील महाराणी भवानीदेवी हेमंत सिंग (ज्यांना मी वेगळ्या शब्दात महामंडलेश्वरदेखील म्हणतो) यांनी स्कायलार्क ट्रॅव्हल्सच्या कंवलजित सिंग यांच्या साहाय्याने ही यात्रा यशस्वीपणे पूर्ण केली. आम्ही जेव्हा दिल्लीतून सुरुवात केली, तेव्हा अडतीस इनोव्हा गाड्या होत्या. त्यांच्यावर एक ते अडतीस असे नंबर लिहिलेले सत्संग फाउंडेशनचे बॅनर होते. गेलो त्याच क्रमाने कुठल्याही अडथळ्याविना गाडीला साधं पंक्चरही न होता आम्ही परतलो.

केदारवरून परतीच्या मार्गात आम्ही रुद्रप्रयागकडे उतरून गेलो आणि दुसऱ्या दिवशी बद्रिनाथला जाण्यापूर्वीची रात्र आम्ही तिथे राहिलो. आमच्यापैकी काही जणं मोनल रिसॉर्ट हॉटेलमध्ये उतरलो होते.

हात-पाय धुतल्यानंतर मी माझ्या खोलीचं मागचं दार उघडलं आणि बाल्कनीतून समोरील दृश्य न्याहाळत उभा होतो. समोरच खाली अलकनंदा आणि मंदाकिनीचा संगम झालेली पवित्र अशी गंगा नदी वाहत होती. तिची सौम्य पण खर्जातली आणि शक्तिशाली पण हळुवार अशी गर्जना ऐकू येत होती. तिच्या पाण्याने न्हाऊन निघणारा घाट मला दिसत होता

आणि त्याच्या थोडंसं वर लहानशा देवळाचं छप्परही दिसत होतं. सर्वोच्च शक्तीच्या क्रोधित रूपाचं भद्रकाली देवीचं ते मंदिर आहे. हर्षभरित हृदयाने मी खोलीला कुलूप लावलं आणि खाली बागेकडे गेलो. तिथून रिसॉर्टच्या मागच्या बाजूला चालत गेलो. त्या कुंपणाच्या भिंतीचा लहानसा दरवाजा उघडला. त्या दरवाजातून बाहेर पडून टेकडीच्या खाली उतरायला सुरुवात केली आणि त्या मंदिरापर्यंत पोहोचलो.

मी एका कुटीचा शोध घेत होतो. पूर्वी कुठलीही रिसॉर्टस् किंवा हॉटेल्स नसताना अनेक वर्षांपूर्वी तिथे मंदिराजवळ एका योगींची कुटी होती आणि त्या कुटीकडे उतरून जाण्यासाठी एक रस्ता होता. त्या कुटीपासूनच नदीकडे जायला पायऱ्या होत्या. हो, आता तिथे कुटी नव्हती. पण चुना आणि विटेत बांधलेलं पक्कं बांधकाम तिथे होतं. मला माहितीये, बाबाजींबरोबर जे मी अत्यंत आनंददायी, आश्चर्यकारक दिवस घालवले, त्यात या योगींना मी भेटलो होतो. आता ते हयात नाहीत. ते नाथ संप्रदायाशी संबंधित होते आणि बद्रिनाथ म्हणून ओळखले जायचे.

१९९०मध्ये म्हणजे बाबाजींच्या समाधीच्या पाच वर्षांनंतर, हिमालयाच्या माझ्या वार्षिक भेटीच्या प्रवासादरम्यान याच कुटीमध्ये मी अजून एका साधूबरोबर वेळ घालवला होता. ते स्वतःला आनंद म्हणून संबोधायचे. १९९६ मध्ये मला त्यांच्याकडून पत्र आलं की, ते आता हिमालयाच्या वरच्या भागाकडे निघालेत आणि कदाचित कधीच परत येणार नाहीत. आता या कुटीमध्ये अजून एखादे योगी किंवा संन्यासी असतील का? याविषयीची माझी जिज्ञासा जागृत झाली.

मला फार वेळ वाट बघावीच लागली नाही. भव्य पिंपळ वृक्षाच्या खाली केसांच्या जटा झालेले एक साधू कट्ट्यावर बसले होते. 'हर हर महादेव' असं म्हणून त्यांनी माझं स्वागत केलं. 'शंभो महादेव' म्हणून मी उत्तरलो. ते कुठलंही ध्यान करत नव्हते, ना कुठला अभ्यास करत होते, ना कुठला मंत्रोच्चार करत होते. ते चरसचा चुरा करत होते आणि ओढण्यासाठी चिलीम तयार करत होते.

"या, मला सामील व्हा," ते म्हणाले. "अजून काही मित्र एवढ्यात येतीलच. हा नेपाळचा सर्वोत्तम माल आहे." मी नकार दिला.

"तुम्ही इथे कधीपासून आहात?"

"साधारणपणे एक वर्षापेक्षा जास्त," ते म्हणाले. "तुमच्यासारखे लोक मला पैसे देतात. त्यामुळे आवश्यक त्या गोष्टी मी खरेदी करू शकतो आणि माझ्यासाठी अन्न शिजवू शकतो. गाववाल्यांनी साधूंना जेवण देणं बंद केलंय. मी गावात जाऊन मला हव्या त्या गोष्टी खरेदी करून आणतो."

मी नदीकडे जाण्यासाठी वळालो. अशा या पवित्र हिमालयात घडणाऱ्या घडामोडींची ही शोकांतिका आहे की, जिथे ड्रगॲडिक्ट, व्यसनाधीन लोक स्वतःला साधु-संत म्हणवतात आणि खरे योगी दुर्मीळच असतात. त्यांनी परत मला हाक मारली.

“सरकार, कृपा करून मला थोडे तरी पैसे द्या ना.”

मी त्याला शंभर रुपये दिले. एखाद्या भिकाऱ्याला मदत मागितल्यानंतर त्याला ज्याप्रमाणे पैसे द्यावेत त्याप्रमाणे मी त्याला पैसे दिले आणि लगेचच खाली नदीकडे चालत निघालो. तिन्हीसांजा होत आल्या होत्या आणि तिथे मी आमच्या ग्रुपमधल्या दोघा जणांना बघितलं. एक सी. व्ही. रामनाथ आणि शांथन. ते दोघे नदीकिनारी उभे होते. मी जाऊन खडकावर बसलो. नदीकडे पाहत वाहत्या पाण्याच्या आवाजाचं संगीत ऐकत राहिलो.

सर्वप्रथम माझ्या मनात बाबाजी आणि योगी बद्रिनाथजी यांच्याबरोबर या कुटीत जी रात्र घालवली, त्या आठवणी जागृत झाल्या. त्या रात्री फारसं विशेष काही घडलं नाही. फक्त सकाळी बाबाजी आणि बद्रिनाथजी जोरजोरात हसत होते आणि मला म्हणाले, माझं घोरणं हे एखाद्या जंगली अस्वलाच्या फुरफुरण्यापेक्षाही मोठं होतं. दुसऱ्या दिवशी सकाळी आम्ही गुप्तकाशीकडे निघालो.

त्या काळी १९९०मध्ये, मी मागे सांगितल्याप्रमाणे मी साधू आनंद यांना भेटलो. आता त्या भेटीविषयी आणि त्यानंतर साधू आनंदा यांच्याबरोबर जे दहा दिवस घालवले, त्याविषयी सविस्तरपणे सांगतो.

हे त्या काळातलं आहे, जेव्हा मी परिव्राजक म्हणजे भटकंती करणारा साधू नव्हतो. त्या काळच्या सुसंस्कृत जगाच्या पद्धतीने माझे केस व्यवस्थित कापलेले होते. मी जीन पॅन्ट आणि टी-शर्ट परिधान केले होते. माझ्या पाठीवर सॅक असे आणि बस, जीप, कार किंवा मिळेल त्या वाहनाने मी प्रवास करत असे. मी अनवाणी नसे, पायात कॅनव्हास शूज घालत असे.

एका संध्याकाळी, मी रुद्रप्रयाग येथे बसने उतरलो आणि नदीजवळील कुटीकडे चालत गेलो. त्या काळी तिथे मोनल रिसॉर्ट नव्हतं. तिथे जाईपर्यंत बऱ्यापैकी अंधारून आलं होतं. छोट्याशा विजेरीच्या साहाय्याने रस्त्याने खाली उतरत मी त्या कुटीपर्यंत पोहोचलो. मी दरवाजापर्यंत गेलो. कुटीमध्ये रॉकेलच्या दिव्याचा मंद प्रकाश पसरला होता. बाहेरील धुनी अजून धुमसत होती. कुणीतरी बाहेर आलं. ते तिथे राहणारे बद्रिनाथजी नक्कीच नव्हते. एक मध्यमवयीन व्यक्ती होती, ज्यांनी कुर्ता आणि धोती घातली होती.

“नमस्ते,” मी म्हणालो.

“नमस्ते, आत ये.” ते इंग्लिशमध्ये म्हणाले.

कुटीच्या आतमध्ये गेल्यावर माझ्या पाठीवर असलेली रकसॅक काढून खाली ठेवली. मी खाली बसलो आणि थोडा निवांत झालो. त्या कुटीमध्ये राहणाऱ्याने स्वतःचं नाव साधू आनंद म्हणून सांगितलं. त्यांचे केस लांब होते, दाढी होती आणि ते चांगले उंचपुरे होते. ते मूळचे

तामिळनाडूचे. बद्रिनाथजींचं निधन झाल्यापासून ते त्या कुटीमध्ये राहत होते. जवळपास दोन वर्षं ते बद्रिनाथजींबरोबर तिथे होते. बद्रिनाथजींनी यात्रेसाठी म्हणून बनारस सोडलं आणि गंगा नदीच्या काठावरून चालत असताना स्वेच्छेने त्यांनी शरीराचा त्याग केला.

मी जेव्हा त्यांना माझी ओळख करून दिली, तेव्हा ते म्हणाले की, मी तुमच्याविषयी आणि महेश्वरनाथ बाबाजींविषयी ऐकलंय. त्यांनी मला मनापासून आमंत्रित केलं आणि माझी इच्छा असेपर्यंत तिथे राहा असं सांगितलं. त्यांच्याकडे त्यांचे स्वतंत्र आर्थिक स्रोत असल्यामुळे अन्न ही तिथे समस्या नव्हतीच. आवश्यक तो सर्व किराणा ते शहरातून विकत आणत असत. त्यांच्याकडे रॉकेलचा स्टोव्ह होता. त्यावर स्वयंपाक करण्यासाठी मी त्यांना मदत करायचो आणि अर्थातच त्यांना ते आवडायचं. मी त्यांचं आमंत्रण स्वीकारून पुढे तिथे दहा दिवस राहिलो.

आम्ही लांबवर चालायला जायचो, गंगेत अंघोळ करायचो, ध्यान करायचो. धर्मावर आणि तत्त्वज्ञानावर अत्यंत गंभीरपणे चर्चा करायचो. ते स्वतः खूप शिकलेले होते. त्यांचं वाचन खूप होतं आणि त्यांनी प्रवासही खूप केला होता. सर्व बाजूंनी विचार करूनच त्यांनी साधू बनायचा निर्णय घेतला होता. दिल्ली येथील इंडियन इन्स्टिट्यूट ऑफ टेक्नॉलॉजी या प्रख्यात संस्थेकडून त्यांनी पदवी घेतली होती. भारतात परतून आध्यात्मिक साधक बनायचा निर्णय घेण्याच्या अगोदर, प्रख्यात अशा अमेरिकन युनिव्हर्सिटीमध्ये ते फिजिक्स (भौतिकशास्त्र) शिकवत होते. ते अविवाहित होते आणि त्यांचे त्यांच्या कुटुंबीयांबरोबर कुठलेच संबंध नव्हते. मितभाषी, अत्यंत चांगल्या स्वभावाची आणि अत्यंत बुद्धिमान अशी व्यक्ती. त्यांच्याबरोबर घालवलेले ते दहा दिवस खूप आनंदात आणि बरंच काही देऊन गेले. बाबाजींनंतर आनंदच असे होते की, ज्यांनी मी माझ्या अनुभवांबद्दल लिहावं असं सुचवलं.

त्यांच्या जवळील अत्यंत असामान्य असे अनुभव त्यांनी मला सांगितले. त्यांचे आता मी वर्णन करतो.

ते म्हणाले, "एक दिवस संध्याकाळी खूप निराश होऊन गंगेच्या किनाऱ्यावर कुटीजवळच मी बसलो होतो. मी अनेक साधूंना भेटलो होतो. फक्त हिंदू धर्मातीलच नाही तर बाकी धर्मांतीलही थोडंसं धार्मिक आणि गूढ उपदेशात्मक वाचन केलं होतं. आठ वर्षांपेक्षाही जास्त काळ विविध प्रकारच्या ध्यानांचा अभ्यास करत होतो. पण कुठल्याच साधूंना भेटून माझ्या अपेक्षा पूर्ण झाल्या नाहीत आणि त्यामुळे त्यांच्यापैकी कोणालाच गुरू म्हणून स्वीकारायला मी तयार झालो नाही.

"जे. कृष्णमूर्तींचं खूप विस्तृत वाचन केल्यामुळे गुरूची आवश्यकता नाही, हे त्यांचं मत माझ्यावर बिंबवलं गेलं होतं, आणि कदाचित हाच माझ्यासाठी अडथळा ठरत होता. माझं ध्यान, जे सुरुवातीला मला अत्यंत प्रेरणादायी वाटायचं, ते आता खूपच नीरस आणि यांत्रिक झालं होतं. त्यात आनंद मिळत नव्हता."

"माझ्या मनात अनेक गंभीर शंका उत्पन्न होत होत्या, आणि मला असं वाटू लागलं होतं की, या सगळ्यालाच 'आध्यात्मिक शोध' म्हणायचं का? तसं असेल तर हा फक्त वेळ आणि शक्तीचा अपव्यय आहे आणि हे आळशी, रिकामटेकड्या आणि गांजा ओढणाऱ्या, व्यसनाधीन असलेल्या माणसांनी, तरुण आणि संवेदनशील मनाच्या तरुणांची दिशाभूल करण्यासाठी तयार केला आहे. मी स्वतःला सांगितलं की, निष्फळ असा हा मार्ग सोडून मूळ आयुष्याकडे जायची हीच योग्य वेळ आहे. माझी शैक्षणिक पात्रता बघता मला खात्री होती की, मला युनिव्हर्सिटीमध्ये शिकवण्याचं काम नक्की मिळू शकेल आणि मी एक सामान्य जीवन सहज जगू शकेन. कारण मी स्वतःवर जरी ब्रह्मचर्य लादलं असलं, तरी स्त्रीविषयीचं माझं आकर्षण हे एकसारखं वाढत चाललं होतं."

"असं असूनसुद्धा वाहणाऱ्या नदीवरचं, भव्य पर्वतांवरचं आणि साधूंच्या साध्या जगण्यावरचं माझं मन मी विचलित होऊ दिलं नव्हतं. परस्परविरोधी विचारांनी छळत असलेल्या आणि पूर्णपणे गोंधळलेल्या अवस्थेत मी माझं डोकं स्वतःच्या हातांनी पकडलं आणि डोळे बंद करून जोरात ओरडलो, 'हिमालयात राहतात असं सांगितलं जातं ते गुरू कुठे आहेत? माझ्यासारख्या छळ होत असलेल्या आणि प्रामाणिक आत्म्याला मदत करायला ते पुढे का येत नाहीत? की या फक्त निष्पाप लोकांना मूर्ख बनवण्यासाठी सांगितलेल्या दंतकथाच आहेत?'

"मी हृदयापासून विलाप केला आणि मग मला जाणवलं की, माझ्या उजव्या खांद्याला हळुवारपणे कोणीतरी स्पर्श केलाय. मी डोळे उघडले. माझ्या बाजूला एक कृश वयस्कर माणूस उभा होता, जो पूर्णपणे उघडा होता. त्याने फक्त कमरेला एक पिवळा लंगोट बांधला होता. त्यांचा चेहरा लांबुळका, पातळ होता. विरळ अशी दाढी होती आणि डोळे खोबणीत गेले होते. त्यांनी त्यांच्या कपाळावर वैष्णवी बैरागी लावतात तसा इंग्रजी यू आकाराचा चंदनाचा टिळा लावला होता. गळ्यात तुळशीच्या माळा होत्या आणि दंडावर, छातीवर चंदनाचे पट्टे ओढले होते. गुंतागुंत झालेल्या केसांच्या जटांचा त्यांनी मोठा बुचडा बांधला होता. ते अनवाणी होते आणि त्यांच्या हातामध्ये पितळी कमंडलू होता.

"तिथल्या रूढीनुसार मी त्यांना वाकून नमस्कार केला आणि *हरी ओम* म्हटलं.

"थोड्याशा नाजूक, सुखदायी पण निश्चयी आवाजात ते म्हणाले, 'बाळा, इतक्या लगेच हार मानू नकोस. या मार्गावर पुढे जाण्यासाठी अनेक जन्म घ्यावे लागतात. प्रयत्नांची पराकाष्ठा कर. तुला नक्कीच प्रकाश सापडेल. कॉलेजात शिकवण्याचा जॉब मिळवणं हे काही अवघड नाही. साधकाचं जीवन हे मौल्यवान आहे आणि ते सगळ्यांना मिळत नाही.'

"मी स्तब्ध झालो होतो. त्यांनी माझ्या मनातलं ओळखलं म्हणून नाही. कारण असं अफाट कृत्य करणारे अनेक साधू मी बघितलेत, पण ज्या योग्य वेळी त्यांचं आगमन झालं होतं, त्यामुळे मी स्तब्ध झालो होतो. 'स्वामी, आपण हिमालयात राहणाऱ्या गुरूंपैकी एक

आहात का?' मी विचारलं. 'कृपा करून मला या गोंधळलेल्या स्थितीतून बाहेर पडण्यासाठी मदत करा. माझ्याबरोबर काही दिवस राहाल का? मी तुमची खूप सेवा करेन.'

'फार दिवस नाही पण एक रात्र मी नक्कीच राहीन,' ते हसत म्हणाले.

"त्यांना कुटीकडे घेऊन जाईपर्यंत बऱ्यापैकी अंधार झाला होता. तिथे त्यांच्यासाठी मी उंच अशा पलंगाची व्यवस्था केली, आणि जमिनीवर मी माझा रग अंथरला, जेणेकरून मला त्यांच्या पायाजवळ बसता येईल. आपण काही खाणार का? असं विचारलं असता, 'एक केळं आणि गंगेचं पाणी एवढंच मला पुरेसं आहे' असं ते म्हणाले. 'मी क्वचितच अन्न घेतो. या शरीराला फारसं काही लागत नाही.' पुढं ते म्हणाले, 'मी काही वेळ झोपणार आहे, आणि काळजी करू नकोस, मी तुझी समस्या नक्की सोडवेन, पण माझ्या पद्धतीने. तूही आता झोप. कारण तू दमलेला दिसतोयस.'

"हे कोण असावेत, याचं मला आश्चर्य वाटत होतं आणि त्याच विचारात त्यांच्या पायाजवळ मी पसरलो आणि लगेचच गाढ झोपी गेलो. मध्यरात्री मला स्वप्न पडलं. गडद निळ्या रंगाच्या प्रकाशाची स्पंदनं गुहेच्या आतून येत आहेत. कुठूनतरी पैंजणांचा नाद ऐकू येतोय आणि गोड सुगंधाने हवा भरलेली आहे. अचानक कुणीतरी माझ्या कानाशी कुजबुजलं, 'ऊठ.' आणि मी उठलो. पैंजणांचा नाद आणि धुपाचा सुगंध तसाच येत होता आणि तो माझ्या कुटीतूनच येत होता.

"मी उठलो आणि पलंगाकडे वळालो. तिथे ती वृद्ध व्यक्ती नव्हती. त्यांच्या जागी मला डोळे मिटून बसलेली सोनेरी रंगाची बुद्धासारखी आकृती दिसली. त्यांच्या चेहऱ्यावर अलौकिक स्मित होतं. त्यांच्या मागून गडद आणि तेजस्वी असा निळा-जांभळा प्रकाश निघत होता आणि छतापर्यंत पसरला होता. मी स्वप्नात तर नाही ना, याची मी आधी खात्री करून घेतली, त्यांना दंडवत घातला आणि पद्मासनात त्यांच्यासमोर बसलो.

"ती आकृती माझ्या जवळ आली आणि त्यांनी माझ्या डोक्याला, कपाळाला आणि छातीला स्पर्श केला. थंड हवेची झुळूक मणक्याच्या तळापासून डोक्यापर्यंत वाहत गेली. डोक्याच्या टाळूपासून उबदारपणा खाली उतरला आणि त्याने माझं संपूर्ण हृदय भरून टाकलं. गडद निळ्या प्रकाशाची स्पंदनं माझ्यावर पसरली होती. त्याचं केंद्रस्थान माझ्या दोन भुवयांच्या मध्ये होतं. चैतन्यरूपी आनंदाची लाट माझ्यामधून उसळली आणि क्षणार्धात मला प्रचिती आली की, मी जड नियमाने बांधलेलं शरीर नाहीये. मी मुक्त आहे, जो संपूर्णपणे प्रकाशकणांचा बनलो आहे, जे प्रकाशकण हृदयाच्या केंद्रस्थानापासून सतत चक्राकार पद्धतीने एकसारखे आत-बाहेर करताहेत. जो मधूनमधून अनंतात विलीन होतोय आणि परत उगम पावतोय, सगळीकडे प्रकाश पसरवतोय.

"जेव्हा मी त्या गाढ तंद्रीतून बाहेर आलो तेव्हा बाहेर स्वच्छ उजाडलं होतं. जेव्हा मी डोळे उघडून समोर बघितलं तेव्हा समोर कोणीच नव्हतं. कुठलाही दैवी सत्पुरुष, वैष्णव

साधक नव्हते, फक्त काल रात्रीचा सुगंध तिथे मंद दरवळत होता. त्या वेळेनंतर या मार्गावर मी बराच प्रवास केला. कुठल्याही शंका-कुशंका राहिल्या नाहीत. सगळं काही स्वच्छ दिसत होतं."

त्यांनी त्यांचा अनुभव मला सांगितला, त्याबद्दल मी त्यांना धन्यवाद दिले. मीही त्यांना माझे अनुभव सांगितले आणि दहा दिवसांनंतर त्यांचा निरोप घेऊन मी चेन्नईकडे परतलो. त्यानंतर आमचा एकमेकांशी कधीच संपर्क झाला नाही, पण १९९६मध्ये मला साधू आनंद यांच्याकडून एक पत्र मिळालं. त्यात त्यांनी लिहिलं होतं की, ते हिमालयाच्या वरच्या भागात गुप्त काशीकडे निघालेत आणि त्यापुढे त्यांनी म्हटलं होतं की, या जन्मात आपली भेट परत कधीच होणार नाही. मला खात्री आहे की, तुम्ही बाबाजींचं कार्य करत असालच. मी आता अनंतात विहार करतोय. हरी ओम."

त्यानंतर मी त्यांना कधीच भेटलो नाही. पण मला माहिती आहे की, ते हिमालयात कुठेतरी असावेत. ते आता स्वकेंद्रित बंधनांपासून मुक्त होऊन अनंतात मुक्तपणे विहार करताहेत.

म्हणून प्रिय मित्रांनो, तुम्हाला जर खुरडत चालणारे, अन्नासाठी भिक्षा मागणारे कोणी वयस्कर वृद्ध साधू दिसले, तर त्यांच्याकडे दुर्लक्ष करू नका किंवा त्यांना टाळू नका. उलट, त्यांना आदराने नमस्कार करा. त्यांना अन्न द्या. कुणी सांगावं, कुणी महान योगी, महान गुरुजी वेश बदलून तुमची परीक्षा बघत असतील. कदाचित ते तुम्हाला आशीर्वाद देतील, मार्गदर्शन करतील.

१८.

दत्तात्रेय : अवधूतांचे दैवत

मी माझ्या मागील पुस्तकात शिर्डीच्या साईबाबांनी केलेल्या सूचनेनुसार दत्तात्रेयांच्या संबंधित असलेल्या स्थळी कसा प्रवास केला होता, याचं वर्णन केलं होतं. त्याची सुरुवात मी श्रीपाद वल्लभ यांच्या जन्मस्थळापासून, आंध्र प्रदेशातील पीठापूर येथून केली होती. श्रीपाद वल्लभ यांना दत्तात्रेयांचा दुसरा अवतार मानतात. त्यानंतर मी कोल्हापूरजवळील नरसोबावाडी येथे गेलो. नरसोबावाडी हे लहानसं, सुंदर शहर, कृष्णा आणि पंचगंगा नदीच्या संगमावर आहे. नरसोबावाडी हे नाव स्वामी नृसिंह सरस्वती यांच्या नावावरून पडलं. दशनामींशी संबंधित असलेले हे असे साधू ज्यांना दत्तात्रेयांचा तिसरा अवतार असं मानलं जातं.

आपण पुढे जाण्याअगोदर दत्तात्रेयांविषयी काही शब्द सांगणं योग्य होईल. परंपरेनुसार असं सांगितलं जातं की, प्राचीन ऋषी अत्री आणि त्यांची पत्नी अनसूया यांनी सिंह पर्वतावर बराच काळ ध्यान केलं. अत्री ऋषींची आपला वंश पुढे चालू राहावा, अशी इच्छा नव्हती, त्यामुळे त्यांना अपत्य नव्हतं. फक्त अत्री हेच महान योगी आणि ऋषी होते असे नाही, तर त्यांची पत्नी अनसूया यादेखील शक्तिशाली योगिनी होत्या. लोक तिचे आशीर्वाद घेण्यासाठी गर्दी करायचे. गोष्ट पुढे सांगते की, महान त्रिमूर्ती ब्रह्मा, विष्णू, महेश, तीन लहान मुलांचा वेश धारण करून अनसूयेला आशीर्वाद देण्यासाठी आले. अनसूयेने त्या दैवी आकर्षक बालकांना उचलून घेतलं आणि त्यांनी आपल्या जवळ राहावं अशी इच्छा प्रकट केली. ते हो म्हणाले.

त्यामुळे अनसूयेच्या मनात अशी प्रेमळ इच्छा उत्पन्न झाली की, त्यांनी तिच्या पोटी जन्म घ्यावा. तिच्या भक्तीने संतुष्ट होऊन तिघं एकमेकांत विलीन झाले आणि त्यांनी तिच्या गर्भात प्रवेश केला. अशा प्रकारे दत्तात्रेयांचा जन्म झाला, आणि म्हणूनच त्यांना त्रिमूर्तींचं एकत्रीकरण

मानलं जातं. सगळ्यात महत्त्वाचं म्हणजे, दत्तात्रेय हे सर्व अवधूतांचं कुलदैवत आहे. अवधूत हे असे महान योगी आणि साधू होते, जे दैवी अवस्थेत इतके अखंड बुडालेले असतात की, सामाजिक वर्तणुकीच्या नियमांची त्यांना बिलकूल फिकीर नसते. त्यापैकी अनेक जण सामाजिक नियमांचे विस्मरण झाल्यासारखे दिगंबर अवस्थेत फिरण्यासाठी प्रसिद्ध आहेत.

भारतातील इतर भागांपेक्षा महाराष्ट्रात दत्ताची कठोर भक्ती केली जाते, आणि तिथलं हे प्रसिद्ध दैवत आहे. भिक्षुकाच्या वेशातील दत्ताचं रूप हे अनेक वेळा तीन मुखं (ब्रह्मा, विष्णू आणि महेश) असणारं असतं व त्यांच्याबरोबर पांढरी गाय आणि अनेक श्वान दाखवलेले असतात.

अत्यंत महत्त्वाचा दार्शनिक ग्रंथ *'अवधूत गीता'* हा त्यांना समर्पित आहे. ते परिपूर्ण अद्वैताचं मूळ रूप आहे असं मानलं जातं. एक गोष्ट लक्षात घ्या की, दत्तात्रेयांचा उल्लेख प्राचीन अशा अथर्ववेदात आहे. काही लोक मानतात तसा तो अलीकडचा नाही. तथापि दत्तात्रेयांना लौकिक प्राप्त करून देणारे 'श्रीपाद वल्लभ' हे बऱ्यापैकी अलीकडच्या काळातले. (१३२०-१३५०) आणि पुढे त्यांचे इतके उत्साही भक्त तयार झाले की, आज असं कुणीही म्हणू शकतं की, दत्त हे महाराष्ट्रातलं सर्वात प्रसिद्ध दैवत आहे.

स्वामी नृसिंह सरस्वतींना श्रीपाद वल्लभांनंतर दत्तात्रेयांचा पुढचा अवतार मानलं जातं, जे १३८० ते १४५९ या काळात होऊन गेल्याचं म्हटलं जातं. श्री नृसिंह सरस्वतींचं थोडक्यात चरित्र पुढीलप्रमाणे :

महाराष्ट्रातील वऱ्हाड भागातील कारंजानगर येथे अंबा आणि माधव या निस्सीम ब्राह्मण दाम्पत्याच्या पोटी त्यांचा जन्म झाला. असं म्हटलं जातं की, अर्भकावस्थेत जेव्हा ते रडले, तेव्हा त्यांचं रडणं हे ओंकाराच्या मंत्रोच्चारासारखं वाटत होतं. त्यांच्या पालकांना असा विश्वास होता की, त्यांच्या पोटी देवानेच अवतार घेतला आहे. त्यांनी त्यांचं नाव नरहरी ठेवलं. नरहरी म्हणजे, जो मानवजातीच्या पापांचा संहार करतो. सहा वर्षांचा होईपर्यंत तो काहीच बोलला नाही. त्यामुळे गाववाल्यांना असं वाटायचं की, हा मुका आहे. फक्त ओम हा शब्दच तो स्पष्टपणे उच्चारायचा.

ते जेव्हा सात वर्षांचे झाले, तेव्हा त्यांचा उपनयन विधी म्हणजेच मुंज करण्याची आणि त्यांना गायत्री मंत्राची दीक्षा देण्याची वेळ आली. गावातील लोकांना हा मुका मुलगा गायत्री मंत्र कसा म्हणणार, याची उत्सुकता होती. त्याच्या पालकांनी कसाबसा हा विधी करायचा ठरवला. ज्या वेळी त्याच्या गळ्यात जानवं घातलं गेलं आणि त्याच्या कानात गायत्री मंत्र सांगितला गेला, त्या वेळी त्याने वेदांचा मंत्रोच्चार करून सर्वांना आश्चर्यचकित केलं.

त्यानंतर त्याने यात्रेला जायची तयारी केली, पण त्याच्या आईने त्याचं मन वळवलं. जोपर्यंत त्याच्या आईला दुसरं अपत्य होत नाही, तोपर्यंत त्याने तिथेच राहायचं मान्य केलं.

वर्षानंतर त्याच्या आईला जुळं झालं. मग मात्र त्याने वाराणसीला जायची परवानगी मागितली. तिथे ते वृद्ध संन्यासी कृष्ण सरस्वती यांना भेटले. त्यांच्या उपदेशानुसार त्यांनी संन्याशांच्या प्राचीन अशा दशनामी पंथाची दीक्षा घेतली आणि तिथे त्यांना 'नृसिंह सरस्वती' हे नाव देण्यात आलं. भगवी वस्त्रं परिधान करून आणि दशनाम्यांची दांडी हातात घेऊन त्यांनी परत प्रवासाला निघायची तयारी केली.

असं म्हटलं आहे की, ते प्रयागला गेले आणि तिथून ते आपल्या जन्मभूमीकडे परतले. तिथे त्यांनी आपल्या आईला गूढ अशा दैवी गोष्टींची दीक्षा दिली आणि आपला प्रवास परत सुरू केला. गोदावरीच्या आणि त्यानंतर कृष्णेच्या काठावरून प्रवास करत ते कृष्णा आणि पंचगंगेच्या संगमावर पोहोचले. विविध प्रकारचे वृक्ष असलेल्या त्या घनदाट जंगलात औदुंबराचे वृक्ष मोठ्या प्रमाणात होते. जंगलाच्या मध्यभागी महान योगी रामचंद्र तपस्या करत होते. दृष्टांतामुळे त्यांना खात्री होती की, तिथे संताचं आगमन होणार आहे आणि त्यामुळे ते श्री नृसिंह सरस्वतींची आतुरतेने वाट बघत होते.

जेव्हा श्री नृसिंह सरस्वती जंगलातून चालत चालत जाऊन रामचंद्र योगींसमोर उभे राहिले, तेव्हा रामचंद्र योगींनी त्यांना लगेच ओळखलं आणि स्वतःच्या आसनावर बसायची विनंती केली. या महान सिद्धपुरुषाने ती विनंती स्वीकारली आणि औदुंबर वृक्षाखाली ते राहिले. काही काळातच नृसिंह सरस्वतींच्या उपस्थितीमध्ये रामचंद्र योगी यांनी यौगिक अवस्थेच्या अंतिम स्थितीत, ज्याला महासमाधी म्हटलं जातं, त्यात प्रवेश केला. ज्या अवस्थेत योगी स्वतःहून आणि जाणीवपूर्वक शरीराच्या सर्व हालचाली बंद करतात आणि अशा अवस्थेत जातात जिथून भौतिक जीवनात परत येणं शक्य नसतं, ज्याला जिवंत समाधी असंही म्हटलं जातं. योगींच्या अशा समाधिस्थळाची पूजा भारतातील अनेक भागांत केली जाते. रामचंद्र योगींची ही जिवंत समाधी औदुंबर वृक्षापासून काही अंतरावरच आहे.

श्रीनृसिंह सरस्वती यांना श्री गुरू म्हणूनही संबोधलं जातं. असं समजलं जातं की, साधारणपणे १४२७मध्ये ते नरसोबावाडी येथे आले आणि त्यानंतर तिथे अंदाजे १२ वर्षं राहिले. त्या वेळेपासूनच त्या जागेला नरसोबावाडी असं नाव पडलं. त्यानंतर ते कर्नाटकातील गाणगापूर येथे गेले आणि तेथे वीस वर्षं राहिले. त्यानंतर ते आंध्र प्रदेशातील श्रीशैल्यम् येथे गेले आणि असं म्हटलं जातं की, तिथून ते अदृश्य झाले.

आता, हजारो भक्त रोज ज्या पादुकांची पूजा करतात, त्या पादुकांची ही कहाणी. बहिरम् भट जेरे हा देशस्थ ब्राह्मण नरसोबावाडी येथून सहा किलोमीटरवर असलेल्या अलास येथे राहत असे. तो आणि त्याची पत्नी, हे असं दाम्पत्य जे अत्यंत गरीब, मूलबाळ नसलेलं आणि साधं जीवन जगणारं पण धार्मिक वृत्तीचं होतं. बहिरम् भट हे जवळच्या गावांमध्ये जाऊन शिकवण्याचं आणि तेथील ग्रामदेवतेची पूजाअर्चा करण्याचं काम करायचे. एक दिवस कृष्णा नदीच्या पूर्वेकडील काठावरून जात असताना त्यांनी औदुंबर वृक्षाखाली एका तेजस्वी

संन्याशाला बसलेलं बघितलं. ही तीच जागा जिथे सध्या पादुका आहेत. (काळ्या बेसाल्टच्या फरशीवर असलेल्या श्री नृसिंह सरस्वती यांच्या पाऊलखुणा.)

त्यांनी नदी पार केली आणि त्यांना वाकून नमस्कार केला. स्वामींनी त्यांना *'नारायण नारायण'* असं उच्चारत आशीर्वाद दिला. शिरोळी गावाकडे परत निघताना भट यांनी परत वाकून नमस्कार केला. हे अनेक दिवस घडत होतं. एक दिवस संध्याकाळी शिरोळीकडून परतताना भट स्वामींकडे गेले आणि नेहमीप्रमाणे त्यांनी नमस्कार केला. अंधार पडत होता त्यामुळे त्यांना लगेच घरी परतायचं होतं. स्वामींनी त्यांना खाली बसायची खूण केली. काही वेळानंतर त्यांनी स्वामींना परत नमस्कार केला आणि उठून उभे राहिले. स्वामींनी त्यांना सांगितलं की, 'आता अंधार झाला आहे. त्यामुळे तुझे संध्याकाळचे धार्मिक विधी तू इथेच पूर्ण कर.' स्वामींनी भटांना आश्वस्त केलं की, 'सगळं चांगलं होईल, तू तुझ्या पत्नीची काळजी करू नकोस. रात्री इथेच राहा आणि उद्या सकाळी जा.'

दुसऱ्या दिवशी सकाळी त्यांनी ब्राह्मणाला सल्ला दिला की, घरी जा. आपल्या पत्नीशी बोल आणि तुझ्या पत्नीबरोबर तू या औदुंबर जंगलातच कायमचा राहायला ये. स्वामींनी त्यांना सांगितलं की, ज्या दगडी फरशीवर बसून त्यांनी अनेक वर्षं ध्यान केलंय, त्याच्यावर अचानक दत्तात्रेयांची पावलं उमटतील. ब्राह्मण आणि त्याच्या पत्नीने तिथे राहावं आणि त्या पादुकांची रोज पूजा करावी. जरी त्या ब्राह्मणाचं वय ६० वर्षं असलं तरी स्वामींनी भविष्य वर्तवलं की, त्याची पत्नी चार मुलांना जन्म देईल आणि त्याच्या कुटुंबाकडून त्या पादुकांची काळजी घेतली जाईल.

बहिरम् भट आणि त्याची पत्नी औदुंबर जंगलात आले आणि सांगितल्याप्रमाणे पादुका अवतरित झाल्या होत्या त्याची पूजा करायला लागले. रोज तिथे पादुकांची पूजा होतेय याची खात्री करून श्री नृसिंह सरस्वती कर्नाटकातील गाणगापूर इथे गेले आणि तिथे वीस वर्षं राहिले. त्यानंतर आंध्र प्रदेशातील श्रीशैल्यम् यांच्या मंदिराच्या जवळील कर्दळी वनात अदृश्य झाले.

सध्या पादुकांची पूजा करणारे जे प्रमुख पुजारी आहेत, ते स्वतः बहिरम् भटाचे वंशज आहेत असं सांगतात.

तुम्हाला जर आठवत असेल तर माझ्या आत्मचरित्रात मी एक घटना सांगितली होती, ज्यात शिर्डीच्या साईबाबांनी मला पैसे दिले होते आणि दत्तात्रेयांच्या परंपरेतील संबंधित सर्व जागांना भेट देण्याची सूचना केली होती. त्यानंतर मी भेट दिलेल्या स्थानांपैकी नरसोबावाडी हे एक आहे.

बसमधून उतरल्यानंतर मी मला राहण्यासाठी एक जागा हुडकली. ती संध्याकाळची वेळ होती. स्नान करून जिथे दत्तपादुका ठेवल्यात त्या मंदिराकडे मी गेलो. तिथे असलेल्या पुजाऱ्यांपैकी एकाने – ज्याचं प्रथम नाव मला आठवत नाही, पण त्याचं आडनाव भट होतं –

त्याने अत्यंत प्रेमाने सर्व ठिकाणी नेलं आणि त्याविषयी सखोल माहिती दिली. त्यांना धन्यवाद देऊन मी त्यांचा निरोप घेतला आणि घाटावरील पायऱ्यांवर बराच वेळ बसलो होतो. त्यानंतर मी योगी रामचंद्र यांच्या समाधिस्थळावर गेलो. अत्यंत एकांतात असलेली चमत्कारिक पण आनंददायक शांतता असलेली ती जागा मला फार आवडली. मी तिथे कमीत कमी दोन तास तरी ध्यान केलं असेल. मी जेव्हा डोळे उघडले तेव्हा सगळीकडे अंधार झाला होता. मी माझ्या रूमकडे परतायचं ठरवलं आणि माझ्या कुर्त्याच्या खिशातून लहान विजेरी बाहेर काढत होतो तेव्हा गोडसा सुगंध हवेत पसरला.

त्याच वेळेस स्वयंप्रकाशित, लखलखीत प्रकाशमान अशी भगव्या कपड्यातील तरुण संन्याशाची आकृती व्हरांड्यात अवतरली. जसं मी त्यांच्या चेहऱ्याकडे बघितलं, मला लगेच जाणवलं की, हे श्री नृसिंह सरस्वतीच आहेत. मी किती नशीबवान आहे, मी स्वतःलाच म्हणालो. मी त्यांना साष्टांग नमस्कार केला. दोन्ही हात माझ्या डोक्यावर ठेवत त्यांनी मला आशीर्वाद दिला आणि मधुर अशा आवाजात ते स्वच्छ हिंदीमध्ये बोलले.

"साईने तुला इथे माझ्या दर्शनासाठी पाठवलंय. दत्तात्रेय हे सर्व संतांचे मूलतत्त्व आहे. अनेक जन्मांपूर्वी गिरनारमध्ये मी असताना तू माझ्याकडे आला होतास. तेव्हा तू मोक्षप्राप्तीच्या निर्धाराने साधू होऊन भटकत होतास. आपण तुझ्या भूतकाळाविषयी आणि साधनेविषयी तीन तास चर्चा केली. तेव्हा तुला हिमालयात जाऊन महान अशा नित्य नाथ, ज्यांना श्री गुरू बाबाजी म्हटलं जातं, त्यांना भेटायची ज्वलंत इच्छा होती. तू तेव्हा हेही सांगितलंस की, तुला त्यांचं शिष्य होण्याची उत्सुकता आहे.

"त्या वेळी मी तुला सांगितलं होतं की, हे त्या जन्मात शक्य नाहीये. पुढील वर्षी येणाऱ्या नर्मदेच्या पुरात तू वाहून जाशील आणि त्यानंतर हिमालयात राहणाऱ्या तीन पिढ्यांपासून बाबाजींचे शिष्य असणाऱ्या सनातनी कुटुंबात जन्म घेशील आणि अशा पद्धतीने तू त्यांचा शिष्य होशील आणि तुझी इच्छा पूर्ण होईल.

"त्यानंतर मी तुला दत्त मंत्राची दीक्षा दिली – *दिगंबरा दिगंबरा श्रीपाद वल्लभ दिगंबरा.*

"तुला आठवतंय?"

"हो स्वामी. हा मंत्र मला आठवतोय," मी म्हणालो.

"छान. त्यानंतर पूर आला आणि तू त्यात वाहून गेलास. त्यानंतर तुझा जन्म बद्रिनाथजवळील पंडुकेश्वर इथे गरवली ब्राह्मण कुटुंबात झाला. बाबाजींनी तू खूप लहान असताना तुला निवडलं आणि तूही चांगली प्रगती केलीस. तुला त्यांना सोडावं लागलं आणि का ते तुला माहिती आहे.

"अनेक वर्षांनंतर श्री पद्मनाभ स्वामी यांचं निवासस्थान असलेल्या त्रिवेंद्रम येथे तुझा जन्म झाला. बाबाजींचे शिष्य महेश्वरनाथ यांना तुला घेण्यासाठी पाठवलं गेलं. पुढील कहाणी तुला माहितीच आहे. आंध्र प्रदेशातील पीठापूर येथे, जिथे मी श्रीपाद वल्लभ या स्वरूपात

प्रकट झालो, तिथे जाण्यापूर्वी दोन दिवस तू इथेच राहा. इथे असेपर्यंत दत्तात्रेय मंत्राचा जितक्या वेळा शक्य आहे तितक्या वेळा जप कर. आता मी निघतो."

ज्या गूढ पद्धतीने ते अवतरले होते, तसेच ते अदृश्यही झाले. मी माझ्या खोलीकडे परतलो. लांबच्या बस प्रवासामुळे दमल्याने लगेचच गाढ झोपी गेलो. नरसोबावाडी येथे मी दोन दिवस राहिलो आणि मग पीठापूरकडे निघालो.

■■■

१९.

बुद्धांशी भेट

उच्च जातीतील लोक ज्या जातीला खालची जात समजतात, अशा समाजात माझा जन्म झाला होता. मी त्यांच्यापैकी होतो, जे सर्व प्रकारच्या जातींच्या प्रेतांची काळजी घेत आणि ती जाळून त्यांचं रूपांतर राखेत करायचे. उच्च असतील किंवा निम्न, शेवटी त्यांचे रूपांतर हे राखेतच व्हायचं. माझं नाव मुका होतं, म्हणजे ज्याला बोलता येत नाही. कारण पाच वर्षांचा होईपर्यंत मी कधीच बोललो नव्हतो.

वाराणसी किंवा बनारस या प्राचीन शहरातील पवित्र अशा गंगेच्या काठावर असलेल्या प्रसिद्ध मणिकर्णिका स्मशानात मी काम करत असे. रोज शेकडो मृत शरीरं माझ्याकडे येत असत. मृतांना जाळणाऱ्या आम्हाला अपवित्र मानलं जायचं आणि जातीबाहेर टाकलं होतं. बहुतांश धार्मिक किंवा ग्रंथ असलेल्या ठिकाणी आम्हाला प्रवेश निषिद्ध होता. स्वाभाविकपणे एकच गोष्ट आम्हाला समाधान देऊन जायची ती म्हणजे, देशी दारू. तिच्यामध्ये आम्ही आमचं अपमानास्पद जगणं विसरून जायचो आणि दिवसभर मृत शरीराशी असलेला आमचा संबंध काही काळासाठी का होईना, आम्ही विसरून जायचो. आम्ही अत्यंत कष्टी जीवन जगत होतो.

सगळ्यांपेक्षा विलक्षण, वेगळी, चमत्कारिक अशी इच्छा लहानपणापासून माझ्या मनात असे. ती इच्छा म्हणजे, त्या प्राचीन शहरात जी रोज धार्मिक प्रवचनं आणि तात्त्विक वादविवाद चालायचे, ते लपून काळजीपूर्वक ऐकायची इच्छा. हळूहळू मी पस्तिशीचा झालो. मला उमगत गेलं की, ज्या जगात आम्ही राहतो, तिथे आम्हाला देण्यासाठी त्यांच्याकडे काहीच नाही. उच्च आणि पराक्रमी कसे मृत्युमुखी पडतात आणि त्यांचं राखेत कसं रूपांतर

होतं हे मी पाहिलं. आनंदाचे काही क्षण हो, पण आमचं जीवन बहुतांश दुःखानेच वेढलेलं होतं.

ऐन तारुण्यातच माझी पत्नी वारली आणि त्यानंतर अवघ्या वर्षभरात माझी नाजूक, काळ्या कमळासारखी असलेली मुलगी गंगेत बुडून गेली. आयुष्यात जगण्यासारखं काहीच शिल्लक नव्हतं. दारू प्यायल्यानंतरच मला शांतता लाभायची, ज्यामुळे या कठोर जगाचा मला विसर पडायचा. आत्महत्या करून ही दुर्दशा एकदाची संपवावी असा विचार मी अनेकदा करत असे. पण अनेक धार्मिक प्रवचनात मी ऐकलं होतं की, मेलेला मनुष्य जन्म घेऊन परत याच जगात येतो. मी स्वतःला म्हणायचो, काय माहिती? ही संत मंडळी गोष्टी फिरवून सांगत असतील. पण जर ते खरं बोलत असतील तर काय? या दुःखी जीवनात परत यावं लागेल. कदाचित हे संपवण्यासाठी अजून एखादा मार्ग असेल.

मी कुठल्याही महान विद्वानाच्या जवळ जायचं आणि मदत मागायचं धाडस करू शकलो नाही. मला माहिती होतं की, मी जरी तसं केलं असतं तर त्याने सरळ मला हाकलून दिलं असतं. कारण मी प्रेतांना जाळणारा, दारुडा, जातिभ्रष्ट होतो.

एक दिवस, एक वृद्ध संन्यासी निगंथ घालतात तशी शुभ्र वस्त्रं परिधान करून मणिकर्णिका घाटावर आले. माझं त्यांच्याकडे लक्ष गेलं. ते कोण असावेत, याचं मला आश्चर्य वाटलं. ते जसे पुढे चालत गेले, मी त्यांच्या मागे मागे गेलो. मागं वळून न बघता ते सरळ जुन्या झाडाकडे चालत गेले आणि त्याखाली बसले. मी दूर उभा राहून त्यांच्याकडे आशाळभूत नजरेने बघतोय हे त्यांनी पाहिलं.

उजव्या हाताने खुणावत 'इकडे ये' असं ते मला म्हणाले. मी त्यांच्या जवळ गेलो पण अंतर ठेवून उभं राहिलो.

"खाली बस," ते म्हणाले.

"मी प्रेतं जाळणारा..." मी बोलायला सुरुवात केली.

"मला माहिती आहे. ये खाली बस," ते म्हणाले.

मी खाली बसलो. "तुझ्याबद्दल मला सांग."

मी त्यांना माझी कहाणी सांगितली. मध्येच डोळे बंद करत, मध्येच डोळे उघडत त्यांनी ती ऐकली. माझं बोलणं झाल्यावर ते म्हणाले, "आता तू आजपर्यंत जे आतमध्ये साठवून ठेवलं होतंस ते माझ्याशी बोलून मोकळा झाला आहेस. आता बरं वाटतंय?" त्यांचा आवाज दयाळू होता.

"होय हो," मी म्हणालो. "मला आता हलकं आणि छान वाटतंय. हे सर्व सांगायला माझ्या जवळ कोणीच नव्हतं. तुमच्याकडून माझ्यासाठी काही आज्ञा आहे का? ज्यामुळे मला कायमस्वरूपी चिरस्थायी शांतता मिळेल? मी तुमच्यामागे येऊ? का मी अस्पृश्य असल्यामुळे अपात्र आहे?"

"मी काही तुझा शिक्षक नाही," ते म्हणाले. "पण जर तू माझं ऐकणार असशील तर मी तुला मदत करेन."

"मी वचन देतो."

"आजपासून प्रेतं जाळण्याचं काम बंद कर. दारू पिणं बंद कर. वरुणा नदी ओलांडण्यासाठी लोकं जो डळमळीत पूल वापरतात, त्याच्या जवळच पिंपळाचं एक झाड आहे. आठवडाभरानं त्या झाडाखाली गवताची झोपडी बांध. फक्त कौपीन घाल आणि जवळ एक मैलाचं अंतर असलेल्या जैन वसाहतीतून भिक्षा मागत जा. दिवसातून एकदाच जेवायचं. अन्नासाठी कुठल्याही प्राण्याची हत्या करायची नाही. पिण्यासाठी मातीच्या मडक्यात नदीचं पाणी भरून ठेव आणि पाणी प्यायला मातीचं भांडं वापर. सकाळी लवकर उठून रोज नदीत अंघोळ करीत जा आणि डोळे बंद करून कमीत कमी एक तास 'ओम'चा पवित्र मंत्रोच्चार करीत जा.

"असं एक-दोन महिने कर. एके दिवशी महान अरिहंत गौतम, ज्यांना आत्मसाक्षात्कार झाला आहे, ते तुझ्यासमोर प्रकट होतील. हरणांच्या उद्यानांच्या बाजूला असलेल्या सारंगनाथ मंदिराकडे जाणाऱ्या यात्रेकरूंच्या मार्गावरून ते चालत जातील. ते एकटेच असतील आणि पुलाकडे जात असतील. त्यांच्या रूबाबदार चालीवरून आणि त्यांच्या चेहऱ्यावरील शांतीवरून तू त्यांना लगेच ओळखशील. त्यांचे पाय पाण्याने धू. त्यांना प्यायला पाणी दे. पिंपळवृक्षाच्या सावलीत त्यांना बसव आणि त्यांना नमस्कार कर," असं सांगून ते उठले आणि निघून गेले.

दुसऱ्या दिवशी मी घर सोडलं आणि त्यांच्या सूचनेचं तंतोतंत पालन केलं. मी स्वतःच पिंपळाच्या झाडाखाली गवताची झोपडी बांधली आणि भिक्षा मागून जे मिळेल तेच खायला सुरुवात केली. मी एक मातीचं मडकं मिळवलं, व्यवस्थित स्वच्छ केलं आणि रोज त्यात नदीचं स्वच्छ पाणी भरून ठेवायला सुरुवात केली. माझ्याकडे मातीचा नवीन पेला होता, जो मी कधीच वापरलेला नव्हता. मी त्यांची वाट बघत होतो. तोपर्यंत रोज मी ओम मंत्राचा उच्चार करत ध्यान करत असे आणि उगवत्या सूर्याला पाहत बसे. माझ्यातल्या उत्तेजना कमी झाल्या होत्या आणि मला आरामदायी वाटत होतं.

जवळपास दोन महिन्यांनी मी ज्यांची वाट पाहत होतो ते मला दिसले. एका कडक उष्ण मध्यान्ही नदीच्या काठावरून वाराणसीकडून एक साधू चालत येत होते. अनवाणी चालत येणाऱ्या त्या साधूने फिकट तपकिरी रंगाचं वस्त्र अंगाभोवती गुंडाळलं होतं. सावकाश चालत येणाऱ्या भव्य राजेशाही व्यक्तिमत्त्वाला ओळखता न येण्याची चूक होणं शक्य नव्हतं.

क्षणभर माझ्या हृदयाचा ठोका चुकला. मी पळत झोपडीबाहेर गेलो आणि पिंपळवृक्षाच्या दिशेने येत असणाऱ्या त्यांना बघत उभा राहिलो. आता मी त्यांना बघू शकत होतो. गोरा पण उन्हात रापलेला अत्यंत आकर्षक असा चेहरा, काय असामान्य देखणा चेहरा होता! क्षत्रियाचा

खंबीर आणि तरीसुद्धा कोमल, अगदी नाजूक असा चेहरा. त्यांचे कुरळे केस त्यांनी डोक्यावर बांधून ठेवले होते. बाकी चेहऱ्यावर फारच कमी केस होते. मी पळत पुढे गेलो आणि प्रवास करून थकलेल्या त्यांच्या पायावर लोटांगण घातलं.

हळुवारपणे त्यांनी माझ्या खांद्याला स्पर्श केला. "पुरे पुरे. उभा राहा." असं म्हणत मला उभं केलं.

मग त्यांनी माझ्या डोळ्यांत बघितलं आणि ते हसले. त्यांचं हास्य अत्यंत दयाळू होतं. एका मुलाला त्याच्या आईविषयी जसं वाटेल, तसं मला त्यांच्याविषयी वाटत होतं. मी निःशब्द होऊन त्यांच्याकडे बघत होतो. माझं हृदय आनंदाने भरलं होतं. मी काय करायचं ठरवलं आहे हे आठवेपर्यंत किती वेळ गेला हे मला कळलंच नाही.

"आदरणीय श्रीमान," मी म्हणालो, "मला आपले पाय धुवायची आणि आपल्याला ताजे पाणी प्यायला द्यायची तीव्र इच्छा आहे. कृपा करून मला तसं करायची परवानगी द्या."

"असंच होईल." ते आत्मसाक्षात्कारी म्हणाले.

मी त्यांना पिंपळाच्या झाडाखाली ठेवलेल्या दगडी शिळेकडे घेऊन गेलो आणि मडक्यातील पाण्याने त्यांचे पाय धुतले. मग ते पाणी मी माझ्या डोक्यावर थोडं शिंपडलं आणि आचमन केलं. माझ्या अंगावरील वस्त्राच्या टोकाने त्यांचे पाय कोरडे केले. मग मी त्यांना माझ्या गवताच्या झोपडीत घेऊन गेलो आणि त्यांना तिथे बसायची विनंती केली. त्यांच्यासाठी ठेवलेल्या मातीच्या कपातून त्यांना पाणी प्यायला दिलं. त्या तेजस्वी अस्तित्वाकडे बघत राहणं म्हणजे माझ्या डोळ्यांना एक मेजवानीच होती.

डोळ्यांत पाणी, हात जोडलेले अशा अवस्थेत मी त्यांना म्हटलं, "तेजस्वी अशा ज्ञानी प्रबुद्धा, आपण किती क्षमाशील आणि दयाळू आहात की, एका प्रेतं जाळणाऱ्याच्या हलक्या दर्जाच्या निवासस्थानी आलात. हीन कुळात जन्म घेतलेल्याकडून पाणी स्वीकारलंत. मला आता या भयानक स्वार्थी अणि दुःखी जगात काहीच रस उरला नाही. कृपा करून मला या सांसारिक अस्तित्वाच्या शिरजोर अशांत महासागरापासून वाचवा. आदरणीय निगंथा, ज्यांच्यावर कदाचित तुमची कृपा आहे, त्यांनी मला तुमच्यासमोर नतमस्तक होऊन मदत मागायला सांगितलं होतं. कृपा करून या असहाय माणसाला मदत करा."

"कृपावंत आत्मा," शक्तिशाली आणि आल्हाददायक आवाजात बुद्ध म्हणाले. "घाबरू नकोस. आता तू तुझ्या मार्गावर तुझ्या मनाची पकड घट्ट केली आहेस. या मार्गावर हीन कुळातला किंवा उच्च कुळातला, असं काही नसतं. एकटक आपल्या लक्ष्याकडे जाणं हेच आता तुझ्यासाठी आवश्यक आहे. नदी ओलांडून उद्या सारनाथ येथे ये. सारंगनाथ मंदिराजवळ असलेल्या हरणांच्या उद्यानात मी उदात्त सत्यावर बोलणार आहे आणि धर्मचक्र फिरवणार आहे. तिथे सर्व श्रोत्यांमध्ये बस आणि मी काय सांगेन ते आत्मसात कर."

“मी काही तुझा वैयक्तिक गुरू नाही. ते हिमालयात द्रोणागिरी पर्वतात तुझी वाट बघताहेत. या जगात आणि अदृश्य अशा काही क्षेत्रांत तुझे अनेक जन्म होतील. त्यानंतर हिमालयातील बद्रिनाथ येथे एका योगी कुटुंबात तू जन्म घेशील आणि त्यांचा शिष्य बनशील. पण त्यानंतर काही कर्मांमुळे तुला परत जन्म घ्यावा लागेल.

“आता मी सारनाथकडे निघालो आहे. हरीण उद्यानातील प्रवचन ऐकून तुझं मन शांत होईल. गंगेचं उगमस्थान असलेल्या गोमुखाकडे जा. गोमुखातील भागीरथीमध्ये अंघोळ करताना तू बुडशील. तू जे माझे पाय धुतलेस आणि माझी तहान भागवलीस त्याचं फळ म्हणून तू श्रीमंत कुटुंबात जन्म घेशील. त्यांनी त्यांचा हात माझ्या डोक्यावर ठेवला आणि मला आशीर्वाद दिला आणि सारनाथकडे जाणाऱ्या पुलाकडे ते निघून गेले. ते वळणापर्यंत जाईपर्यंत आणि जोपर्यंत माझ्या दृष्टीआड होत नाहीत, तोपर्यंत मी त्यांच्याकडे पाहत होतो.”

दुसऱ्या दिवशी मी सारनाथ येथे गेलो आणि त्यांच्या समोर बसलेल्या अनेक साधूंपासून थोडासा लांबच बसलो. ते महान अशा निर्वाण मार्गाबद्दल बोलले, ज्यामुळे माझं मन शांततेत न्हाऊन निघालं. ते इतके तेजस्वी दिसत होते की, जणू काही सर्व देवच एकत्र येऊन बुद्धांच्या स्वरूपात अवतरित झाले आहेत.

जशी संध्याकाळ संपत आली, मी त्यांना नमस्कार केला आणि वाराणसीला परतलो. काही दिवसांतच यात्रेसाठी फिरणाऱ्या साधूंच्या संघाबरोबर गोमुखाकडे निघालो.

■■■

२०.

माझा संन्यास घेण्याचा प्रयत्न

हे जेव्हा घडलं तेव्हा मी वीस वर्षांचा होतो. बाबाजींनी मला ठामपणे संन्यासी होण्यापासून रोखलं. मला माहीत नाही की, माझ्या बंडखोर स्वभावामुळे की माझ्या विश्वासामुळे, मला असं वाटलं की, बाबाजी माझी परीक्षा घेत आहेत. आणि यामुळे मला असंही वाटलं की, बाबाजी संन्यासी असल्यामुळे मी जर संन्यास घेतला तर त्यांना माझा अभिमानच वाटेल.

महेश्वरनाथ बाबाजी मला हृषीकेशमधील मौनीबाबांच्या गुहेत एकटंच सोडून स्वतः अज्ञात स्थळाची गूढ सफर करण्याकरता निघून गेले होते. गंगेच्या दुसऱ्या बाजूला शांत आणि सुंदर असा अंघोळीसाठीचा घाट होता आणि त्याच्यासमोर पारंपरिक आणि सनातनी मठ होते. हा मठ प्राचीन दशनामी संप्रदायाशी अप्रत्यक्षरीत्या संलग्न होता, जो संप्रदाय प्रसिद्ध अशा आदि शंकरा भगवतपाद यांनी स्थापन केला होता.

कधी कधी या एकाकी असलेल्या घाटावर मी जायचो, गंगेत डुबकी मारायचो आणि ध्यान करायचो. त्या कर्मठ अशा पारंपरिक मठातील एक ज्येष्ठ संन्यासी, ज्यांचं मी नाव सांगणार नाही, ते नेहमी त्या घाटावर यायचे, अंघोळ करून जप करायचे. माझा त्यांच्याशी परिचय झाला आणि अनेकदा त्यांच्या जपानंतर वेदांच्या सखोल पैलूविषयी आम्ही चर्चा करायचो. मला ते खूप शांत, सच्चे, आनंदी, स्थिर अवस्थेतील वाटले.

एक दिवस मला वाटून गेलं की, हे मला संन्यासाची दीक्षा देऊ शकतील आणि मी त्यांच्याकडे विषय काढायचं ठरवलं. एक दिवस आम्ही नेहमीप्रमाणे चर्चा करत बसलो होतो. मी मनातल्या मनात महेश्वरनाथ बाबाजींची प्रार्थना केली आणि सरळ त्या ज्येष्ठ संन्यासींना

विचारलं, "तुम्हाला असं वाटतं का, मी संन्यास घेणं योग्य आहे, आणि तसं असेल तर तुम्ही मला दीक्षा देऊन संन्याशांच्या परिवारात घ्याल का?"

ते वृद्ध संन्यासी माझ्या डोळ्यांत बघायला लागले, जणू काही ते माझं मनच वाचत होते आणि मग काही वेळासाठी त्यांनी डोळे मिटले. मला वाटतं की, "तू संन्यास घेण्यासाठी तर योग्य आहेस पण एक समस्या आहे," ते म्हणाले. "मी प्राचीन आणि कर्मठ अशा संप्रदायाशी जोडलो गेलेलो आहे. तिथल्या नियमांप्रमाणे मठाचे प्रमुखच संन्यासाची दीक्षा देऊ शकतात. ते मठात वास्तव्य करणाऱ्या विद्यार्थ्यांनाच संन्यास देऊ शकतात. या नियमात ते बांधले गेलेले आहेत आणि ठरावीक समाजाशी संबंधित असलेल्या विद्यार्थ्यांनाच या मठात प्रवेश दिला जातो, हा भाग आणखीनच वेगळाच. त्यामुळे आश्रमाकडून अधिकृतपणे तुला संन्यास मिळणं अशक्य आहे.

"आता मला हे माहिती आहे की, तू संन्यास घेण्याकरता योग्य आहेस. आणि प्राचीन नियमानुसार जर संन्यास घेणारा त्यासाठीच्या सर्व नियमात बसत असेल तरच एक संन्यासी दुसऱ्याला संन्यासाची दीक्षा देऊ शकतो. पवित्र गंगेला साक्षी ठेवून मी तुला संन्यास देऊ शकेन.

"त्यामुळे आश्रमाच्या बाहेर जर मी तुला दीक्षा दिली तर कुठल्याही नियमांचं माझ्याकडून उल्लंघन होणार नाही आणि ही दीक्षा मी तुला घाटावरच देईन. परवाच्या दिवशी पौर्णिमा आहे. उद्या डोक्याचा गोटा कर. गेरू रंगाच्या कापडाचे दोन तुकडे, काही फुलं, एक रुपयाचं नाणं हे घेऊन मला इथेच पहाटे चार वाजता भेट."

मी त्यांच्या पाया पडलो आणि तिथून निघालो. माझा आनंद गगनात मावत नव्हता आणि मी विचार करत होतो की, गेरू रंगाचं वस्त्र परिधान करून, डोक्याचा गोटा केलेल्या अवस्थेत बाबाजी जेव्हा मला बघतील तेव्हा ते काय म्हणतील?

मला खात्री होती की, मला असं बघून त्यांना खूप आनंद होईल. ठरलेल्या दिवशी आणि ठरलेल्या वेळी मी श्वास रोखून वाट बघत होतो. काही मिनिटांतच ते वृद्ध स्वामी पायऱ्या उतरून खाली आले. आम्ही एकमेकांसमोर उभे होतो. मी त्यांच्या चेहऱ्याकडे नीट बघितलं तेव्हा मला जाणवलं की, त्यांच्या डोळ्यांतून पाणी वाहतंय.

ते म्हणाले, "परत असं करू नकोस." त्यांच्या आवाजात नेहमीचा प्रसन्नपणा आणि शांतपणा नव्हता. त्यांचा आवाज थरथरत होता. "तू तुझ्या गुरूंच्या परवानगीशिवाय कुठलंही पाऊल उचलता कामा नये. तू मला हे का सांगितलं नाहीस की, तुझ्या गुरूंनी तुला संन्यास घ्यायला मनाई केली आहे?"

"मला माफ करा महाराज," मी म्हणालो. "मला वाटलं, ते माझी परीक्षा बघताहेत."

"तू स्वतःच निष्कर्ष काढत जाऊ नकोस. काल रात्री उशिरा मी माझं ध्यान संपवून झोपायच्या तयारीत होतो, तेव्हा कुणीतरी माझ्या खोलीचा दरवाजा वाजवला. मी पटकन उठून दरवाजा उघडला. मी आश्चर्यचकित झालो. एका उंच, केसांचा गुंता झालेल्या योगींनी आत

प्रवेश केला. त्यांनी स्वतःची ओळख सांगितली. ते म्हणाले, 'मी महेश्वरनाथ. या मुलाने त्याच्या आध्यात्मिक प्रवासात काय पावलं उचलावीत हे ठरवणारा या पृथ्वीवरचा तू कोण आहेस? मी त्याला संन्यास घेण्यापासून का मनाई केली आहे याची कारणं तुला माहीत नाहीयेत. त्याच्याबद्दल असलेल्या तुमच्या ममत्वाविषयी मला कौतुकच आहे. पण त्याला एकटं सोडा. मी इथे आहे तर तुम्हाला *पंचदासी* काळजीपूर्वक वाचायचा सल्ला देऊ शकतो का? या टप्प्यावर तुम्हाला ते परत एकदा वाचण्याची गरज आहे.'

"असं म्हणून आशीर्वाद देण्यासाठी त्यांनी माझ्या डोक्यावर हात ठेवला आणि माझ्या खोलीतून बाहेर पडले. महान अशा महेश्वरनाथ बाबाजींच्या स्पर्शाने अजून मी थरथरतोय. दुसऱ्या एका प्रसंगी उत्तर काशीतील दोन ज्येष्ठ अधिकारी साधूंकडून मी त्यांच्याविषयी ऐकलं होतं. मला स्वप्नातदेखील असं कधी वाटलं नाही की, हाडामांसाच्या स्वरूपात बाबाजी माझ्यासमोर प्रकट होतील. एकप्रकारे या अनुभवासाठी मी तुझा ऋणीच आहे. पण कृपा करून कधीही तुझ्या गुरूंची अवज्ञा करायची चूक करू नकोस. त्यांच्यासारखे महान योगी जर, तू कधी संन्यास घेऊ शकत नाही असं म्हणाले असतील तर ते कुणीही बदलू शकत नाही."

मी वाकून त्यांना नमस्कार केला. त्यांची माफी मागितली आणि इतकं सगळं होऊनही ते माझ्याशी दयाळूपणे वागले म्हणून त्यांना धन्यवाद दिले. त्या घटनेनंतर मी त्यांना कधीही भेटू शकलो नाही.

बाबाजी परत आले. त्यांनी केस नसलेल्या माझ्या डोक्याकडे बघितलं आणि मला म्हणाले, "परत केस उगवायला काही वेळ जाईल. खरं तर केस भादरलेल्या या अवस्थेत तू छान दिसतोयस, पण संन्यास हा तुझ्यासाठी नाही. त्यामुळे आता काही चुकीचं साहस करायचं नाही. उद्या सकाळी लवकरच आपण उत्तर काशीकडे निघतोय."

आणि अशा तऱ्हेने संन्याशांच्या अधिकृत गेरू वस्त्र परिधान करायच्या माझ्या महत्त्वाकांक्षेचा शेवट झाला.

■■■

२१.

बाबाजींबरोबर संभाषण - भाग ३

एम : बाबाजी, मला मांडूक्य उपनिषदाचा अभ्यास करण्याची संधी मिळाली आणि मला 'गौडपाद कारिके'बद्दल माहिती आहे. परंतु मला त्यातील सुतांचा विशेषतः विवेकाच्या निरनिराळ्या रूपांबद्दल संपूर्ण अर्थ समजावून घेण्यात यश आलेले नाही.

बाबाजी : याची सुरुवात एका गोष्टीपासून करेन. जनक राजा हा राजर्षी म्हणून प्रसिद्ध होता. सर्व राजांमध्ये तो ज्ञानी म्हणून ओळखला जायचा. त्याला स्वप्नं पडलं की, तो भिकारी आहे आणि फाटलेल्या कपड्यात दमलेल्या, भुकेल्या स्थितीत हातात भिकेचा कटोरा घेऊन फिरतो आहे. जागं झाल्यावर त्याला जाणवलं की, तो त्याच्या भव्य महालातच आहे.

यामुळे तो विचारात पडला की, मी भिकारी आहे की राजा आहे? कारण स्वप्नात त्याला स्पष्टपणे जाणवलं होतं की, तो भिकारी आहे. भुकेच्या वेदना आणि थकवा हा तितकाच खरा होता जितका उठल्यानंतर राजवाड्यातील ऐशआरामाच्या वस्तू खऱ्या होत्या. हे कोडं तो सोडवू शकला नाही. म्हणून त्याने आपले गुरू याज्ञवल्क्य यांच्याकडे साहाय्य मागितलं. त्यांनी त्याला जाणिवांच्या वेगवेगळ्या अवस्था समजून सांगितल्या. या वेळी त्यांनी त्याला खऱ्या जगाला मिथ्या व अस्तित्वच नसलेल्या स्थितीत बदलविण्यास जबाबदार असलेल्या जाणिवांच्या निरनिराळ्या अवस्थांची माहिती दिली. जरी या गोष्टीशी मांडूक्य उपनिषदाचा सरळ संबंध नसला, तरी दोन्हीकडे चर्चा केलेला विषय मात्र सारखाच आहे.

आता काळजीपूर्वक ऐक. जाणिवेच्या वेगळ्या अवस्था म्हणजे जागे असतानाची जागृत अवस्था, स्वप्न दाखवणारी स्वप्नावस्था. सुषुप्ती म्हणजे सुप्त अवस्था, म्हणजेच खोल स्वप्नरहित अवस्था, आणि चौथी तुर्यावस्था म्हणजे अनुभवातीत अवस्था, जी या पहिल्या

तीनही अवस्थांच्या पलीकडील अवस्था आहे. जाणीव ही या तीनही अवस्थांत काम करते. जेव्हा एखादा जागा असतो तेव्हा त्याला स्वप्नावस्था ही खोटी वाटते, पण स्वप्नात मात्र फक्त स्वप्नच खरं वाटतं. स्वप्नं इतकी खरी असतात की, त्यात सर्व ज्ञानेंद्रियांची कार्यं, सर्व भावना अनुभवता येतात.

या दोन्हींतला फरक इतकाच की, जागृतावस्था ही स्वप्नावस्थेपेक्षा मोठी असते आणि त्यामुळे ती जास्त खरी असते. स्वप्नावस्थेत दोन अवस्थेतला फरक जाणवत नाही. खोल स्वप्नविरहित झोपेत या दोन्ही अवस्था जाणवत नाहीत. जणू काही ज्याला हे जाणवतं तोच उपलब्ध नसतो. स्वप्नावस्थेत सूक्ष्म ज्ञानेंद्रियं जागृत अवस्थेतील पाचही ज्ञानेंद्रियांची प्रतिकृती तयार करतात. गाढ झोपेत फक्त शारीरिक आणि सूक्ष्म अवयवांचंच नाही तर मनाचंही कार्य थांबतं.

अहंकार, ज्याला मीपणा असंही म्हणतात, हा मानवाच्या बुद्धीवर प्रभाव पाडत असतो. त्यामुळे माणसाला स्वतःच्या अस्तित्वाची एक मूलभूत जाणीव किंवा भावना प्राप्त होते. गाढ झोपेत अहंकारदेखील काम करत नसल्यामुळे 'मी'पणाचादेखील अनुभव येत नाही.

गाढ झोपेत जागृत अवस्थेतील आणि स्वप्नावस्थेतील सर्व अनुभव नाहीसे झालेले असतात, आणि तेव्हा कॉन्शियसनेस म्हणजेच जागृती (चेतना) शांतीचा आनंद घेते. या परमानंदावर ज्ञानेंद्रियांचा, बाहेरच्या जगाचा किंवा आतील स्वप्नांच्या जगाचा काहीही परिणाम होत नाही. या स्थितीचा विरोधाभास म्हणजे, या अनुभवाचे विश्लेषण करताना, त्यात तो शुद्धीत किंवा चेतन अवस्थेत होता की नव्हता, हेच त्या व्यक्तीला कळत नाही. ती मूल्यमापनाच्या कक्षेबाहेरील व नकारात्मक चेतना आहे किंवा स्वतःलाच माहिती नसलेली चेतना असं म्हटलं जाऊ शकतं. मग तुम्ही असं विचाराल की, गाढ झोपेतही चेतना अस्तित्वात असते का, जी शांती आणि समाधानाचा आनंद घेते? तुम्ही जर जागे झाल्यानंतर 'मला उत्तम व शांत झोप लागली' असं म्हणता, तर मग तिथे चेतना अस्तित्वात नव्हती असं कसं म्हणता येईल? याचा अर्थच असा कोणीतरी आहे, जो स्वप्नावस्था, जागृत अवस्था या दोन्हींचाही साक्षीदार असतो आणि या अवस्थांमधील फरकही तो जाणतो.

तुर्य (तुर्यावस्था) ही चौथी अवस्था इतर तीन अवस्थांप्रमाणे नसते. तर ती इतर तीनही अवस्थांमध्ये उपलब्ध असते. त्याचबरोबर शुद्ध अवस्थेत जेव्हा अहंकार गळून पडतो तेव्हाही ती असते. ही तीच अवस्था आहे ज्याला आत्मन् किंवा समाधी म्हटलं जाऊ शकतं, जी झोप, स्वप्न, जागृत अवस्था आणि तंद्री व समाधीसारख्या इतर सर्व अवस्थांमध्ये साक्षी असते.

तुर्यावस्थेमध्ये जागरूकता सर्वात शुद्ध स्तरावर असते व ती जागतिक चैतन्याशी म्हणजे ब्रह्मस्वरूपाशी एकरूप झालेली असते. त्यामुळे ऋषी म्हणतात, '*अयम् आत्म ब्रह्मः*' 'माझा आत्मा ब्रह्म आहे'. याच अनुभवातून '*अहं ब्रह्मास्मी*' असे उद्गार निघतात. कोणीही फक्त अहं ब्रह्मास्मी अशी घोषणा करून ब्रह्म होत नाही. अहंपणाचा कण जरी शिल्लक असेल तरी ब्रह्माच्या अवस्थेला तो पोहोचू शकत नाही.

एक गोष्ट प्रामुख्याने समजून घेतली पाहिजे की, तुर्यावस्थेची जागृत अवस्था, झोप किंवा स्वप्न यांच्याशी तुलना केली जाऊ शकत नाही. या तीनही अवस्थांमध्ये स्वत:ची वेगळी ओळख आहे. यामध्ये दृश्य आणि दृष्टा दोन्ही आहेत. अनुभव आणि अनुभवकर्ता उपलब्ध आहेत. जरी त्या वेळी ते वेगवेगळे जाणवत नसले, तरी तिथे दोन्ही उपलब्ध असतात, जे तुर्यावस्थेमध्ये नसतात.

यांपैकी प्रत्येक अवस्थेमध्ये दुसरी जागरूकतेची अवस्था अनुपस्थित असते. उदाहरणार्थ, स्वप्नावस्थेमध्ये जागृत जगातील खरेपणा अनुपस्थित असतो व या उलटही घडते. जसे राजा भिकारी होतो व भिकारी राजा.

तुर्यावस्थेमध्ये हा 'अहं' वैश्विक चेतनेमध्ये विलीन होतो म्हणजेच ब्रह्मस्वरूप होतो. जो या तुर्यावस्थेमध्ये स्थित होतो, तो इतर तीन अवस्थांमध्येसुद्धा या ब्रह्माचा अनुभव घेतो. ज्याप्रमाणे एकाच पडद्यावर वेगवेगळी दृश्यं दिसतात, ती आभासी असतात, त्याचप्रमाणे बाकीच्या तीन अवस्थाही आभासी आहेत हे तो जाणतो.

जो संन्यासी कृती करणं किंवा कृती न करणं या दोन्ही गोष्टींपासून खऱ्या अर्थाने अलिप्त राहू शकतो, तोच या आनंदाचा अनुभव घेत असतो. तो या तिन्ही अवस्थांच्या पलीकडे पोहोचलेला असतो व या भ्रमाला तो खऱ्या अर्थाने साक्षीभावाने पाहू शकतो. एखादी गोष्ट निर्माण होणं आणि नष्ट होणं या दोन्ही गोष्टींना तो साक्षीभावाने पाहू शकतो. जो मनुष्य तुर्यावस्थेत पोहोचलेला असतो, त्याला जग म्हणजे मोठ्या स्वप्नासारखंच असतं, ज्यातून तो जागा झालेला असतो. त्याला स्वप्नाच्या पलीकडील खऱ्या सत्याची ओळख झालेली असते. खरं तर तो स्वत:च सत्य बनलेला असतो.

■■■

२२.

मन आणि इतर गोष्टी

आपण आता मनाविषयी चर्चा करू, असं म्हणत बाबाजींनी सुरुवात केली. असं मन जे आपल्यासाठी बंधनं तयार करतं तेच मन, वैश्विक स्रोताकडून मिळणाऱ्या अमर्याद ऊर्जेचा मार्ग कशा प्रकारे मोकळा करून देतं ते पाहू या.

या वेळीदेखील त्यांनी एका कथेनेच सुरुवात केली. ते नेहमीच म्हणतात की, एखादी बाब कथेतून समजावून सांगितली तर ती लहान मुलांनादेखील कळते.

एके दिवशी फाटके कपडे घातलेला व अतिशय कृश असा एक वृद्ध मनुष्य वर्दळ असलेल्या रस्त्याच्या कडेने खुरडत चालला होता. तो इतका गलितगात्र झाला होता की, प्रत्येक पाऊल उचलताना त्याला प्रचंड त्रास होत होता. अचानक वेगात असलेली एक कार जोरजोरात हॉर्न वाजवत आली व अगदी त्याला धडक देईल अशा स्थितीत त्याच्यामागे येऊन थांबली. त्यानंतर अचानक चमत्कार झाला. जो कधीही जमिनीवर कोसळेल असं वाटत होतं, त्या माणसाने कारचा आवाज ऐकून स्वतःला वाचविण्यासाठी सुरक्षित जागी धाव घेतली.

त्याने हे कसं केलं? काही क्षणांपूर्वी त्याच्यात संकटापासून वाचण्याची अजिबातच ताकद नव्हती. मग त्याला कोणी वाचवलं? ही क्षणात त्याच्याकडून घडलेली 'प्रतिक्षिप्त क्रिया' होती. त्याच्या मनाने त्याला 'उडी मार आणि जीव वाचव' असा संदेश दिला व तो क्षणार्धात त्याच्या पायापर्यंत पोहोचला व लगेच त्याच्या स्नायूंनी आदेशाचं पालन केलं.

इथे ही बाब लक्षात घ्यायला हवी की, मानसिक चौकटीचा म्हणजेच अगोदरपासून सुरू असलेल्या बुद्धीच्या विचारप्रक्रियेचा यात कुठेही हस्तक्षेप नाही. त्याने जर विचार केला असता तर तो उडीच मारू शकला नसता. उलट, 'माझ्या अंगात उडी मारण्याचीच काय पण

चालण्याचीही ताकद नाही. मग मी उडी कशी मारू?' असा विचार करेपर्यंतच कारने त्याला धडक दिली असती.

त्या आपत्कालीन स्थितीत 'उडी मार' हा संदेश आला आणि काही कळायच्या आतच त्याने थेट ब्रह्मांडीय शक्तीतून ऊर्जा घेतली आणि आपोआपच उडी मारली.

या मनुष्याने आपोआप जी गोष्ट केली, तीच योगी स्वतःच्या इच्छेतून मिळवू शकतात. योगी सातत्याने मेंदूतील लहरींना शांतपणे समजून घेतात व वेळ आल्यास ब्रह्मांडीय शक्तींकडून ऊर्जा घेतात. 'पतंजली योगसूत्र' या योगआचारांचे धडे देणाऱ्या सर्वोत्तम ग्रंथाच्या पहिल्या वाक्याचं हेच रहस्य आहे. यात म्हटलं आहे की, 'योग चित्त वृत्ती निरोधः', म्हणजेच योगामुळे वृत्तीत अडथळा आणणाऱ्या चित्तलहरींचा योगाच्या माध्यमातून नाश होतो. अशा प्रकारे योगी पुरुष हा ब्रह्मांडीय गोष्टींपासून ऊर्जा प्राप्त करतो. केवळ संदेश प्राप्त करण्याचीच नव्हे तर ती पाठवण्याची शक्तीदेखील त्याच्या ठायी निर्माण होते.

याकरता मुख्य केंद्र म्हणून तो मेंदूचा वापर करतो. मेंदूमध्ये दोन महत्त्वाची केंद्रं असतात, ज्यांना योगाच्या भाषेत 'आज्ञाचक्र' आणि 'सहस्त्रार चक्र' असं म्हणतात. येथे चक्र म्हणजे चाक असा अर्थ होतो. वस्तुतः चक्र म्हणजे असा गोलाकार भाग, ज्याच्या सभोवताली ब्रह्मांडीय ऊर्जा सामावलेली असते आणि जे सातत्याने निरनिराळ्या रंगांची उधळण करत फिरत असते. या केंद्राद्वारे मनुष्याच्या शरीरात ब्रह्मांडीय ऊर्जा प्रवेश करते.

यौगिक शरीरशास्त्रानुसार या प्रत्येक चक्राला पाठीच्या कण्याशी संबंधित मुख्य शिरेवरून ओळखले जाते. याला सुषुम्ना नाडी असे म्हणतात. केवळ वरील दोन चक्रे, जी मेंदूतील पिट्युटरी व पिनियल ग्लॅन्ड्सशी जोडलेली असतात, ती याला अपवाद आहेत. सर्वात खालून सुरुवात केली असता 'मूलाधार चक्र' हे 'मज्जारज्जूच्या' पायथ्याशी आहे. त्याच्यावर 'स्वाधिष्ठान' आहे. नाभीच्या पातळीवर 'मणिपूर' आहे तर हृदयाच्या पातळीवर 'अनाहत', मानेच्या भागात 'विशुद्ध' आहे. आणि 'आज्ञा' आणि 'सहस्त्रार' चक्राबद्दल मी अगोदर सांगितलंच आहे.

मी आता लय योग किंवा कुंडलिनी योगासंदर्भातील काही रहस्यं सांगणार आहे.

प्रत्येक मनुष्याच्या अंगी ब्रह्मांडीय ऊर्जा म्हणजेच 'कुंडलिनी शक्ती' असते. ही ऊर्जा साडेतीन वेटोळे घातलेल्या सापाप्रमाणे 'मज्जारज्जूच्या' खालच्या बाजूस 'मूलाधार चक्रा'मध्ये असते. ज्या योग्याला ऊर्जा जागृत करण्याचे तंत्र माहिती आहे, असे योगी वगळता इतर सर्वांमध्ये ही ऊर्जा सुप्त असते. योग्य गुरूच्या मार्गदर्शनाखाली योगी या ऊर्जेला जागृत करण्यात यशस्वी होतात आणि त्याच्या प्रयत्नांमुळे ती एकेक चक्र पार करत वर सरकत जाते. अखेर ती 'सहस्त्रार चक्रा'पर्यंत पोहोचते.

कुंडलिनी प्रत्येक चक्रातून पार होत असताना, मार्गात अडथळा आणणाऱ्या सर्व अपवित्र गोष्टी दूर सारल्या जातात आणि ब्रह्मांडीय ऊर्जेसोबत एक संवादमार्ग उघडला जातो. जशी जशी कुंडलिनी वर जाते व चक्र उघडत जातात, तसतसा योगी शक्तीच्या नवीन पातळींवर

जाऊन पोहोचतो. ब्रह्मांडीय ऊर्जेच्या तो फारच जवळ जातो व चमत्कार घडवून आणण्याची क्षमता त्याच्या अंगी निर्माण होते.

त्याच्या अंगी ज्या शक्ती निर्माण होतात, त्यांना 'सिद्धी' असे म्हणतात. ज्या व्यक्तीच्या कुंडलिनीतील सहस्त्रार चक्र जागृत झाले आहे आणि त्यामुळे ज्याला ब्रह्मांडीय ऊर्जेचा प्रवाह मिळाला आहे, त्याला 'सिद्ध'पुरुष म्हणतात.

आता मी तुला 'आज्ञा' आणि 'सहस्त्रार' चक्राबद्दल माहिती देतो. या चक्रांमुळे ज्ञानावर थेट परिणाम होतो. 'आज्ञा' चक्र हे कपाळाच्या मधोमध, जेथे दोन भुवया मिळतात तेथे असते. त्याला त्रिकुट किंवा भ्रूमध्य असंदेखील म्हणतात. परिवर्तन व नवनिर्माणाचे प्रतीक असलेल्या भगवान शंकराच्या तिसऱ्या डोळ्याचं प्रतीक त्याला देण्यात आलं आहे. ज्या वेळी हे चक्र जागृत होतं, त्या वेळी योगी सर्वज्ञानी होतो. जगाच्या चक्षूंना न दिसणाऱ्या शक्तींकडूनदेखील त्याला ज्ञानप्राप्ती होते.

ज्याप्रमाणे सूक्ष्मदर्शी यंत्राखाली पाण्याच्या थेंबाला पाहिले तर असंख्य कणांची तेथे सतत एका प्रक्रियेअंतर्गत हालचाल सुरू असते, त्याचप्रमाणे 'आज्ञा' चक्राच्या उपयोगाने योग्याला जगातील असंख्य रहस्यांची उत्तरं मिळू शकतात. यामुळे जे ज्ञान सामान्य मनुष्याला कधीच मिळू शकत नाही, त्याची प्राप्ती योग्याला होते. 'आज्ञा' चक्र हे योग्यासाठी एखाद्या 'संदेशवहन' केंद्रासारखंदेखील काम करतं. याच्याच माध्यमातून योगी, विचारलहरींच्या माध्यमातून इतर मनुष्यांना किंवा बाहेरील शक्तींना संदेश पाठवू शकतो.

सहस्त्रार चक्र हे सर्वात मोठं केंद्र आहे आणि येथे कॉस्मिक शक्तींना कारणीभूत असलेल्या सर्व उच्च आध्यात्मिक व चमत्कारी शक्तींकडून येणारे संदेश स्वीकारण्यात येतात. त्यामुळे कुंडलिनी या केंद्रावर पोहोचते आणि त्याला जागृत करते, तेव्हा योगी थेट ब्रह्मांडाच्या देवतेशी संवाद साधू शकतो. यालाच 'समाधी' असंदेखील म्हणतात.

ज्या योग्यांना अक्षरज्ञानदेखील नव्हतं, त्यांनी याच माध्यमातून समाधी प्राप्त केली. 'आज्ञा' आणि 'सहस्त्रार' चक्र जागृत करण्यात स्पायनल बॉडीचा फार महत्त्वाचा वाटा असतो. या संदर्भात मी नंतर माहिती देईन. कुंडलिनी योग प्रक्रिया ही लैंगिक ऊर्जेच्या उदात्तीकरणाशी घनिष्ठपणे निगडित असते. मात्र, दमनाच्या किंवा जोरजबरदस्तीच्या प्रकारे नव्हे.

(**वाचकांसाठी टीप :** ही तंत्रं, लिखित स्वरूपात किंवा इतर कोणत्याही स्वरूपात देता येत नाहीत. ती फक्त गुरूच्या सान्निध्यात त्यांच्या मार्गदर्शनाखाली ध्यानाच्या माध्यमातूनच प्राप्त करता येतात. मला बाबाजींनी चेतावणी दिली होती की, पुस्तकाच्या माध्यमातून किंवा इतर कुठल्याही माध्यमातून जर ही तंत्रं देण्याचा प्रयत्न केला तर ते साधकासाठी धोकादायक ठरू शकतं. त्यांच्याच शब्दात सांगायचं झालं तर, "लक्षात ठेव, योगी हे विद्युत ऊर्जा किंवा अणुऊर्जेपेक्षा जास्त शक्तिशाली ऊर्जांबरोबर खेळत असतात; एक छोटीशी चूकसुद्धा शिष्याचा शारीरिक किंवा मानसिक विनाश करू शकते.")

एम : प्रात्यक्षिकादरम्यान तुम्ही मला सांगितलं होतं की, कुंडलिनी योगादरम्यान मानसिक चित्रण किंवा कल्पनाशक्तीचा भरपूर वापर करावा लागतो. कितीतरी गोष्टींची कल्पना यामध्ये करावी लागते. परंतु कल्पनाशक्तीला वाव दिल्यामुळे मी वास्तविकतेपासून दूर तर जाणार नाही ना आणि कल्पनांमध्येच तर वावरणार नाही ना, याची मला काळजी वाटते. कल्पना करणं हे वैचारिक विकासाचं चिन्ह आहे की अधोगतीचं? यावर कृपया प्रकाश टाकावा.

बाबाजी : विचार ही सर्व प्रक्रियांची जननी आहे. तसेच कल्पनाशक्ती ही सर्व गोष्टी प्राप्त करण्यासाठीचा मार्ग आहे. कल्पनाशक्ती ही कोणत्याही आजारी मनाचं लक्षण नाही. उलट, ते एका सुदृढ आणि संपन्न मनाचंच प्रतीक आहे. फक्त जर नियंत्रित नसेल आणि इकडे-तिकडे पळत असेल तरच ते धोकादायक ठरते. नियंत्रित आणि योग्य कल्पना करणं हे खरं तर बुद्धिवंताचं चिन्ह आहे. मोठमोठे शास्त्रज्ञ, कलाकार, यशस्वी व्यक्ती यांची कल्पनाशक्ती ही नेहमीच चांगली असते. कुठल्याही नावीन्यपूर्ण संशोधनाची सुरुवात ही कल्पना करण्यानेच होते.

उदाहरणार्थ, एखादं सुंदर चित्र काढण्याअगोदर चित्रकार पहिल्यांदा त्याची कल्पना करतो. आज यशाच्या शिखरावर पोहोचलेल्या कुठल्याही मनुष्याला विचारणा केली तर तो नकीच सांगेल की, गरिबीच्या दिवसांत त्यानेदेखील श्रीमंत झाल्यावर राहायला आलिशान बंगला, चालवायला महागडी कार, घालायला झकपक कपडे, खर्चायला मुबलक पैसे यांच्या कशा कल्पना केल्या होत्या. ही चित्रं डोक्यात ठेवून त्यांनी सातत्याने कठोर परिश्रम घेतले व आपल्या कल्पना प्रत्यक्षात उतरवल्या. ही झाली इंद्रियजगताच्या संदर्भातील बाब.

सूक्ष्म जगात मात्र परिणाम लगेचच मिळतात—त्यासाठी फार काळ प्रतीक्षा करण्याची आवश्यकता पडत नाही. आपल्या आजूबाजूला असणाऱ्या अदृश्य जगतावरदेखील प्रत्येक विचार एक ठसा उमटवत असतो. पण जेव्हा एखादं चित्र विचारपूर्वक पाहिलं जातं, त्यावर मनन केलं जातं आणि तेसुद्धा रंग, रूप, आकार अशा सर्व बारकाव्यांसह; तेव्हा ते भौतिक जगात प्रत्यक्षात उतरतं. महान योगी हे सकारात्मक विचारांचं चित्र तयार करतात आणि ज्याला गरज आहे त्याच्याकडे ते पाठवतात. सर्वोच्च पातळीला पोहोचलेल्या योग्यांमध्ये त्यांचे विचार प्रत्यक्षात उतरवण्याची क्षमता असते. केवळ विचारांनीच ते हव्या त्या गोष्टी प्रत्यक्षात उतरवू शकतात. असे योगी अत्यंत दुर्मीळ असतात. त्यांची तुलना एखाद्या हातचलाखी करणाऱ्या जादूगारासोबत करण्याची चूक करू नये. खरं तर असे दुर्मीळ आणि दैवी लोक अपवादात्मक परिस्थिती वगळता आपल्या शक्तींचं प्रदर्शन करत नाहीत.

त्यामुळे चांगल्या व सुंदर गोष्टी पाहण्याची सवय अंगी बाणव. जसं की, पूर्ण उमललेलं टपोरं गुलाबाचं फूल, देवनागरी लिपीत सुवर्णाक्षरांनी रेखाटलेला 'ओम' रोज सकाळी मनोमन पाहा आणि आनंद व चांगल्या विचारांची उधळण कर.

तुझ्या ज्या काही इच्छा असतील त्यांचे बारकाव्यांसहित कल्पनाचित्र बघ. तुला त्या गोष्टी नक्की मिळतील. मात्र इतरांना त्रास होईल किंवा इजा पोहोचेल यासाठी कल्पनाशक्ती वापरू नकोस. त्यामुळे तुझ्या आध्यात्मिक विकासात बाधा येईल आणि तुझे आध्यात्मिक अधःपतन होईल. तू स्वतःसाठी आनंदी विचार ठेव किंवा दुःखाचे, ती तुझी निवड आहे. पण इतरांबद्दल वाईट विचार ठेवू नकोस.

एम : माझ्या मनातील कल्पनेबद्दलच्या शंका आता मिटल्या आहेत. परंतु 'ध्यान करणारी व्यक्ती आणि ध्यानाचा उद्देश या दोन्ही गोष्टी सखोल ध्यानामध्ये गेल्यानंतर एकच होतात' या यौगिक वाक्याने माझ्या मनात संभ्रम निर्माण झाला आहे. जर मी झाडाविषयी मनन करत असेन तर झाड आणि मी एकच कसे होऊ शकू?

बाबाजी : तूही इतरांप्रमाणेच या वाक्याचा चुकीचा अर्थ काढला आहेस. ध्यानसाधनेत तीन टप्पे आहेत. पहिला टप्पा 'धारणा' ज्यामध्ये एखाद्या गोष्टीवर लक्ष केंद्रित करावं लागतं. ज्या वेळी एकाग्रतेचा प्रवाह सुरळीतपणे सुरू होतो तेव्हा ती व्यक्ती 'ध्यान'मग्न झाली असं समजावं. ध्यानाचा परमबिंदू म्हणजे समाधी. यात ध्यान करणारी व्यक्ती स्वतःचं अस्तित्वच विसरून जाते आणि ज्या गोष्टीवर लक्ष केंद्रित करून ध्यान करणं सुरू केलं होतं, तीच गोष्ट उरते. त्या क्षणी इतर काहीही नाही तर फक्त ती वस्तूच उरते आणि त्या वस्तूचे असंख्य पैलू त्या साधकासमोर उघड होतात आणि त्याला त्या वस्तूचं चौफेर ज्ञान मिळतं.

ज्ञानाच्या मार्गावरील लोक म्हणजेच ज्ञानयोगी याचा थोडासा वेगळा अर्थ काढतात. त्यांच्या मते 'अनुभव आणि अनुभवी हे एकच असतं.' ही गोष्ट अजून स्पष्ट करण्यासाठी तुला मी काही प्रश्न विचारतो. जेव्हा तू 'ओम' वर ध्यान करतोस तेव्हा काय होतं?

एम : मी माझे डोळे मिटतो आणि माझ्या हृदयात सोनेरी रंगाचा ओम चमकत आहे अशी कल्पना करतो.

बाबाजी : 'ओम'ची कल्पना कोण करत आहे?

एम : मी, माझं मन.

बाबाजी : ज्या वेळी तू 'मी' म्हणतो, म्हणजे तुझ्या मनातील सर्व विचार, तुझे भूतकाळातील अनुभव, तुझ्या भावना, तुझ्या प्रतिक्रिया असाच त्याचा अर्थ होत नाही का?

एम : हो, हे खरं आहे.

बाबाजी : म्हणजेच ज्या 'ओम'ची तू कल्पना करतोस, तोही तुझ्या मनातील विचारांचाच एक भाग आहे ना?

एम : हो.

बाबाजी : याचाच अर्थ, मनातील विचारांचा गठ्ठा ज्याला तू 'मी' म्हणतोस आणि ज्या 'ओम'ची तू कल्पना केली त्यांच्यातील फरक म्हणजे, विचारांमुळे झालेले कृत्रिम विभाजनच

नाही का? मग अनुभव आणि अनुभवी हे दोन्हीही विचारच नाही का– स्वतः मनच नाही का? खरं तर ते दोन्हीही सारखेच आहेत. म्हणजे दोन्हीही मन, विचारांचाच एक भाग आहेत.

एम : तुम्हाला काय म्हणायचं आहे ते मला कळलं आहे बाबाजी. ज्या वेळी कृत्रिम अडथळा दूर होतो, तेव्हा फक्त असं क्षेत्र उरतं जिथे विचार उत्पन्न होतात आणि नाहीसे होतात. जेव्हा मी जागरूक राहून त्या उत्पन्न होणाऱ्या आणि नाहीशा होणाऱ्या विचारांना पाहायला लागतो, तेव्हा मला समजतं की, 'मी' म्हणजे 'तो बघणारा' हा केवळ त्या विचारांचाच एक भाग आहे. तेव्हा माझं मन शांत व्हायला लागतं.

त्यानंतर कुठल्याही प्रयत्नांशिवाय माझं ध्यान लागलं. किती वेळ मी त्या अवस्थेत होतो ते मला आठवत नाही. त्या अवस्थेत विचारांच्या प्रवाहाने नक्कीच त्यांची ओळख हरवली होती व जेथून त्यांची उत्पत्ती झाली होती, तिथेच विलीन झाले होते. मी जेव्हा त्या अवस्थेतून बाहेर आलो तेव्हा मी अवर्णनीय असा मौनाचा आनंद आणि शांती अनुभवत होतो. बाबाजींना माझ्याकडे पाहून माझी अवस्था नक्कीच समजली असणार. त्यामुळेच पुढे ते म्हणाले, 'तुझे कल्याण होवो! तूसुद्धा मन आणि विचारांचाच एक भाग आहे, याची जाणीव ठेवून या शांतीच्या सागराचा आनंद घे. तुझी स्वतःची ओळख विसरून जा. मग जे काही उरेल ते केवळ अनंत, विचाररहित अवस्था- सर्वोच्च शांती.'

एम : बाबाजी, प्राणायाम हे ध्यानाचं उत्तम माध्यम मानण्यात येतं. यामुळे योग्याला कसा फायदा होतो?

बाबाजी : प्राणायामाला ध्यान आणि योग यांच्याशी जोडून तू एका मोठ्या गैरसमजुतीच्या गाभ्यालाच स्पर्श केला आहेस. हा सामान्यतः आढळून येणारा दोष आहे. खरं सांगायचं झालं तर प्राणायाम हे विज्ञान आहे आणि जर योग्य प्रकारे त्याचा उपयोग झाला तर चांगला लाभ होतो, आणि जसा योगी त्याचा लाभ घेऊ शकतो, तशीच कुठलीही व्यक्ती त्याचा लाभ घेऊ शकते.

प्राणायामाच्या संदर्भात, जगाला माहिती नसलेल्या बाबींवर मार्गदर्शन करण्याअगोदर मी एक गोष्ट सांगू इच्छितो की, प्राणायामाच्या अनेक गुणांमुळे भौतिक कल्याणदेखील होते. जी वस्तू भौतिक सुखासाठी मदत करते, ती आध्यात्मिक प्रगतीसाठी कशी काय फायदेशीर ठरू शकते, असा प्रश्न उत्पन्न होणं साहजिकच आहे. परंतु एक गोष्ट लक्षात घे की, केवळ त्याग, सहिष्णुता व मोक्ष यांच्यासंदर्भातच वैदिक शिक्षण नाही तर ते जितकी धर्माबद्दल शिकवण देते, तितकीच अर्थ आणि काम यांच्या संदर्भातदेखील देते. एखादी व्यक्ती संसारी असली

किंवा संन्यासी असली तरी चांगलं आचरण कसं ठेवावं, इच्छांची पूर्तता कशी करावी यांच्यासारख्या बाबींवर त्यातून मार्गदर्शन होते.

म्हणूनच योगसंस्कृतीनुसार मनुष्याचे संपूर्ण आयुष्य हे चार टप्प्यांत विभागलं गेलं आहे, ज्यांना आश्रमदेखील म्हणतात.

पहिला टप्पा म्हणजे ब्रह्मचर्याश्रम. यात एखादी व्यक्ती ज्ञानप्राप्ती करण्यासाठी एका किंवा अनेक शिक्षकांकडे जाते. तिथे गृहस्थाश्रमासाठी म्हणजेच लग्न, मुलं, मिळकत यांच्या संदर्भात आयुष्यभर उपयोगी पडेल असं ज्ञान शिकते. एकदा का प्रापंचिक जबाबदाऱ्या पार पाडल्या आणि मुलं मोठी झाली की, ती व्यक्ती व त्याची पत्नी दोघंही वनासारख्या प्रदेशात जाऊन आध्यात्मिकतेला वाहून घेतात. याला वानप्रस्थाश्रम असं म्हणतात.

सर्वात शेवटचा टप्पा आहे तो म्हणजे संन्यासाश्रम. यात ज्या व्यक्तीची ग्रहणशक्ती ही वरच्या पातळीवरची आहे व जिला अंतिम सत्य व वास्तव यांचा शोध घ्यायचा आहे ती त्यासाठी उरलेलं आयुष्य ध्यानसाधनेच्या माध्यमातून वाहून घेण्याचा निर्णय घेते. लक्षात ठेव, संन्यास हा इच्छेनुसार घ्यायचा असतो. या आश्रमाचा स्वीकार करण्यासाठी कोणावरही दबाव आणला जाऊ शकत नाही. अनेक आध्यात्मिक गुरूंनी तर शेवटच्या श्वासापर्यंत संसार केला. प्रखर निश्चयाने जर कोणी संन्यास घेतला तर त्याला समाजात विशेष स्थान मिळतं आणि त्याला दिव्यत्वाचा दर्जा मिळतो. अलीकडच्या काळातदेखील अशा प्रकारच्या महान व्यक्ती होऊन गेल्या आहेत.

बहुतांश लोकांना या सर्व अवस्थांतून जावं लागतं. सर्व कर्मांचं पालन केल्यानंतर मधील दोन अवस्था सोडून थेट ब्रह्मचर्याश्रमातून संन्यासाश्रमाकडे वळणारं एखादंच उदाहरण दिसून येतं.

केवळ जाणूनबुजून केलेलं नियंत्रण किंवा श्वास रोखून धरणं म्हणजे प्राणायामातील खरं विज्ञान नव्हे. मनुष्याच्या शरीरातील प्राणावर काही नियम लावण्याचा अभ्यास म्हणजे प्राणायाम. ज्यामुळे मनुष्याच्या शारीरिक, मानसिक व आध्यात्मिक भागांवर फरक पडतो. जर तुम्हाला असं वाटत असेल की, प्राण म्हणजे केवळ आपण श्वासाद्वारे आत घेतो तो प्राणवायू, तर ते खरं नाही. प्राण म्हणजे शरीराला सांभाळणारी ब्रह्मांडीय ऊर्जा आहे. हे नीट उमजल्यास तुम्हाला समजेल की, त्याचा योग्य प्रकारे उपयोग केला तर आध्यात्मिक व तात्कालिकरीत्या तो मोठ्या फायद्याचा ठरू शकतो.

वेगळ्या शब्दात सांगायचं झालं तर, प्राणायाम हा केवळ आध्यात्मिक अनुभूतीसाठी बनलेला नाही. संसारातील दैनंदिन रहाटगाड्यात जे लोक अडकले आहेत, तेदेखील प्राणायामाचा फायदा घेऊ शकतात. उलट, त्यांच्या सांसारिक गरजा पूर्ण झाल्यानंतर आणि सराव नियमितपणे सुरू ठेवला असेल तर ते प्राणाच्या योग्य नियंत्रणाद्वारे आध्यात्मिक अनुभवाच्या चक्रात शिरू शकतात.

ज्याला प्राणायामासंदर्भातील पुस्तकी तसेच प्रत्यक्ष ज्ञान आहे तोच प्राणाचं योग्य रीतीने नियंत्रण करू शकतो. उदाहरणार्थ, ज्या वेळी आपलं डोकं दक्षिणेकडे व पाय उत्तरेकडे करून आपण झोपतो, तेव्हा शांत, तणावमुक्त व समाधानी झोप लागते. या स्थितीत पृथ्वीच्या दिशेनुसार शरीराची दिशा असते. यामुळे पृथ्वीच्या चुंबकीय क्षेत्रासोबत समन्वय साधला जातो.

आता मी तुम्हाला ज्या माध्यमातून प्राणाची ऊर्जा प्रवाहित होते, त्यांच्याबद्दल माहिती देतो. यौगिक विज्ञान व सिंहसंहितेनुसार संपूर्ण शरीरातील चेतासंस्थेत सुमारे ७२,००० मज्जातंतूंचं जाळं पसरलं आहे. यातील सुषुम्ना, इडा आणि पिंगला या तीनच नाड्या योगाच्या प्रत्यक्ष उपयोगातील ऊर्जेसाठी महत्त्वाच्या मानल्या जातात. सुषुम्ना नाडीमुळे शक्तीचं कार्य चालतं.

इडा व पिंगला मानवी शरीरातील अनियंत्रित वा सुनियंत्रित अशी कार्ये इच्छेनुसार करतात. सुषुम्ना पाठीच्या कण्याशी जोडलेली असते. हा कणा अतिमहत्त्वाचा असतो. या मध्यवर्ती मार्गाच्या दोन्ही बाजूंस इडा आणि पिंगला नाड्या असतात. सुषुम्ना मध्यवर्ती व इडा डावीकडे. ती डाव्या नाकपुडीतून सुरू होते तर पिंगला उजव्या नाकपुडीतून सुरू होते. या दोन्ही नाड्या मूलाधारापर्यंत असतात.

इथे ही महत्त्वाची गोष्ट लक्षात ठेवणं आवश्यक आहे. आपला श्वास सतत दोन्ही नाकपुड्यांतून चालत नाही तर आलटून-पालटून दोन्ही नाकपुड्यांतून चालतो. योग्यांना हे जाणवलेलं असतं की, ही अदलाबदल मनाच्या विविध दशेवर प्रभाव पाडते. ही क्रिया व हे चक्र (सायकल) नव्वद मिनिटांचं असतं. मेंदूच्या दोन अर्धगोलांच्या कार्याविषयी तू ऐकलं असशील. मेंदूच्या उजव्या बाजूच्या अर्धगोलामुळे शरीराच्या डाव्या बाजूवर नियंत्रण असतं. परिणामी दृष्टीमुळे निर्माण झालेल्या कल्पना, गायनाचे रसग्रहण, अंतःप्रेरणा यांवर प्रभाव पडतो. शरीराच्या उजव्या बाजूवर नियंत्रण ठेवणारा डावा अर्धगोल असतो. त्याद्वारे भाषासिद्धी, तर्कशुद्ध व खोलात जाऊन कोणत्याही गोष्टींचा साधक-बाधक विचार आणि लयबद्धतेची जाण आदी गोष्टींबद्दलची क्षमता येते. प्राणायामाच्या सततच्या सरावाने योगी आपल्या इच्छेनुसार मेंदूचा कुठलाही अर्धगोल कार्यान्वित करू शकतो.

एम : धार्मिक दृष्ट्या श्रद्धेचं काय स्थान आहे? कृपया मला ते समजून सांगाल का?

बाबाजी : श्रद्धा ही हसण्यावारी नेण्याची बाब नाही. विज्ञानासह संपूर्ण जग श्रद्धेच्या बळावर अवलंबून आहे. शाळेमध्ये विज्ञानाच्या पुस्तकातून तुम्ही संपूर्ण विश्वाचा अभ्यास करता. खरं तर तेव्हा त्यात नमूद केलेल्या गोष्टींचा उलगडा करण्याची क्षमता तुमच्यात नसते. उदा. सूर्यमालेत सूर्याभोवती फिरणारे नऊ ग्रह आहेत हे तुम्ही विश्वासावरच मान्य करता. मात्र मोठे झाल्यावर स्वतंत्रपणे काय व कोठे याचा अभ्यास केल्यानंतर विश्वास खरा आहे की खोटा, याची खातरजमा करू शकता. पण तोपर्यंत तुमचा, पुस्तकातल्या तुम्ही वाचलेल्या संशोधकाच्या मतांवरच पक्का विश्वास असतो.

तुम्ही ते नऊ ग्रह कधीही पाहिले नाहीत किंवा पाहूही शकत नाही म्हणून त्या नऊ ग्रहांचे अस्तित्वच नाकारणं हास्यास्पद ठरणार नाही का? एक हुशार विद्यार्थी हे थेट नाकारणार नाही किंवा मान्यही करणार नाही, पण जोपर्यंत तो शोध घेणार नाही तोपर्यंत तो विश्वासावरच ते मान्य करेल.

एका साधकाला या प्रकारच्या विश्वासाची अत्यंत आवश्यकता असते. माणसाच्या क्षमतेपलीकडील हे सत्य ज्या वेळेला संत लोक सांगतात, त्या वेळेला त्यावर कोणत्याही प्रकारचं अनुमान लावता कामा नये. तसंच हे करत असताना त्याने स्वतःच्या इंद्रियांच्या कक्षेबाहेरील बाबी समजण्याची क्षमता विकसित करायला हवी. एकदा का तो संतांच्या अवस्थेपर्यंत पोहोचला, त्यानंतर त्याला सत्य स्वीकारणं किंवा नाकारणं याविषयीचं स्वातंत्र्य असतं. जो कोणतीही शहानिशा न करता आधीच सगळ्या गोष्टी नाकारतो, तो स्वतःच्याच ज्ञानप्राप्तीमध्ये बाधा निर्माण करतो. एखादी गोष्ट नाकारल्यावर मनुष्य त्या गोष्टीचा शोध कसा घेईल?

वेदान्त सकस चर्चा करण्यासाठी प्रोत्साहन देतो आणि बऱ्याच उपनिषदांमध्ये ऋषी, शिक्षक व त्यांच्या शिष्यांमध्ये झालेल्या चर्चेचं सार आढळतं. ही चर्चा विधायक कामासाठी, समस्येच्या निराकरणासाठी संयुक्त प्रयत्नातून अत्यंत शिस्तीत करण्यात येत असते. निसर्गाचं सूक्ष्म ज्ञान मिळविण्याची जिज्ञासा असलेल्या बुद्धिवंतांसाठी हे विचारांचं आदानप्रदान मार्गदर्शक होतं.

तुम्ही एक गोष्ट ध्यानात घ्या. इंग्रजीमध्ये 'फेथ' या शब्दाचा जो अर्थ सांगितला आहे तो मूळ संस्कृतमधील श्रद्धा या शब्दाशी निगडित आहे. परंतु 'फेथ' हे श्रद्धा या शब्दाचे योग्य भाषांतर नाही. श्रद्धा या शब्दामध्ये केवळ विश्वासच नाही तर त्यामध्ये आदर, पवित्र भावना आणि एकाग्र चित्त या सर्वांचा समावेश होतो. जेव्हा मनुष्याला ध्येय प्राप्त करण्याच्या स्वतःच्या क्षमतेवर संपूर्ण श्रद्धा असते; मग ते आध्यात्मिक असो अथवा ऐहिक, तो इच्छाशक्ती व धैर्याचे खच्चीकरण करणाऱ्या नकारात्मक विचारांनी कधीही विचलित होत नाही. अनैतिक विचारांनीही तो विचलित होत नाही. असा मनुष्य चिकाटीने प्रयत्न करून त्याला हवं ते मिळवतोच.

विश्वास पहाडालाही हलवू शकतो असं आपण म्हणतो, कारण त्या प्रकारचा विश्वास कुठलाही अडथळा मान्य करीत नाही तर त्याचं स्वागत करतो. म्हणूनच मुला, तुझ्या आतील देवत्वावर विश्वास ठेव. तुला अशक्य वाटणाऱ्या गोष्टीही शक्य होतील. माहितीच्या आधारे किंवा अनुभवांवरून विश्वासाची चाचणी घेता येते. परंतु असे प्रश्न व संशय हे हळूहळू कमी होतात. तुर्यावस्था प्राप्त झाल्यानंतर कुठलीही शंकाच उरत नाही.

बाबाजी : प्रत्येक गोष्टीला काही मर्यादा असतात, अगदी एकाच वेळी किती शिकवायचं यालाही. एकाच वेळी खूप काही शिकवलं आणि तेवढं ग्रहण करण्याची तुमच्या मेंदूची क्षमता

नसेल तर त्यापैकी जास्तीत जास्त वायाच जाईल आणि खूपच कमी दिलं तर तुम्हाला केवळ त्या ज्ञानाची वरवरच कल्पना येईल. मग तुम्हाला वाटेल की, मला सगळं समजलं आहे. तुझी शिकण्याबद्दलची उत्कंठा हेच दाखवते की, तुला तुझ्या उणिवांची जाणीव झाली आहे. खरं तर हे एक सुचिन्ह आहे, एका प्रामाणिक विद्यार्थ्याचं लक्षण आहे.

आजची चर्चा संपवण्यापूर्वी मी तुला ज्ञान मिळविण्याची जिज्ञासा असलेल्यांसाठी उपयुक्त ठरेल अशी एक गोष्ट सांगतो. ही गोष्ट आहे बुद्धांचा महान शिष्य आनंद याची. त्याची त्याच्या गुरूवर श्रद्धा होती, तरीही एकदा एका न सुटणाऱ्या प्रश्नामुळे तो गोंधळात पडला होता. शिक्षकांनी शिकवल्यानुसार तो त्याचं उत्तर शोधण्याचा प्रयत्न करत होता. पण आध्यात्मिक प्रश्न असल्याने तो त्याला सुटत नव्हता. त्यामुळे तो स्वतःलाच दोष देत होता. आपल्या आत चाललेल्या या भावनांच्या कल्लोळाने तो अस्वस्थ झाला होता. खडबडीत जमिनीवर तो अस्वस्थपणे येरझारा घालत होता. त्यामुळे त्याचे पाय रक्तबंबाळ झाले होते. परंतु प्रश्न काही सुटत नव्हता.

बुद्ध बऱ्याच वेळापासून गोंधळात पडलेल्या आपल्या लाडक्या शिष्याचे निरीक्षण करत होते. बुद्धांनी त्याला हाक मारली आणि प्रेमाने त्याच्याकडे पाहत म्हणाले, "आनंद, तुझी वीणा आण व मला एखादं चांगलं संगीत ऐकव. शांत हो. तुझ्या समस्येचं निराकरण आपण नंतर करू."

आनंद एक निष्णात संगीतकार होता. त्याने आपली वीणा आणली व त्यावर सुरेल तान छेडली. त्याच्या गुरूंनी मध्येच थांबवत अचानक त्याला आदेश दिला. "वीणेच्या तारा सैल कर." या अजब आदेशाने आनंद गोंधळला, परंतु त्याने आपल्या गुरूंचा आदेश तात्काळ मानला. बुद्ध म्हणाले, "आता पुन्हा वीणा वाजव." आनंद म्हणाला, "तारा सैल झालेल्या असताना मी वीणा कशी वाजवू?" "ठीक आहे," बुद्ध म्हणाले, "तारा पुन्हा घट्ट कर." वाजविण्याइतपत तारा घट्ट झाल्यावर आनंद वीणावादनासाठी सज्ज झाला. "तारा अधिक ताण," बुद्धांनी पुन्हा आदेश दिला. आनंद म्हणाला, "तारा अधिक ताणल्या तर त्या तुटतील."

यावर बुद्धांनी स्मितहास्य केले. "आनंद, मला संगीत ऐकण्याची काहीही आवश्यकता नाही. मी पृथ्वीचं संगीत ऐकू शकतो. या एकूणच प्रकाराने मला तुझ्या प्रश्नावर यायचं होतं. ज्याप्रमाणे वीणेच्या तारा विशिष्ट मर्यादेत ताणल्या तर उत्कृष्ट संगीत ऐकायला मिळतं, त्याप्रमाणे मेंदूला एका विशिष्ट लयीत ताण दिला तरच योग्य परिणाम साधतो. आळसावलेला मेंदू म्हणजे सैल झालेली वीणा. त्यातून फक्त बेसूर आवाजाची निर्मिती होते. त्यात फक्त गोंधळ वाढविणारे विचार येतात. त्याचप्रमाणे मेंदूला क्षमतेपेक्षा जास्त ताण दिला तर तणावामुळेही तो योग्य विचार करण्यास असमर्थ ठरतो. अशा मेंदूत विचार अधिक गतीने भ्रमण करतात. त्यात सुसंगती राहत नाही. अशा प्रकारचं मन सैरभैर होतं. मानसिक दृष्ट्या

अशी व्यक्ती कोलमडून पडण्याची शक्यता असते. असं मन आरोग्यविघातक सिद्ध होऊ शकतं. त्यामुळे स्पष्ट विचार करण्यासाठी व प्रश्न सोडविण्यासाठी महत्त्वाची किल्ली म्हणजे जागृत व शांत मन. एकाग्रता म्हणजे ताण नव्हे. विरोधाभास असा की, मन शांत पण जागरूक असेल तरच एकाग्रता साधणं शक्य होतं."

एम : गुरूंचा आशीर्वाद असलेल्या आनंदसारख्या महान शिष्याची अशी मनोवस्था एखाद्या वेळीच होते. पण, ज्याला सततच शंका येत असतात अशा माझ्यासारख्या सामान्यांचं काय? जेव्हा शंका मला घेरतात तेव्हा मी काय केलं पाहिजे?

बाबाजी : हे केवळ तुझ्याच बाबतीत घडत नाही तर प्रामाणिक प्रयत्न करणाऱ्या प्रत्येक व्यक्तीला मनाच्या अशा काळोख्या अवस्थांना तोंड द्यावं लागतं. निसर्गातील नकारात्मक शक्ती तुमच्या प्रामाणिक प्रयत्नांची परीक्षा घेत असते. महान संतांनाही मनाची ही अवस्था चुकलेली नाही. काळजी करू नकोस. या अवस्था निघून जातात. आध्यात्मिक भाषेत याला 'आत्म्याचा अंधकार' असं म्हटलं जातं.

जेव्हा अशा प्रकारची अवस्था येते, त्या वेळेस शांतपणे ध्यान करावं. ओंकाराचा जप करावा किंवा शांत व सुरेल संगीत ऐकावं. अशा अवस्थेत कोणतेही महत्त्वाचे निर्णय घेऊ नयेत. तुमचं मन तणावरहित होण्याची वाट बघावी. ज्या व्यक्तीला प्राणायामाचं गुपित माहिती आहे, ती व्यक्ती यातून सहजतेने बाहेर पडू शकते.

आत्म्याच्या या काळोख्या अवस्थेतून बाहेर पडल्यानंतर तुला दिवसाचा लख्ख प्रकाश दिसेल व तू स्पष्टपणे विचार करू शकशील. ज्या वेळेस तुझं मन आध्यात्मिक आत्मानंदाची अनुभूती घेण्यास समर्थ होईल, त्या वेळेस कोणी काय शिकवलं किंवा तू काय वाचलं, यावर तुला अवलंबून राहावं लागणार नाही. जेव्हा अभ्यासापेक्षा तुम्ही प्रत्यक्ष अनुभूती घेता, त्या वेळेस तुमच्या सर्व शंकांचं निरसन झालेलं असतं व आध्यात्मिक मार्गावर तुमचा विकास अधिक जोमाने होतो.

ओम तत् सत्

२३.
श्रीरामकृष्ण यांची करुणा

केरळमध्ये मुस्लीम कुटुंबात मुलगा म्हणून जन्म घ्यायच्या अगोदर मी कलकत्त्यातील सोनागाछी या जिल्ह्यातील एका रेडलाईट एरियात एका वारांगनेच्या मुलीच्या रूपात जन्म घेतला होता. माझी आई ही उच्चवर्गीय वारांगना होती आणि फक्त काही खास उच्च बाबूंनाच सेवा द्यायची. अर्थातच याच व्यवसायासाठी मला प्रशिक्षित करण्यात आलं. नृत्य, संगीत आणि प्रेम करण्याच्या कलेमध्ये मी अत्यंत हुशार होते. माझं नाव शशिकला होतं.

माझे एक ग्राहक जे अत्यंत प्रतिष्ठित कुटुंबातील होते, अर्थातच त्यांचं नाव मी इथे सांगणार नाही, एक दिवस मला दारू प्यायलेल्या अवस्थेत म्हणाले, "शोशी, लोक तुझ्यासारख्यांना पापी म्हणतात, पण तू जर माझ्या आयुष्यात आली नसतीस तर फार पूर्वीच मी आत्महत्या केली असती. राणी रासमोनीच्या कालीबरीमध्ये एक संत राहतात, जे अत्यंत दयाळू आहेत. ते तुझ्यासारख्या आणि माझ्यासारख्या लोकांनाही आशीर्वाद देतात.

"स्टार थिएटरचे प्रसिद्ध नाटककार गिरीश घोष, खरं तर ज्यांची ओळख करून द्यायची गरज नाही, ते दारू पितात, व्यभिचार करतात आणि स्वतःला 'पापी लोकांचा राजा' म्हणवून घेतात. ते एक दिवस डोळ्यांत पाणी आणून मला म्हणाले, माझ्यासारख्या पापी माणसालासुद्धा रक्षणकर्ता आहे. आपल्या पापांचा नाश करण्यासाठी ठाकुरांनी जन्म घेतला आहे. एका रात्री मी प्रचंड दारू पिऊन त्याच्याकडे गेलो आणि त्यांना शिव्याशाप दिले. पण त्यांनी मला मांडीवर बसवलं आणि मला संदेश (मिठाई) भरवला.

"मी ऐकलंय की, उद्या ते स्टार थिएटरमध्ये गिरीशदादांचं नाटक 'चैतन्य लीला' पाहायला येणार आहेत. तुला तिथे यायला आवडेल का? मी तिथे जाणार आहे. पण तू जर तिथे आलीस

आणि मला आजूबाजूला बघितलंस तर अजिबात ओळख दाखवू नकोस. आपली ओळख आहे, याची थोडीसुद्धा जाणीव आजूबाजूला कोणाला करून देऊ नकोस."

मी त्यांना सांगितलं की, अशा तथाकथित संतांना बघण्यात मला कणभरही रुची नाही. कारण अशा संत पुरुषांवर माझा विश्वास नाही. अशा प्रकारे आमचं संभाषण तिथेच संपलं.

दुसऱ्या दिवशी संध्याकाळी एका अनोळखी शक्तीने मला थिएटरमध्ये जायला भाग पाडलं. मी जेव्हा थिएटरमध्ये आत आले, तेव्हा खूप उशीर झाला होता आणि शो संपला होता. ते संत निघायच्या तयारीत होते. गिरीशचंद्र घोष हे प्रसिद्ध नाटककार होते पण त्याचबरोबर ते दारूडे आणि स्त्रीमित्र होते. असं असूनही आश्चर्य म्हणजे त्यांनी त्या संतांना साष्टांग नमस्कार घातला होता. त्या संत पुरुषाच्या डोळ्यांतून झळकणारा साधेपणा आणि अत्यंत प्रेमळ भाव मला आकर्षित करून गेला. त्यांच्या हृदयात कायम विलसणारा आनंद त्यांच्या चेहऱ्यावर झळकत होता.

त्यांनी लाल काठाचं पांढरं धोतर नेसलं होतं. त्याच्यावर पांढरा कुर्ता होता आणि त्यावर काळा कोट घातला होता. त्यांनी पायात तपकिरी रंगाचे पॉलिश केलेले बूट घातले होते. पानाने रंगलेले त्यांचे ओठ त्यांच्या गोऱ्यापान चेहऱ्यावर उठून दिसत होते. संतपणाची कुठलीच खूण त्यांच्या अंगावर नव्हती. कुठल्याही माळा नव्हत्या, भगवे कपडे नव्हते. लांब दाढी नव्हती आणि कोणी त्यांचा जयजयकारही करत नव्हतं. त्यांच्या आजूबाजूला अत्यंत प्रसिद्ध नट होते. काही बाबूज् होते. आणि त्यांच्या बाजूला अत्यंत देखणा असा तरुण युवक होता. नंतर मला कळालं की त्याचं नाव नरेंद्रनाथ दत्त; त्या संतांचा अत्यंत जवळचा शिष्य. बघताक्षणीच मी त्या दोघांच्या प्रेमात पडले.

ज्यांना सर्व जण 'ठाकूर' म्हणत होते, त्या संतांची नजर दूर उभ्या असलेल्या माझ्यावर पडली. त्यांनी मला पुढे यायची खूण केली. अनिच्छेनेच मी त्यांच्या जवळ गेले. गर्दीने मला रस्ता करून दिला. मला काही कळायच्या आधीच माझं डोकं त्यांच्या पायावर होतं. "नाही नाही!" ते उद्गारले. "छोटी आई ऊठ." मी उभी राहिले. आमची नजरानजर झाली. त्यांनी त्यांचे हात माझ्या डोक्यावर ठेवले आणि मला आशीर्वाद दिला. "तुझ्या हृदयातील आई जागृत होवो."

अद्भुत आणि दैवी शक्तीने माझं हृदय भरून गेलं. माझ्या डोळ्यांतून अश्रू ओघळले. माझं हृदय गलबललं. नरेंद्र दत्त जे त्यांच्या उजव्या बाजूला उभे होते ते हळूच पुटपुटले, 'स्वतःला आवर. तू भाग्यवान आहेस.' मी वळून त्या तरुण शिष्याच्या डोळ्यांत बघितलं. मला त्यांना मिठी मारावीशी वाटली, आणि मग मलाच माझ्या विचारांची लाज वाटली.

ठाकूर त्यांच्या बग्गीमध्ये बसताना वळाले आणि म्हणाले, "माते, दक्षिणेश्वरला ये." ती बग्गी तिथून वेगाने नाहीशी होईपर्यंत मी त्याच जागी खिळून उभी होते. नरेंद्र दत्तसुद्धा त्यांच्या गुरूबरोबर निघून गेले.

दोन आठवड्यांच्या द्विधा मनःस्थितीनंतर एका शुक्रवारी सकाळी मी दक्षिणेश्वरला जायचं ठरवलं. कलकत्त्यावरून भाड्याने बग्गी घेतली आणि त्यानंतर बोटीने हुबळी नदी पार केली आणि दक्षिणेश्वरच्या घाटात प्रवेश केला.

मुस्लीम बोटमनने मला सांगितलं, "सरळ कालीमातेच्या मंदिराकडे जा." आणि तिकडे बोट दाखवलं.

मला दुरूनच त्या मंदिराचा कळस दिसत होता. त्याकडे मी चालतच गेले आणि मंदिराच्या आवारात प्रवेश गेला. शुक्रवार हा देवीचा वार असल्यामुळे तिथे बरीच गर्दी होती. मी पहिल्यांदाच तिथे गेले होते. मी फारशी मंदिरात जाणारी नव्हते. पण आश्चर्य म्हणजे तिथे गेल्याने मला आनंद झाला होता पण त्या आनंदाचं नक्की कारण समजत नव्हतं.

कदाचित ज्यांच्या मी प्रेमात पडले होते, त्या ठाकूर म्हणजेच परमहंसांच्या भेटीच्या ओढीने असं झालं असावं. मंदिराच्या गाभाऱ्याजवळ पोहोचायला मला जवळजवळ अर्धा तास लागला. कालीमाता हे देवीचं अत्यंत उग्र रूप असूनसुद्धा ते अत्यंत मधुर दिसत होतं. तिच्याकडे बघताना मी सर्व विसरले. चला, पुढे चला. कुणीतरी म्हटलं. बाकीच्यांना जाण्यासाठी रस्ता करा. पुढे चला.

त्या देवीला मी नमस्कार केला आणि गाभाऱ्याच्या बाहेर आले. अंगणात गेटजवळ मी कोणाला तरी विचारलं, "तुम्हाला माहिती आहे का की, परमहंस कुठे राहतात?"

"परमहंस? ओह! तो वेडा संत." समोरचे म्हणाले आणि त्यांनी मला न्याहाळलं. "मी तुम्हाला ओळखतो," ते म्हणाले. "बाहेर जा, आणि डाव्या बाजूला वळा. लोक म्हणतात, त्यांच्या जवळ जेव्हा मुलं नसतात तेव्हा ते वेश्यांबरोबर असतात. जा जा. तुझ्यासाठी ती योग्य व्यक्ती आहे."

"नरकात जा!" कालीमातेने त्याचा शिरच्छेद करावा अशा इच्छेतून मी त्याला म्हटलं आणि पुढे निघाले. पण त्याने सांगितलेली दिशा बरोबर होती. साधारणपणे डझनभर तरी लोक असतील अशा खोलीच्या बाहेरच्या व्हरांड्यामध्ये मी पोहोचले. दाराजवळ थांबले आणि मी आत बघितलं. मला कृपावंत ठाकूर दिसले. ते कॉटवर बसले होते. एक पाय दुमडला होता आणि एक पाय खाली सोडला होता. त्यांच्या पायाशीच बाकी तरुणांबरोबरच सुंदर डोळ्यांचे नरेंद्र दत्त तबला घेऊन बसले होते. गुरूंनी माझ्याकडे बघितलं. नरेंद्र म्हणाले, "ज्या स्त्रीला तुम्ही थिएटरमध्ये आशीर्वाद दिला होता ती तरुण स्त्री आली आहे."

"मला माहिती आहे," ठाकूर म्हणाले. "ही अफू आहे. एकदा घेतलीत की, तुम्ही त्यातून सुटू शकत नाही. दैवी-चेतनेसारखी दुसरी कुठलीही मोठी नशा नाही." सगळे मोठ्याने हसले. मी गोंधळलेली होते. जणू काही माझी स्वप्नपूर्ती झाली होती. मीही जोरात हसले. कुणीतरी माझ्या जवळ आलं आणि कठोरपणे म्हणालं, "रस्त्यातून बाजूला हो. आत जाऊ नकोस. ही पवित्र जागा आहे. तुला बसायचं असेल तर व्हरांड्याच्या बाजूला बस."

मी बाजूला झाले आणि पायऱ्यांजवळ बसले. आत काय चाललं आहे ते बघू शकत नव्हते. पण मला आत जे काही चाललंय ते ऐकू येत होतं. अधूनमधून माझ्याकडे येणारे माझे ग्राहक एक अत्यंत श्रीमंत बाबू, जे व्हांड्याच्या दुसऱ्या बाजूला बसले होते त्यांनी मला पाहिलं आणि त्यांच्या भुवया उंचावल्या. त्यांनी मला काही क्षणासाठी न ओळखल्याचं नाटक केलं आणि गूढ हातवारे करत ते उठले आणि निघून गेले.

तबल्याच्या साथीने अत्यंत मधुर आवाजात गायलेलं शामा मातेचं गाणं खोलीच्या आतून ऐकू आलं. त्या गाण्याचा काही भाग असा होता, "शामा मातेने आता माझ्यात प्रवेश केलाय. परमानंदाची मला इतकी नशा झाली आहे की, मी नाहीयेच आणि शामाच इथे बसली आहे." माझ्या जवळ असलेले अभ्यागत म्हणाले, "हे नोरेन आहेत. त्यांच्या गुरूसाठी गाणं म्हणताहेत." गाणं थांबलं आणि आनंदमय शांततेने माझ्या हृदयात प्रवेश केला.

त्यानंतर ठाकुरांचं थोडंसं अडखळणारं, लहान मुलासारखं पण अचूक असं बोलणं माझ्या कानावर आलं. "हे पाहा, हे सर्व जरी खरं असलं तरी मला स्वतःला वेगळं समजून द्यायला आवडतं. ती साखर आहे आणि मी मुंगी आहे. त्या साखरेला मी चाखतो आणि आनंद घेतो."

त्यावर नरेंद्रचा आवाज ऐकू आला, "माझ्यासाठी ते सर्व एकच आहे. सर्वशक्तिमान ब्रह्म, अद्वैत, अत्यंत आनंदमय."

"मा गो." ठाकूर अस्फुट आवाजात म्हणाले आणि पुढच्याच क्षणी मला ते त्या खोलीतून बाहेर येताना दिसले. दारू प्यायल्यासारखे ते लटपटत होते. आणि नरेनने त्यांना आधार दिला होता. मी पायऱ्यांवरून त्यांच्याकडे बघितलं आणि एक अद्भुत गोष्ट घडली. ठाकूर नाहीसे झाले आणि त्यांच्या जागी मला आई शामा दिसली. काळा रंग, लाल ओठ आणि पांढरे शुभ्र दात असलेली सुंदर माता माझ्याकडे चालत येत होती.

शामाने माझ्या हनुवटीला स्पर्श केला आणि मला म्हणाली, "मुली, मी तुझ्या आतसुद्धा आहे." मी खोल परमानंदात न्हाऊन निघाले. मी मोठ्याने रडत होते आणि माझं शरीर थरथरत होतं. मी त्यांच्या पायावर पडले आणि माझं संपूर्ण जीवन मी त्यांना समर्पित केलं. मला माहीत नाही, मी किती वेळ त्या अवस्थेत होते. मी जेव्हा उठले तेव्हा मी जिन्याखाली असलेल्या एका अनोळखी खोलीमध्ये होते. माझं डोकं एका बाईच्या मांडीवर होतं आणि ती माझ्या केसांवरून हात फिरवून मला थोपटत होती.

"तुला आता कसं वाटतंय बाळा?" अत्यंत कोमल आवाजात ती म्हणाली. इतका दयाळू चेहरा मी माझ्या आयुष्यात पहिल्यांदाच बघितला होता. नंतर मला कळलं की, त्या माता शारदा देवी होत्या. ठाकूरांच्या पत्नी. त्यांचा हात हातात धरून मी परत रडायला लागले.

"ठीक आहे बाळा." त्यांनी माझं सांत्वन केलं. "आज ठाकूरांनी तुला आशीर्वाद दिला. तू भाग्यवान मुलगी आहेस. जा बाळा, तोंड धू."

माझं तोंड धुऊन झाल्यावर मी परतले. त्यांनी माझे केस विंचरले आणि माझ्या केसात जास्वंदीचं फूल माळलं. "हा मातेचा प्रसाद." त्या म्हणाल्या. "ठाकूर, नरेन आणि बाकी लोकांबरोबर कोलकात्याला गेले आहेत. आता इथून जायच्या आधी मला तुला काही गोपनीय सांगायचं आहे. ठाकूरांनी ते नरेनला सांगितलं आणि त्यांनी मला सांगितलं. काळजीपूर्वक ऐक. तू इथे परत कधीही येणार नाहीस. ही तुझी पहिली आणि शेवटची भेट आहे. पृथ्वीवरील तुझं जीवन लवकरच संपणार आहे."

"ठाकूरांनी तुला हे सांगायला सांगितलंय की, अनेक जन्मांपासून तू महान चिरंजीवी हिमालयीन योगी बाबाजींची शिष्या आहेस. तुझ्या पूर्वीच्या काही कर्मांमुळे आणि काही धडे शिकण्यासाठी या पद्धतीने तुला जन्म घ्यावा लागला. पुढच्या जन्मी हिमालयात बाबाजी तुला पुन्हा भेटतील."

"बाळा, शरीर सोडण्याची योग्य वेळ येताच तुला आशीर्वाद देण्यासाठी ठाकूर तिथे येतील. आता घरी जा. तुझ्या सोबत कोणाला पाठवू का?"

"नको आई." मी म्हणाले, आणि वाकून त्यांना नमस्कार केला. मी स्थिरचित्त झाले होते आणि निरोप घेताना माझं हृदय अत्यंत शांत झालं होतं.

मी जेव्हा घरी पोहोचले तेव्हा माझी आई मला म्हणाली, "तुझा चेहरा खूप चमकतोय आणि खूप शांत आहे. तू ठाकूरांना भेटलीस का? आणि कालीमातेचं तुला दर्शन झालं का?"

मी आईला फक्त एवढंच म्हणाले, "हो मा, झालं. किती शांत होतं तिथे." त्यानंतर मी ग्राहक स्वीकारणं बंद केलं. याचा अर्थच असा होता की, माझं अर्थार्जन थांबणार होतं. माझ्या आईने माझ्या विनवण्या केल्या पण माझा निश्चय पक्का होता. "मी दुसरं काही तरी काम हुडकेन," मी म्हणाले. "कदाचित गिरीशबाबू त्यांच्या पुढच्या निर्मितीमध्ये मला काही काम देतील."

दक्षिणेश्वराला जाऊन आल्यानंतर तिसऱ्या आठवड्यात एक दिवस संध्याकाळी मी आणि माझी आई आमच्या लहान घराच्या व्हांड्यात बसलो होतो. माझी आई माझ्या डोक्याला तेल लावत होती आणि अचानक माझ्या छातीत तीव्र कळ आली आणि मी माझ्या आईच्या मांडीत पडले.

"शोशी, शोशी," माझी आई एकसारखी म्हणत होती. "काय झालं? कोणाला डॉक्टरांना बोलवायला सांगू का? शोशी..."

अचानक जशी ती कळ आली तशीच ती थांबली आणि वेदनेची जागा एका निश्चल शांततेने घेतली. माझ्या आजूबाजूचं जग अंधुक होत गेलं. आता मला माझ्या आईचा आवाज ऐकू येत नव्हता. जाईचा मंद सुगंध मला हवेत जाणवत होता.

मी कालीमातेला बघितलं. सुंदर अशा गोलाकारात फिरून ती माझ्यासमोर येऊन उभी राहिली. ती वाकली आणि तिने माझ्या कपाळाचं चुंबन घेतलं. ती जेव्हा उभी राहिली, तेव्हा

तिचं रूपांतर माझ्या आवडत्या ठाकूरांमध्ये झालं होतं. "मी तुला घ्यायला आलोय," ठाकूर म्हणाले. "चल माझ्या बाळा. तुझ्या डाव्या बाजूला बघ. तिथे हिमालयीन संत बाबाजी, तुझ्या मागच्या जन्मातील गुरू उभे आहेत."

त्यांच्या उजव्या बाजूला लहानसं लंगोट घातलेलं, तपकिरी दाढी असलेलं, गोऱ्या रंगाचं सुंदर व्यक्तिमत्त्व दिसलं. क्षणात मी त्यांना ओळखलं आणि जोरात आनंदात चीत्कारले, "बाबाजी!"

"तुला माझ्याकडे येण्यासाठी अजून एक जन्म घ्यावा लागेल. माझ्या अत्यंत जवळचे शिष्य महेश्वर यांना मी तुझ्या संपर्कात पाठवेन. तू एका मुस्लीम कुटुंबात मुलाचा जन्म घेशील."

"आम्ही तुला या जन्मातून पुढच्या जन्माकडे घेऊन जाण्याकरता आलोय. तुझा आत्मा जेव्हा परमानंदात स्थिर होईल, तेव्हा तुझ्या पुढच्या जन्माची तयारी पूर्ण होईल. ओम शांती."

तोपर्यंत मी बघितलं की, मी माझ्या शरीरापासून वेगळी झाले होते. माझ्या आईने माझं शरीर धरून ठेवलं होतं आणि ती रडत होती. ठाकूरजी आणि बाबाजी दोघांनी माझा हात धरला. काही वेळ आम्ही तरंगलो आणि नंतर मला अत्यंत खोल आणि आनंदझोपेत गेल्यासारखं वाटलं. सर्व गोष्टी आकाशात विरून गेल्या.

■■■

२४.

योगविद्या : तत्त्वज्ञान आणि सराव

गंगेच्या तीरावरील अरुंधती गुहेमध्ये बाबाजींबरोबर झालेल्या माझ्या संभाषणाचा हा एक भाग आहे.

एम : बाबाजी, योगाचा उपदेश हा किती प्राचीन आहे?

बाबाजी : यौगिक शिकवण ही इतकी प्राचीन आहे की, त्याचं मूळ शोधणं हे अत्यंत अवघड आहे. प्राचीन उपनिषदांमध्ये यौगिक शास्त्राचा उल्लेख आहे आणि त्यात त्याला प्राचीन शिकवण म्हटलं गेलंय. ते ज्ञान आपल्याकडे इतिहासपूर्व अतिप्राचीन अशा गौरवशाली संस्कृतीतून आलंय आणि जी आता लुप्त झाली आहे. फार मोठ्या आपत्तीत जेव्हा संपूर्ण संस्कृती नाहीशी झाली, तेव्हा काही हुशार माणसांनी यौगिक शास्त्राची शिकवण सुरक्षित अशा भौगोलिक ठिकाणी जतन करून ठेवली. तिथून ती साधकाच्या क्षमतेनुसार तुकड्यातुकड्याने प्रसारित झाली.

या शास्त्राचे पहिले संकलक पतंजली होते, ज्यांनी *योगसूत्र* लिहिलं, जे स्वतःला अर्धमानवी आणि अर्ध सर्प मानत. जे नागलोकाचे महान शिक्षक होते. *याज्ञवल्क्य संहिता* किंवा महान उपनिषदांचे गुरू याज्ञवल्क्य यांची शिकवण ही महत्त्वाची आहे.

काळाच्या ओघात, काही संप्रदायांच्या वेगवेगळ्या शिकवणी लोकप्रिय होत गेल्या आणि काही चुकीच्या कल्पना रूढ झाल्या. ज्यामध्ये एक म्हणजे, बुद्धीनेच आपण चैतन्य आहोत हे जाणू शकतो किंवा '*अहम् ब्रह्मास्मी*' याचा जप करून आपण चैतन्यमय अवस्था प्राप्त करू शकतो. ही चुकीची कल्पना पुढे आली. विचारप्रक्रियेला पायरी पायरीने शुद्ध करत ब्रह्माचा अनुभव घेण्यासाठी आवश्यक असणारी ती अवस्था प्राप्त करण्याचा किंवा शुद्ध अनंत चैतन्याचा अनुभव प्राप्त करण्याचा मार्ग म्हणजे योगविद्या. पण हे बाजूला पडलं आणि

नाहीसं झालं. पण भगवद्गीतेच्या शिकवणीतून आणि नंतर आलेल्या नाथ संप्रदायाच्या शिकवणीतून हे सर्वांसमोर आलं.

नाथ, खासकरून गोरखनाथ हे नाथ योग्यांमधील सर्वांत महत्त्वाचे. यांनीच अति प्राचीन यौगिक शिकवणींना पुनर्जीवित केलं. *सिद्ध सिद्धान्त कौमुदी, गोरक्ष शतक, घेरंड संहिता, शिव संहिता, हठयोग प्रदीपिका* हे सर्व नाथ योगींचे ग्रंथ आहेत. या ग्रंथाद्वारे योगाचा तात्त्विक आणि व्यावहारिक भाग सर्वांसमोर आणला गेला.

एम : बाबाजी असं म्हणतात की, सांख्यांमधून योग उत्पन्न झाला आहे. कृपा करून याचं स्पष्टीकरण कराल का?

बाबाजी : *सांख्य* हा विचारप्रक्रियेचा सर्वांत प्राचीन दर्शन ग्रंथ आहे. तो महान ऋषी कपिल यांना समर्पित आहे, ज्यांनी पुराण सांगितलं आणि भगवद्गीतेतसुद्धा त्यांचा सर्वांत महान साधू असा उल्लेख आहे. काही जण जैनांना सांख्यांसारखेच नास्तिक म्हणतात कारण निर्मात्या ईश्वरावर ते विश्वास ठेवत नाहीत. हे द्वैत तत्त्वज्ञान आहे. ज्यामध्ये पुरुष म्हणजे शुद्ध चैतन्य हे प्रकृती म्हणजे पदार्थ यापेक्षा वेगळं मानलं जातं. प्रकृती किंवा निसर्गाचे स्वतःचे कायदे आणि गुणधर्म आहेत आणि त्या कायद्यांनुसार निसर्गात उत्क्रांती होत असते. त्यांच्यानुसार असा कुठलाही महान देव नाही, जो बसून आपल्या कारखान्यात गोष्टींना आकार देतोय, घडवतोय. निसर्ग हा कारण आणि परिणाम या पद्धतीने कार्य करतो. प्रकृती अनंत आहे. ती फक्त एका अवस्थेतून दुसऱ्या अवस्थेत परिवर्तित होत असते.

आता, पुरुष म्हणजे शुद्ध चैतन्य, हा प्रकृतीबरोबर जोडला जातो आणि आध्यात्मिक उत्क्रांतीची प्रक्रिया सुरू होते, ज्यामध्ये प्रकृतीचे बांधून ठेवणारे घटक गळून पडायला सुरुवात होते आणि मूळ अशा शुद्ध चेतनेकडे परतण्याची सुरुवात होते. योग आणि सांख्य या दोघांच्याही मते, मन आणि विचारदेखील सूक्ष्म पदार्थच आहेत, आणि योगाचा उद्देश हा *चित्त वृत्ती निरोध* हा आहे. म्हणजेच, मन जे सारखं वेगवेगळ्या गोष्टींमध्ये अडकलेलं असतं त्याला प्रथम नियंत्रित करणं आणि नंतर त्याच्यावर विजय मिळवणं हे योगाचं ध्येय आहे. जेव्हा आपण विचलित न होणारं, शांत मन प्राप्त करतो, तेव्हा सर्वव्यापी, वैभवशाली पुरुषत्व आपल्याला अंतर्ज्ञानाने समजतं.

जैन विचारधारासुद्धा यासारखीच आहे. फक्त ते शरीर आणि मनाच्या कठोर अनुशासनावर विश्वास ठेवतात. इच्छा आणि महत्त्वाकांक्षा यावर विजय मिळवण्यासाठी ते शरीराला यातना देतात, तप करतात. स्वत्वाच्या, आनंदाच्या अवस्थेमध्ये स्थापित होऊन भौतिक बंधनातून स्वतःला मुक्त करणं म्हणजेच *निर्वाण*, हा त्यामागील उद्देश असतो.

योगाला मात्र रूपांतरण करण्यासाठी अतिरेकाचा मार्ग मान्य नाही. योग यासाठी अन्न, निद्रा आणि अगदी ध्यानाच्या बाबतीतसुद्धा मध्यम मार्गावर भर देतो. तत्त्वज्ञानाच्या दृष्टीने सांख्य आणि योगामध्ये थोडेसे काही फरक आहेत. सर्वांत महत्त्वाचं पतंजली, व्यक्तिगत

ईश्वराला मानतो. मग तो निर्माता ईश्वरच असेल असं नाही, तो शिक्षकाच्या रूपातही असू शकेल नक्की. सांख्य फक्त त्याच ईश्वराला मानतात, जो सृष्टीच्या विशिष्ट चक्राच्या आध्यात्मिक उत्क्रांतीबद्दल तात्पुरते कार्य करतो.

दुसरा फरक म्हणजे, योगी असं मानतात की, मनाची सूक्ष्म अवस्था हीच सर्वव्यापी आत्मा किंवा पुरुषच आहे. संख्या हे मान्य करत नाही. ते काहीही असो, दोघंही हे मान्य करतात की, मनाला विचलित करणाऱ्या सर्व गोष्टींपासून मुक्त करायला हवं. आकर्षण आणि अपकर्षण या दोन्हींपासून मुक्त व्हायला हवं. हिंसक वृत्ती आणि हिंसक विचारांपासून मोकळं व्हायला हवं. ही अवस्था पुरुषाच्या साक्षात्काराच्या अगोदर येते, जे शुद्ध चैतन्य आहे, परमानंद आहे आणि संपूर्ण मुक्ती आहे.

जैन तीर्थंकरांनीसुद्धा हेच शिकवलं आहे. योगाला मान्य नसलेली टोकाची आणि कठोर कार्यप्रणाली सोडता योग असं म्हणतं की, आध्यात्मिक मार्गावर चालण्याचा पहिला नियम काय असेल तर तो म्हणजे, अहिंसा. *पतंजली योगसूत्रा* मध्ये पहिला नियम हाच (यम) सांगितला जातो. म्हणजे विचार, वाणी, क्रिया याद्वारे कुणालाही इजा पोहोचणार नाही, असं वागणं म्हणजे अहिंसेची साधना.

एम : बाबाजी, योग्यांमध्ये सर्वात महान योगी कोणाला म्हणावं?

बाबाजी : गीतेच्या पंधराव्या अध्यायात महान कृष्णाने स्वतःला सर्वश्रेष्ठ पुरुष म्हटलं आहे, आणि त्याच गीतेमध्ये सांख्य योगावर एक संपूर्ण प्रकरण दिलं आहे. यात त्यांनी महान योग्याचं संक्षिप्त वर्णन केलं आहे. त्याचा मित्र आणि शिष्य अर्जुनाने महान योगी कोणाला म्हणावं अशी विचारणा केल्यावर बाराव्या अध्यायात कृष्ण म्हणतो,

> असा ज्याचे स्वतःच्या सर्व इंद्रियांवर आणि भावनांवर नियंत्रण आहे.
>
> जो स्तुती आणि दोषारोपामध्ये, आनंद आणि दुःखामध्ये समतोल आणि निश्चल राहू शकतो.
>
> जो दयाळू आणि करुणामयी आहे, जो नेहमी सर्व प्राणिमात्रांच्या कल्याणाचा विचार करतो.

एम : म्हणजे बाबाजी तुम्हाला असं म्हणायचं आहे का की, नास्तिक किंवा निरीश्वरवादी योगाची साधना करू शकतो आणि त्याचे अंतिम फळ प्राप्त करू शकतो?

बाबाजी : योगाची साधना करण्यासाठी कुठल्याही मर्यादा नाहीत. त्यासाठी फक्त सर्व नियम आणि सूत्रं पाळायची तयारी असायला हवी. योगामध्ये प्रगती केल्यानंतर आणि मन शांत झाल्यानंतर साधकाने त्याच्या किंवा तिच्या अनुभवाच्या आधारे ईश्वर आहे की नाही, हे ठरवावं. अगदी वर स्वर्गात देव आहे, अशी गाढ श्रद्धा असणारा माणूससुद्धा इतर प्राणिमात्रांना दुःख आणि त्रास देऊन विध्वंसक जीवन जगतो. मी व्यक्तिशः अशा माणसाला धार्मिक किंवा योगी म्हणणार नाही.

शांत आणि करुणामय नास्तिक हा, हिंसक आणि क्रूर आस्तिकापेक्षा केव्हाही चांगला.

एम : बाबाजी, तुम्ही योगामध्ये अधिक रुची असणाऱ्या विद्यार्थ्यांच्या अभ्यासासाठी काही पुस्तकं सुचवाल का?

बाबाजी : हो. पतंजलींचं *योगसूत्र* वाचा. स्वामी विवेकानंदाचं योगसूत्रावर टीका असलेलं *राजयोग* वाचणं आवश्यकच आहे. शिवाय *सिद्ध सिद्धान्त पद्धती* आणि स्वतमर्माचे *हठयोग प्रदीपिका* ही वाचायला हवं. तुम्ही *घेरंड संहिता* ही वाचू शकाल. महान सदाशिव ब्रह्मेद्रांचं *योग सुधाकर* हे पतंजलीच्या योगसूत्रावर अजून एक सुंदर भाष्य आहे.

मी इशारा देतो की, नक्की वाचा, हे ग्रंथ पण व्यक्तिगत शिक्षकाच्या योग्य मार्गदर्शनाशिवाय नाही. कारण अचूक आणि नेमक्या पद्धतीने ही तंत्रं वापरली पाहिजेत. चुकीची साधना कुणालाच परवडणार नाही. कारण त्याचे मोठे दुष्परिणाम होऊ शकतात.

मुला, जा आता. ध्यान कर. तुझी क्रिया कर आणि तुझ्या नाभीवर चक्र धारणा कर. तिथे अजून थोड्या संतुलनाची गरज आहे. *अलख निरंजन!*

समारोप

समारोप करताना *'माझं आत्मचरित्र : हिमालयवासी गुरूंच्या योगी शिष्याचे आत्मकथना'* मध्ये माझ्या गुरूंनी मला सांगितलेली कथा दिली आहे. तीच संपूर्ण कथा मी इथे पुन्हा एकदा देत आहे. आता तुम्ही माझ्या जीवनातील बाकीच्या स्मृतींबाबत वाचलं आहेच. त्यामुळे तुम्हाला त्या कथेचं महत्त्व समजेल, आणि अशा प्रकारे वाटचाल सुरूच आहे.

समुद्रसपाटीपासून तेरा हजार फूट उंचीवर, हिमालयातील प्रसिद्ध बद्रिनाथ मंदिराच्या मागच्या बाजूला चढून जाण्यास अत्यंत अवघड अशा ठिकाणी काही गुहा आहेत. फक्त उन्हाळ्याच्या दिवसांत हे मंदिर यात्रेकरूंसाठी खुले असते व वर्षाच्या बाकीच्या काळामध्ये जिकडे तिकडे बर्फच बर्फ पसरलेले असते. शंकराचार्यांनी (जे मूळचे केरळचे होते) शंभर वर्षांपूर्वी या देवळाची पुनर्बांधणी केली व त्यांनी नेमणूक केलेले केरळचे नंबुद्री पुजारीसुद्धा उन्हाळ्याचे दिवस सोडता बाकीच्या काळात पायथ्याशी असलेल्या जोशीमठ या गावी राहत यात्रेकरूंच्या पुढील हंगामाची वाट पाहतात. काहीच थोडी असामान्य माणसे या भर थंडीच्या काळातही या गुहांमध्ये वास्तव्य करून आपली ध्यानधारणा चालू ठेवतात.

शंभर वर्षांपूर्वी असाच एक असामान्य योगी, अंगावर लंगोटीशिवाय काहीही नाही अशा अवस्थेत, घोर आत्मसाधनेत मग्न असा एका गुहेत ध्यानस्थ बसला होता. खांद्यावर रुळणारे लांब काळे केस, काळी दाढी, गोऱ्यापान व देखण्या अशा ध्यानस्थ बसलेल्या त्या युवकाच्या चेहऱ्यावर आत्मानंदात विलीन झाल्याचे एक शांतिपूर्ण स्मित तरळत होते. एकोणीस वर्षांचा हा मुलगा पवित्र अशा बनारस शहरातील एका पंडिताच्या घरातला होता. त्या मुलाचे पूर्वज आजतागायत शेकडो वर्षे ज्यांनी आपले तारुण्य टिकवून ठेवले आहे, अशा अलौकिक श्री गुरू

बाबाजी यांचे शिष्य होते. त्या युवकाच्या वडिलांनी (जे स्वत: श्री गुरू बाबाजींचे शिष्य होते) आपल्या मुलास वयाच्या नवव्या वर्षीच त्यांच्याकडे शिष्य म्हणून सुपूर्द केले होते. तेव्हापासूनच या मुलाने, ज्यांचे वास्तव्याचे निश्‍चित असे कोणतेही एक ठिकाण नाही, त्या आपल्या गुरूंसोबत राहून संपूर्ण हिमालयात पदभ्रमण केले होते. स्वतंत्रपणे साधना करण्याच्या कसोटीला वर्षापूर्वीच उतरल्यानंतर, यशस्वी होऊन तो मुलगा एकटाच बद्रिकेदारच्या बर्फाच्छादित प्रदेशात भटकत होता.

जेव्हा आपला हा युवक समाधिस्थ होता, तेव्हा त्याच्या मिटलेल्या डोळ्यांपुढे एक वेगळेच नाट्य उलगडत होते. त्या परिसरात क्वचितच दिसेल अशा प्रकारचा एक म्हातारा माणूस उंच, खडकाळ अशा चढणी पार करून त्या गुहेसमोरच्या सपाट खडकावर येऊन उभा राहिला. डोक्यावर मळकट पागोटे, मळलेला व फाटून चिंध्या झालेला अंगरखा, गळ्यात बऱ्याचशा माळा व त्याची लांब दाढी हे स्पष्ट करत होते की, तो एक मुस्लीम फकीर आहे. हातापायांवर ठिकठिकाणी खरचटले होते. जखमांतून रक्त येत होते. थंडीने काकडलेला व उपाशी असा तो म्हातारा कधीही कोलमडून पडेल अशा अवस्थेत होता. पण त्या योगी मुलाला पाहताक्षणी सर्व हालअपेष्टा व यातना तो विसरून गेला आणि त्याच्या चेहऱ्यावर पराकाष्ठेची आनंदाची भावना दिसू लागली. अत्यंत हर्षभरात 'अल्लाची किमया अगाध आहे', असे म्हणत तो त्या युवकाच्या जवळ आला. त्या म्हाताऱ्याने त्याला साष्टांग नमस्कार केला व त्या युवकास त्याने कडकडून मिठी मारली. हिंदू योगी लोकांत ही आलिंगन देण्याची पद्धत प्रचलित नाही.

गाढ समाधिवस्था अचानक भंग पावलेल्या त्या मुलाने डोळे उघडले व प्रथम त्या म्हाताऱ्यापासून स्वत:ला सोडवून घेतले. प्रवासातील हालअपेष्टा व रक्तबंबाळ अवस्थेमुळे त्या म्हाताऱ्याच्या अंगास जो घाण वास येत होता, त्यामुळे त्या युवकाने जोरात नाक शिंकरले व प्रचंड रागाने तो ओरडला, "दूर हो, दूर हो! अरे, ही तुझी हिंमत तरी कशी झाली?" क्रोध हे एक महाजालीम असे विष आहे व त्या विषाने या मुलावर अंमल करण्यास सुरुवात केली होती.

"महाराज, मला माफ करा व माझी सर्व हकिकत सांगण्याची कृपया मला संधी द्या," फकीर म्हणाला.

तो योगी ओरडला, "एकदम चालता हो येथून. तुझ्या स्पर्शाने विटाळलेल्या मला आता परत अलकनंदेत स्नान करणे आवश्यक आहे. मांसभक्षण करणाऱ्या तुझ्यासारख्या रानटी लोकांना येथे अजिबात जागा नाही. चल, निघून जा येथून." पण फकीर काही बधेना.

"योगी महाराज, जरा माझे थोडे म्हणणे ऐका तरी. नक्षबंदिया परंपरेतील एका सूफी गुरूंचा मी शिष्य असून सहा महिन्यांपूर्वी माझे गुरू निवर्तले, पण जाण्यापूर्वी त्यांनी मला हे सांगितले होते की, मित्रा, माझ्या कुवतीनुसार येथपर्यंत तुला मी अध्यात्म क्षेत्रात मार्गदर्शन

केले. आता सध्या कोणी दुसरा सूफी गुरू उपलब्ध नाही. पण तू काळजी करू नकोस. हिमालयात बद्रिनाथजवळ एक तरुण योगी आहे, त्याचा तू शोध घे व त्याचे शिष्यत्व तू स्वीकार. माझ्या गुरूंनी सांगितलेले ते योगी तुम्ही आहात, तेव्हा आता मला पदरात घ्या. गेले दोन महिने बऱ्याच संकटांशी सामना करत, हालअपेष्टा भोगल्यानंतर शेवटी तुमचे दर्शन मला घडले आहे. या प्रचंड श्रमांमुळे मी केव्हाही मरून पडण्याच्या स्थितीत आहे. तेव्हा कमीत कमी शिष्य म्हणून तुम्ही माझा स्वीकार केला आहे, एवढे तरी तोंडाने म्हणा, म्हणजे ते ऐकून माझा आत्मा तरी सद्गती पावेल. महाराज, कृपा करा व ही भीक मला घाला."

"सूफी काय, तुझा गुरू काय, मला काहीही माहीत नाही किंवा तसा कोणता आदेशही मला मिळालेला नाही. मला कोणालाही शिष्य करून घ्यायचे नाही." तो मुलगा रागातच ओरडला, "आता वेळ काढत बसू नकोस व ताबडतोब निघून जा. मला पुन्हा अलकनंदेत स्नान करून, तुझ्या दांडगाईने मोडलेली माझी साधना परत चालू करायची आहे. तेव्हा आता चालता हो येथून."

फकीर म्हणाला, "ठीक आहे महाराज. हेच जर तुमचे अखेरचे शब्द असतील तर माझ्या जगण्यालाही आता काही अर्थ नाही. माझ्या आयुष्यातले एकमेव स्वप्न भंग पावले आहे. तेव्हा आता अलकनंदेत उडी मारून मी माझे आयुष्य संपवतो. हे परमेश्वरा, मला पुढचा माझा मार्ग दाखव."

"तुला जे काय करायचे आहे ते तू कर, मी काही करू शकत नाही. स्वत:ला तू नशीबवान समज की, रागाच्या भरात मी तुला कमीत कमी शाप तरी दिला नाही. तू तुझ्या मार्गाला लाग व मला माझ्या मार्गाने जाऊ दे. चल, तर निघ आता," तो मुलगा म्हणाला.

अश्रुपूर्ण डोळ्यांनी त्या फकिराने त्या मुलास साष्टांग नमस्कार केला व त्याचा निरोप घेऊन खाली खोल दरीत वाहणाऱ्या अलकनंदेच्या दिशेने त्याने प्रस्थान केले. परमेश्वराची प्रार्थना करून गंगेत स्वत:ला झोकून देऊन त्याने आपल्या आयुष्याची समाप्ती केली.

पश्चात्तापाची जराही भावना नसलेला व आपण वागलो ते अगदी योग्य होते अशी खात्री वाटत असलेला तो मुलगा वरून खाली उतरला व अलकनंदेकाठी एक चांगली जागा बघून आत्मशुद्धीकरणाचे मंत्र म्हणत पवित्र अलकनंदेच्या थंडगार पाण्यात त्याने बुडी मारली. पाण्यातून नंतर बाहेर पडून आपल्या एकुलत्या एक पंचाने अंग पुसले. एका खडकावर बसून, आपले शरीर शुद्ध केल्याबद्दल गंगेचे आभार मानले व आता गुहेत परत जाण्यासाठी चढायला सुरुवात करतोय, तोच आपल्या महान गुरूंची परिचित मधुर हाक त्याच्या कानावर पडली, "मधू!"

एका शिळेच्या मागून त्याचे गुरू, बाबाजी अवतरले. होत असलेली संध्याकाळ जणू त्यांच्या आगमनाने उजळून निघाल्यासारखी त्याला भासली.

युरोपीयन गोरा वर्ण, उंचेपुरे, खांद्यावर रुळणारे लांब तपकिरी रंगाचे केस, गुळगुळीत दाढी असे बाबाजींचे रूप त्याला दिसले. सोळा वर्षं वयाचे ते भासत होते. कमरेला पंचा गुंडाळलेले,

भरदार अंगकाठीचे, अनवाणी पण भारदस्तपणे चालणारे बाबाजी त्याच्या जवळ चालत आले.

विशाल व ध्यानमग्न वाटणारे त्यांचे डोळे त्यांच्या मधू नावाच्या शिष्यावर रोखले गेले. अत्यंत मृदू स्वरात ते म्हणाले, "मुला, अरे, काय हे भयानक कृत्य करून बसलास तू!"

अंगावर वीज पडल्यासारखा, आपल्या हातून नुकत्याच घडलेल्या कृत्याची भीषणता त्याला जाणवून तो पुरा हादरून गेला. केवळ "बाबाजी," इतकेच उद्गार काढून डोळे भरून आलेल्या अवस्थेत तो आपल्या गुरूंच्या पायाशी कोसळून पडला.

"शांत हो पोरा आणि आवर स्वतःला. चल, आपण तुझ्या गुहेत जाऊ," बाबाजी म्हणाले. सहजपणे वर चढत जाऊन गुहेत पोहोचल्यावर ते दोघे एकमेकांसमोर बसले. "तू कोणाशी, कोणत्या परिस्थितीत काय बोलतो आहेस याचा बोलण्यापूर्वीच नीट विचार करावास हे मी तुला शिकवले होते ना? तू जरा थोडा धीर ठेवायला हवा होतास. त्या म्हाताऱ्याचे म्हणणे नीट ऐकून घ्यायला हवे होतेस. पवित्र माणसाची पवित्रता त्याच्या बाह्य रूपावरून जोखतात का? माझा एक महान शिष्य कबीरही म्हणत असे की, तलवार महत्त्वाची का तिचे म्यान महत्त्वाचे? परमेश्वराच्या एका महान भक्ताचा तू घोर अपराधी ठरला आहेस. गेल्या कित्येक वर्षांची तुझी घोर तपश्चर्या एका क्षणात तू धुळीला मिळवली आहेस. दयेचा एक क्षण हा शंभर वर्षांच्या घोर साधनेहून अधिक श्रेष्ठ असतो. त्याचे तुला आता परिणाम भोगणे अटळ आहे."

तो तरुण एव्हाना भानावर आला होता व म्हणाला, "गुरुजी, तुमची जी काही आज्ञा असेल ती मला शिरसावंद्य आहे."

बाबाजी म्हणाले, "त्या फकिराच्या आध्यात्मिक गरजांची काय हवी ती काळजी माझा मी घेऊ शकतो. तुझ्या अहंकारापायी तुझी आध्यात्मिक प्रगती मात्र तू खुंटवली आहेस. आता परत या मार्गावर फिरून येण्याचा एकच उपाय आहे. त्या फकिराने जी दुःखे, हालअपेष्टा भोगल्या, त्या तूही अनुभवणे आवश्यक आहे. तेव्हा खेचरी मुद्रेची अंतिम क्रिया करून तुझा प्राण आज्ञाचक्रामार्गे बाहेर पडू देत. मग तुझ्या पुढील जन्माची अशी व्यवस्था करू की, त्या योगे, त्या म्हाताऱ्याच्या सारख्याच परिस्थितीमधून तुझा आत्मा जाऊ शकेल, त्याची दुःखे व हालअपेष्टा तो अनुभवू शकेल. तेव्हा आता तयारीस लाग."

"गुरुदेव, तुमची इच्छा ही मला आज्ञेसमानच आहे आणि मी ती अमलात आणण्यापूर्वी माझी एक विनंतीवजा इच्छा आहे, ती ऐकावी." तो म्हणाला.

बाबाजी उद्गारले, "बोल, काय म्हणणे आहे तुझे?"

भावनातिरेकामुळे अडखळत्या शब्दांत, हात जोडून तो म्हणाला, "गुरुदेव, तुमच्यावर माझे अपार प्रेम आहे. तुम्ही माझा त्याग करणार नाही, माझ्यावर तुमची नजर कायम राहील, लौकिक विचारांच्या व कर्मांच्या भोवऱ्यात मी अडकून पडणार नाही ही दक्षता तुम्ही घ्याल

व मला वाचवाल असा कृपया मला शब्द द्यावा. मला तुम्ही असे वचन द्यावे की, माझ्यावर सतत लक्ष ठेवून तुमच्या पवित्र चरणांची मला परत भेट घडेल असे करावे."

तेजस्वी व दयार्द्र नजरेने त्या मुलाकडे पाहत बाबाजी म्हणाले, "ठीक आहे, मी तुला तसा शब्द देतो. माझ्या एका थोर शिष्याला, महेश्वरनाथाला तू कधी भेटलेला नाहीस. तोच तुझ्या पुढच्या जन्मात, सुरुवातीच्या काळात तुला भेटेल व मार्गदर्शनही करेल. पुढे कालांतराने तुझी माझ्याशीही परत भेट होईल. आता आपण बोलत आहोत तसे बोलणेही होईल. पण आता चल, घाई कर, निघण्याचा योग्य क्षण जवळ येत चालला आहे."

सूर्यास्त झाला होता. पुढे घडणाऱ्या नाट्यपूर्ण घटनेचा साक्षी होण्यासाठी चंदेरी प्रकाश देणारा चंद्र ढगांच्या मागून आकाशात उदयास आला होता. अश्रुपूर्ण नेत्रांनी त्या मुलाने बाबाजींना साष्टांग नमस्कार केला. बाबाजींनी उजवा हात पुढे करून त्याच्या मस्तकावर ठेवला. आशीर्वाद देऊन क्षणार्धात ते काळोखामध्ये अदृश्य झाले. एकट्या राहिलेल्या मधूने पद्मासनात बसून दीर्घ श्वास घेतला आणि श्वासोच्छ्वास बंद करणारी *खेचरी मुद्रा* लावून, आज्ञाचक्रात मन एकाग्र करून देहत्याग केला.

तेव्हा मित्र हो! माझे गुरू, महेश्वरनाथ यांनी मला सांगितलेली ही गोष्ट पूर्ण झाली.

■■■

वॉक ऑफ होप

मानव म्हणून जन्मलो, मानव होऊन जगा, माणुसकीसाठी प्रत्येक पाऊल उचला.

१२ जानेवारी २०१५ रोजी तीन महासागरांचा संगम असलेल्या कन्याकुमारीमधून श्री एम यांनी त्यांची पदयात्रा सुरू केली. प्रचंड जनसमुदायाबरोबर त्यांनी ही पदयात्रा सुरू केली, ज्याला *वॉक ऑफ होप* असं संबोधलं गेलं, जी शांती आणि एकात्मतेसाठी होती. ज्यामध्ये त्यांनी भारताच्या मध्यातून अंदाजे साडेसात हजार किलोमीटर भूभाग अंदाजे ५०० दिवसांत पादाक्रांत केला. एप्रिल २०१६ मध्ये त्यांच्या पदयात्रेने श्रीनगर, काश्मीर येथे प्रवेश केला.

श्री एम यांनी हे घोषित केलं की, ही पदयात्रा अखंडता आणि एकतेची बीजं मानवाच्या मनात, हृदयात पेरण्याकरता होती; मग तो स्त्री असो किंवा पुरुष, कोणत्याही जाति-धर्म-पंथाचा असला तरीही.

नवी दिल्लीमध्ये संसदेच्या सभासदांसमोर दिलेल्या भाषणाचे सार पुढे दिलेले आहे. श्री एम यांनी हाती घेतलेल्या मानव एकता मिशनच्या झेंड्यामध्ये 'वॉक ऑफ होप'द्वारे जो संदेश दिला, त्याचा सारांश इथे आला आहे.

'मानव म्हणून जन्मलो आहोत, मानव होऊन जगा, माणुसकीसाठी प्रत्येक पाऊल उचला.' हे घोषवाक्य शांततानिदर्शक पांढऱ्या रंगाच्या बॅनरवर लिहिलं होतं.

श्री एम यांचे संसदेच्या सभासदांकरता अभिभाषण
संसद, नवी दिल्ली, २९ फेब्रुवारी २०१६

सर्वप्रथम सर्वांना माझा नमस्कार, सलाम आलेकूम, सत् श्री अकाल आणि गुडइव्हिनिंग.

राज्यसभेचे आदरणीय डेप्युटी चेअरमन पी. जे. कुरियन, आ. मंत्री श्री. रवी शंकर प्रसाद, आदरणीय मंत्री श्री. व्यंकैया नायडू, आदरणीय मंत्री श्री. मुख्तार अब्बास नक्वी, आदरणीय राज्यमंत्री श्री. सुरेश प्रभू, आदरणीय मंत्री श्री. मनोज सिन्हा, आदरणीय मंत्री श्री. बंडारू दत्तात्रया, आदरणीय मंत्री श्री. पोन्न राधाकृष्णन, आदरणीय राज्यमंत्री श्री. धर्मविजय, श्री. ऑस्कर फर्नांडिस, जे माझ्या पत्नीचे जन्मस्थळ असलेल्या उडप्पीचे आहेत आणि संसदेचे सर्व आदरणीय सभासद आणि इथे उपस्थित असलेले सर्व पदयात्री, सभ्य स्त्री व पुरुष आणि प्रसारमाध्यमांचे सर्व प्रतिनिधी.

मी सुरुवात एका संस्कृत श्लोकाने करेन, जो ३००० वर्षं जुना आहे. मी दक्षिणेकडचा असल्यामुळे मी शुद्ध हिंदी बोलू शकत नाही. त्यासाठी मला माफ करा.

सर्वे भवंतु सुखिनः
सर्वे संतु निरामयाः
सर्वे भद्राणी पश्चन्तु
मा कश्चित दुःख भाग भवेत
लोकाः समस्ता सुखिनो भवंतु

हा श्लोक संस्कृतमध्ये आहे म्हणून असं मानू नका की, तो काही विशिष्ट जाती, पंथाचा किंवा धर्माचा आहे. हे एक वैश्विक भाष्य आहे. आजकाल आपण संस्कृतमध्ये काही म्हटलं की, ते लगेच ठरावीक पंथांचं आहे असं समजलं जातं, आणि जर तुम्ही अरेबिकमध्ये काही म्हटलंत तर दुसऱ्या कुठल्या पंथाचं आहे असं समजलं जातं. या श्लोकाचा अर्थ आहे :

सर्व जण सुखी होवोत, सर्व जण निरोगी असोत
सर्वांना पवित्र तेच पाहायला मिळो, कोणालाही दुःख होऊ नये.
सर्व विश्व सुखात राहो.

ही पदयात्रा १२ जानेवारी २०१५ रोजी कन्याकुमारीपासून सुरू केली. कन्याकुमारीच का? कारण कन्याकुमारीला तीन महासागरांचा संगम आहे. ही पदयात्रा लोकांच्या एकतेसाठी आणि लोकांना एकत्रित करण्यासाठी आहे – खरं तर आपण एकच आहोत, पण कधी कधी एकमेकांपासून वेगळे होतो – म्हणूनच संगम हे पदयात्रा सुरू करण्यासाठी उत्तम स्थान आहे, असं आम्हाला वाटलं.

कन्याकुमारीची निवड करण्याचं दुसरं कारण म्हणजे, १२ जानेवारी हा स्वामी विवेकानंदांचा जन्मदिवस आहे. १०० वर्षांपूर्वी मानवाच्या एकत्रीकरणासाठी त्यांनी जे आध्यात्मिक कार्य केलं, तसं कार्य हजार लोक मिळून १०० वर्षांतसुद्धा करू शकणार नाहीत. स्वामी विवेकानंद एक परिव्राजक म्हणून संपूर्ण भारतभर फिरले आणि कन्याकुमारीला पोहोचले. त्या वेळी तिथे काहीही नव्हतं. फक्त समुद्राच्या मध्यभागी मोठी उंच शिळा होती. ते समुद्रातून पोहून तिथे गेले आणि त्या खडकावर बसून त्यांनी तीन दिवस ध्यान केलं. त्यानंतर त्यांना पुढे काय कार्य करायचं आहे ते त्यांना समजलं. म्हणूनच तो दिवस आणि ते स्थळ पदयात्रा सुरू करण्यासाठी योग्य आहे असं आम्हाला वाटलं.

आम्ही अंदाजे ५,८०० किलोमीटर चाललो. मी एकटाच नाही तर माझ्याबरोबर ६० ते ७० लोक, ज्यांना आम्ही कोअर ग्रुप असं म्हणतो, ते माझ्याबरोबर कन्याकुमारीपासून चालत आलेले आहेत. हे लोक वेगवेगळ्या राज्यांचे, वेगवेगळ्या पंथांचे, वेगवेगळ्या धर्मांचे आहेत. आणि आम्ही सगळेच जण एकत्रित चालत आहोत, आणि एवढं चालल्यानंतर मला तुम्हाला सांगायला अतिशय आनंद होतो की, भारतातील मानव एकता अजूनही टिकून आहे.

मग असा प्रश्न येतो की, – मग तुम्ही का चालत आहात? जर सर्व काही चांगलं आहे तर तुम्ही हे का करताय?

जेव्हा आम्ही कन्याकुमारीपासून सुरुवात केली, आम्हाला अतिशय चांगला प्रतिसाद मिळाला. आम्ही केरळला पोहोचल्यानंतर आम्हाला खूपच मोठ्या प्रमाणात प्रतिसाद मिळाला. मला असं वाटलं की, ते माझं राज्य असल्यामुळे असेल. पण, आम्ही जेव्हा पुढच्या राज्यात गेलो, तेव्हा प्रतिसाद अजून जास्त वाढत गेला. जास्तीत जास्त लोक आमच्याबरोबर यायला लागले. आम्ही १२ जानेवारीला कानपूर येथे एक वर्ष पूर्ण केलं. आत्तापर्यंत अतिशय भारावून टाकणारा प्रतिसाद मिळाला. आता आम्ही दिल्लीला पोहोचलो आहोत. मला वाटतं, या सगळ्याचा नक्कीच परिणाम झाला आहे, अन्यथा मला संसदेमध्ये खासदारांना संबोधित करण्यासाठी आमंत्रण मिळालं नसतं. अजूनही आम्हाला साधारणपणे २००० किलोमीटर चालायचं आहे. १ मे रोजी श्रीनगरला पोहोचण्याचा आमचा मानस आहे. जसं मी म्हटलं की, लोक विचारतात, जर मानव एकता आहेच तर मग तुम्ही हे कशासाठी करत आहात? होय, आपल्यामध्ये एकता आहे, परंतु कधी कधी ती तुटते, आणि एकदा का, त्यातील दरी वाढली की, ती हाताबाहेर जाऊ शकते.

आपल्या देशासारखं या जगात दुसरं कुठलंही राष्ट्र नाही, जिथे अगदी डावीकडून सुरू होऊन उजवीकडे आणि मध्यभागापर्यंत २२-२३ भाषा बोलल्या जातात. इतके वेगवेगळे धर्म, पंथ आणि इतक्या साऱ्या संस्कृती एकत्र नांदतात. आणि एवढं असूनही सर्वसामान्य नागरिक हा स्वतःला हिंदुस्थानी, भारतवासी किंवा इंडियन असंच म्हणवतो. याशिवाय दुसरं काहीही नाही. पण कधी कधी असं होतं की, या एकतेला तडा जातो आणि जेव्हा असं घडतं,

तेव्हा हा वणवा एवढा पसरत जातो की, तो पाण्यानेही विझवणं शक्य होत नाही. आम्हाला वाटतं की, अशा धार्मिक दंगली किंवा राजकीय समस्या या काही लोकांनी स्वार्थासाठी उभ्या केलेल्या भिंती असतात.

आम्ही छोट्या छोट्या खेड्यांमध्ये गेलो, अगदी आतपर्यंत गेलो. जिथे अगदी हजार लोकवस्ती आहे अशा ठिकाणीही गेलो. काही ठिकाणी केवळ तीन मुस्लीम कुटुंबं आहेत किंवा दोन ख्रिश्चन कुटुंबं आहेत आणि तरीही ते सर्व जण कुठल्याही समस्येशिवाय आनंदाने एकत्र राहत आहेत. अशा जागी आम्ही गेलो आणि जेव्हा लोकांशी बोललो तेव्हा ते म्हणाले की, कधी कधी अशा गोष्टी घडतात. जेव्हा आम्ही 'का' असं विचारलं तेव्हा ते म्हणाले, नीट पाहिलं तर या अशा गोष्टींमागे आपला किंवा इतरांचा स्वार्थ दडलेला असतो.

आम्ही असा विचार केला की, ही एकता अशीच टिकून राहायला हवी. ती कधीही तुटू नये. एकत्र राहणं ही आपल्या भारताची संस्कृती आहे. तो आपला संस्कार आहे आणि तो आपल्याला नवीन नाही. जसं की, ऋग्वेदामध्ये लिहिलेलं आहे :

"संगच्छध्वम्"
एकत्र चालू या
"समवदाध्वम्"
एकत्र बोलू या
"समवो मनामसी जानतम्"
आपली मनं एकत्रित करून ज्ञान प्राप्त करू या.

जसं प्रोफेसर कुरियन म्हणाले, "*एकम् सत विप्रा बहुदा वदंती,*" याचा अर्थ आपण सगळेच जाणतो. एकदा मी अमेरिकेच्या युनिव्हर्सिटीमध्ये गेलो होतो तेव्हासुद्धा एका प्रोफेसरने त्यांचं भाषण याच श्लोकाने सुरू केलं होतं. *एकम् सत् विप्रा बहुदा वदंती.*

आम्ही जेव्हाही कुठे लोकांना भेटतो, तेव्हा सर्वांना हेच सांगतो की, आपण लोकशाहीत राहतो त्यामुळे आपली मतं वेगळी असू शकतात, आपले आदर्शवाद वेगळे असू शकतात. आणि तसं नसतं तर ही लोकशाहीच नसती. पण सगळ्यात आधी एक गोष्ट लक्षात ठेवा की, आपण मनुष्य आहोत. सगळ्यांचा जन्म आईच्या पोटातूनच होतो. कोणी आकाशातून पडत नाही; मग तो कोणी का असेना, आणि जेव्हा आपला काळ येतो तेव्हा आपण याच भूमीमध्ये जातो; मग ते कब्रस्तान असेल किंवा स्मशान असेल. हे इतकं छोटंसं नाटक आहे, जन्मापासून मरणापर्यंत. मग त्यात आपण शांती आणि सद्भावनेने का राहू शकत नाही? मला वाटतं, हे सहज शक्य आहे. ही पहिली गोष्ट आम्हाला सांगायची होती.

दुसरी गोष्ट म्हणजे, कोणताही आदर्शवाद असला, कोणताही धर्म असला तरी एक लक्षात ठेवा की, आपण सर्व जण भारतवासी आहोत. ही अशी प्राचीन भूमी आहे, जिने

कित्येक ऋषी पाहिलेत, अनेक धर्मांचं स्वागत केलंय. कुणीही आलं तरी त्याला कधीही नाकारलं गेलं नाही. असं हे महान राष्ट्र आहे, आणि आपण त्या महान राष्ट्राचे नागरिक आहोत. अतिशय अभिमानाने ही गोष्ट आपण लक्षात ठेवायला हवी.

या दोन्ही गोष्टी आम्ही समजावत आलो आहोत आणि मी अतिशय आनंदाने सांगतो की, सर्व लोक हे ऐकतात आणि म्हणतात, नक्की, आता आम्ही अशा घटना घडू देणार नाही. खरं तर या गोष्टी म्हणजे इलाज नाही तर सावधगिरी आहे. एखादा माणूस आजारी पडतो तेव्हा तो दवाखान्यात जातो. डॉक्टर औषध देतात. कधी तो जगतो तर कधी तो वाचत नाही. पण त्यापूर्वी जर प्रतिबंधक लस घेतली तर हे होणारच नाही, आणि तोच सर्वात चांगला उपाय असेल.

म्हणूनच आम्ही लोकांना हे सांगतो की, आधी या गोष्टी होऊच देऊ नका. तुम्ही एकत्र राहा, आणि जरी अशा काही वृत्ती आल्याच, मग त्या कुणाच्याही स्वार्थापोटी का असेनात, त्यांना सांगा, आम्ही हे सगळं ऐकलं पण आम्ही आता हे होऊ देणार नाही. आम्ही हिंसा घडू देणार नाही. आणि आता आम्ही विभाजितही होणार नाही.

माझा असा अनुभव आहे की, प्रत्येकाच्या हृदयात छोटासा का होईना, दैवी अंश असतोच. सुफिजम्मध्ये याला 'खुदा का नूर' म्हणतात. हा आत्मा किंवा अंश प्रत्येकात असतोच. याचा अर्थ प्रत्येक जण म्हणजे चालतं-बोलतं मंदिर किंवा मशीद आहे. या चालत्या-बोलत्या मंदिराची आराधना किंवा पूजा ही आरतीने नव्हे तर सेवेनेच होते. स्वामी विवेकानंद नेहमी म्हणायचे, आत्मनो मोक्षार्थम् जगत् हिताय च. याचा अर्थ, स्वतःच्या मुक्तीसाठी आणि जगाच्या कल्याणासाठी. मुक्ती हा प्रत्येकाचा वैयक्तिक प्रवास आहे पण जगाचं कल्याण हे आपल्या सर्वांचं कर्तव्य आहे. हा माझा अनुभव असल्याने मी त्याला नाकारू शकत नाही. तुम्ही अमर, अकबर, अॅन्थनी कुठलाही आदर्शवाद निवडा. आपण सर्व जण एकच आहोत आणि सारखेच आहोत.

केरळ, ज्या भागातून मी आलोय तिथे असे आदर्शवाद आहेत जे देवाच्या अस्तित्वाला मानत नाहीत. हेही ठीकच आहे कारण ते मानवतेवर विश्वास ठेवतात. अजून कोणाला त्रास देत नाहीत आणि आनंदाने एकत्रित राहतात. मी शाळेत जातो, कॉलेजमध्ये जातो. आणि जाऊन तिथल्या विद्यार्थ्यांना शिक्षित करतो. आमच्या पिढीने ज्या काही चुका केल्यात त्या चुका पुढच्या पिढीने करू नयेत. आम्ही हजारो विद्यार्थ्यांना भेटलो आणि त्यांच्या हृदयात मानवतेचं बीज पेरलं. आम्ही त्यांना हेही शिकवलं की, आपण या राष्ट्राचे नागरिक आहोत. आम्ही कोणत्याही अंतर्गत किंवा बाह्य नकारात्मक शक्तीने विभाजित न होता एकत्रितपणे घट्ट राहू. सर्व यात्रेत आम्ही हेच सांगत आलोय. याला वेळ लागेल. या बीजांच्या संवर्धनाची काळजी घेण्याची जबाबदारी ही पालकांची, शिक्षकांची आणि आपल्यासारख्या राजकारण्यांचीही आहे. राजकारण्यांनी याविषयी थोडासा जास्तच विचार करायला हवा आणि

आपल्या सर्वांसाठी आपलं राष्ट्र एकत्रित राहावं यासाठी प्रयत्न करायला हवा. ज्यांच्या हातात सत्ता आहे ते आम्हासारख्या सर्वसामान्य नागरिकांपेक्षा खूप काही जास्त करू शकतात. मला इथे बोलावलं आणि मला या विषयावर तुमच्यासमोर बोलायची संधी दिली याबद्दल मला खूप आनंद झाला.

मला पूर्ण विश्वास आहे की, आम्ही जी बीजं पेरलीत त्याचं रूपांतर नक्कीच वृक्षांमध्ये होईल आणि त्यांच्या सावलीमध्ये आपण सर्व जण शांततेने आणि एकोप्याने राहू शकू, ही माझी इच्छा आहे आणि माझी प्रार्थनादेखील आहे. जरी आपलं राष्ट्र आर्थिक दृष्ट्या सुरक्षित असलं तरी शांततेशिवाय त्याला काहीच अर्थ नाही. एकात्मता आणि मानवी एकता याला सर्वोच्च महत्त्व आहे. एकत्र झालो तर आपण उभं राहू आणि जर विभाजित झालो तर कोसळणार हे नक्की.

इथे भव्य असेंब्लीमध्ये तुमच्यासमोर उभं राहून मी माझे विचार मांडतोय हा मी माझा सन्मान समजतो. मी राज्याचे मंत्री श्री. पोन्न राधाकृष्णन यांना धन्यवाद देतो. जसं मी त्यांना सांगितलं की, ही यात्रा आम्ही कन्याकुमारीपासून सुरू करतोय, त्यांनी आम्हाला झिरो पॉईंटपासून सुरुवात करायला सांगितली आणि तिथे आम्हाला जागादेखील उपलब्ध करून दिली.

आम्हाला अनेक विभागांतून मदत मिळाली. सर्व राजकीय बंधनांच्या पलीकडे जाऊन मुख्यमंत्र्यांशी आमचा संवाद कसा झाला, याची फिल्म आपण पाहिलीच. तुम्हाला माहिती आहे की, राजकारण हे महत्त्वाचं आहेच. आपण लोकशाही राष्ट्र आहोत. इथे काही मतांतरे असणार–पण–हृदयातून हृदयाकडे–आपण सर्व जण मनुष्यच आहोत आणि म्हणून आपल्याला एकत्र राहायचं आहे आणि या राष्ट्राला महान राष्ट्र घडवायचं आहे. हे महान राष्ट्र आहेच. पण जर आपण एकत्र आलो तर खात्री देऊ शकतो की, ते पूर्वीपेक्षा किंवा आतापेक्षा जास्त वैभवशाली होईल. फक्त गतकाळातीलच वैभव लक्षात ठेवून वर्तमानकाळ विसरायचा नाहीये. उज्ज्वल भविष्यासाठी एकत्रितपणे पुढे जाऊ या. ही माझी कळकळीची विनंती आहे आणि प्रार्थना आहे.

मला माहिती आहे की, तुम्ही या पदयात्रेत आमच्या बरोबर चालू शकत नाही. पण तुम्ही तुमच्या मनाने आम्हाला पाठिंबा दिलात तरी या पदयात्रेचा उद्देश काश्मीरमधील श्रीनगर येथे पोहोचायच्या अगोदरच सफल झालेला असेल. म्हणून परत एकदा मी तुम्हाला धन्यवाद देतो आणि प्रार्थना करतो की, तुम्ही मनाने आमच्याबरोबर असावे.

धन्यवाद, नमस्कार.

कन्याकुमारीपासून पदयात्रेची सुरुवात

'वॉक ऑफ होप'
बंगलोरमध्ये

शांती आणि एकात्मता या विषयावरील आंतरराष्ट्रीय शिखर संमेलन, वाराणसी

श्री विश्वंभरनाथ मिश्रा, महंत, संकटमोचन फाउंडेशन,
युनायटेड नेशनचे ॲडमा डिऐंग आणि श्री एम
– तुलसीघाट, वाराणसी, उत्तरप्रदेश

अध्यात्म क्षेत्रातील दिग्गज – सिरी फोर्ट ऑडिटोरियम, दिल्ली

भारतीय जनसमुदायाबरोबर 'वॉक ऑफ होप'चा आनंदोत्सव
– नेहरू पार्क, नवी दिल्ली

दिल्ली येथील युवकांना संबोधित करताना

विद्यार्थ्यांबरोबर सेल्फी

पदयात्रेमध्ये कर्नाटकचे मुख्यमंत्री सिद्धरमैय्या

गंगाकाठी 'वॉक ऑफ होप', अलाहाबाद

कावेरी नदीची आरती करताना – भागमंडल, कर्नाटक

कर्नाटकमध्ये पदयात्रेचा एक भाग असलेला 'डायलॉग ऑफ होप'

घाटबिल्लोड येथील स्वागत समारंभ – धार जिल्हा, मध्यप्रदेश

अंगणवाडी कामगारांकडून स्वागत – कांधिया गाव, यूपी

'वॉक ऑफ होप' श्रीनगर, काश्मिरला पोहोचताना

भारताचे पंतप्रधान नरेंद्र मोदी यांच्यासमवेत

भारताचे राष्ट्रपती प्रणव मुखर्जी यांच्यासमवेत

भारताचे माजी राष्ट्रपती कै. डॉ. ए.पी.जे. अब्दुल कलाम यांच्यासमवेत

श्रीमती सोनिया गांधी आणि राहुल गांधी यांच्यासमवेत

महान संत दलाई लामा यांच्यासमवेत

महान धर्मगुरू फ्रान्सिस यांच्यासमवेत, वॅटिकन, रोम

तारालंबलू जगद्‌गुरू बृहन्मठाचे सिद्ध संत डॉ. शिवमूर्ती शिवाचार्य महास्वामीजी यांच्यासमवेत – सिरिगेरे, कर्नाटक

समाजसेवक श्री. अण्णा हजारे यांच्यासमवेत

आर्च बिशप जॉर्ज ॲलेंचेरी,
कॅथेलिक प्रमुख यांच्यासमवेत

अभिनेते रजनीकांत यांच्यासमवेत

श्री हरमंदिर साहेब 'सुवर्ण मंदिर' अमृतसर येथे

'वॉक ऑफ होप' सुरू करण्यापूर्वी कन्याकुमारी येथील त्रिवेणी संगम येथे

केरळचे मुख्यमंत्री श्री. पिनराई विजयन आणि
माजी मुख्यमंत्री श्री. ओमेन चंडी यांच्यासमवेत

राष्ट्रीय स्वयंसेवक संघाचे सरसंघसंचालक श्री. मोहन भागवतजी यांच्यासमवेत

श्री. सुरेश भैय्याजी जोशी, सहकार्यवाह, राष्ट्रीय स्वयंसेवक संघ यांच्यासमवेत

केंद्रीय मंत्री श्री. रविशंकर प्रसाद, डॉ. नजमा ए. हेप्तुल्ला आणि राज्यसभेचे उपसभापती प्रोफेसर पी. जे. कुरियन यांच्यासमवेत

सरदार अन्वर हुसेन काझमी चिष्ठी, गद्दानशीन, ऑलिया मशीद, दर्गाशरीफ, आजमेर यांचे स्वागत करताना श्री एम

भारताचे माजी मुख्य न्यायाधीश श्री. एम. एन. व्यंकटचलैया आणि खासदार डॉ. करण सिंग यांच्यासमवेत.

'वॉक ऑफ होप' दरम्यान दिल्ली येथे संसदेच्या सदस्यांना संबोधित करताना

'वॉक ऑफ होप' दरम्यान जंतर मंतर, दिल्ली येथे निराहार सत्याग्रहामध्ये प्रो. पी. जे. कुरियन आणि श्री. शशी थरूर यांच्यासमवेत.

कर्नाटकातील माजी नेते श्री. के. एस. पुथ्थनैया यांच्यसमवेत

* 9 7 8 9 3 9 5 1 3 9 8 0 9 *
FCW - #0100 - 061026 - C0 - 216/140/10 - PB - 9789395139809 - Matt Lamination